கார்த்திகேசு சிவத்தம்பி படைப்புகள்

நியூ செஞ்சுரி புக் ஹவுஸ் (பி) லிட்.,
41-பி, சிட்கோ இண்டஸ்டிரியல் எஸ்டேட்,
அம்பத்தூர், சென்னை - 600 050.
☎: 044 - 26251968, 26258410, 48601884

Language: Tamil
Karthigesu Sivathambi Padaippugal
First Edition: December, 2021
Copyright: Author
No.of Pages: 206
Publisher:
New Century Book House Pvt. Ltd.,
41-B, SIDCO Industrial Estate,
Ambattur, Chennai - 600 050.
Tamilnadu State, India.
Email: info@ncbh.in
Online: www.ncbhpublisher.in

ISBN. 978-81-2344-176-4
Code No. A4529
₹ 210/-

Branches
Ambattur (H.O.) 044 - 26359906 **Spenzer Plaza (Chennai)** 044-28490027
Trichy 0431-2700885 **Pudukkottai** 04322- 227773 **Thanjavur** 04362-231371
Tirunelveli 0462-4210990, 2323990 **Madurai** 0452-2344106, 4374106
Dindigul 0451-2432172 **Coimbatore** 0422-2380554 **Erode** 0424-2256667
Salem 0427-2450817 **Hosur** 04344-245726 **Krishnagiri** 0434-3234387
Ooty 0423-2441743 **Vellore** 0416-2234495 **Villupuram** 04146-227800
Pondicherry 0413-2280101 **Nagercoil** 04652-234990

கார்த்திகேசு சிவத்தம்பி படைப்புகள்
முதல் பதிப்பு: டிசம்பர், 2021

அச்சிட்டோர்: **பாவை பிரிண்டர்ஸ் (பி) லிட்.,**
16 (142), ஜானி ஜான் கான் சாலை, இராயப்பேட்டை, சென்னை - 14
☎: 044-28482441

All rights reserved. No part of this book may be reprinted or reproduced or utilised in any form or by any electronic, mechanical, or other means, now known or hereafter invented, including photocopying and recording, or in any information storage or retrieval system, without permission in writing from the publishers.

பதிப்புரை

தமிழ் மொழி, இனம், சமூகம், கலை இலக்கிய அரசியல் தளங்களில் ஆழ்ந்த ஈடுபாடும் புலமையும் கொண்டு ஏராளப் படைப்பிலக்கியங்கள் தந்திட்ட தன்னிகரற்ற தமிழியல் ஆய்வாளரும் சமயம், சமூகம், மார்க்சியம் உள்ளிட்ட பல்துறைச் சிந்தனையாளருமான பேராசிரியர் கார்த்திகேசு சிவத்தம்பி அவர்களின் மதிப்புறு நூல்கள் பலவற்றை நியூ செஞ்சுரி பதிப்பகம் தொடர்ந்து வெளியிட்டு வந்துள்ளதை தமிழ்கூறும் நல்லுலகம் நன்கறியும்.

அன்னாரது மறைவுக்குப் பிறகு அச்சில் வராத அவரது சில ஆக்கங்கள் 'கார்த்திகேசு சிவத்தம்பி படைப்புகள்' எனும் நூலாக தற்போது எமது நியூ செஞ்சுரி பதிப்பகத்தால் வெளியிடப்படுகிறது.

சில இதழ்களில் பேராசிரியர் எழுதி வெளிவந்த, வெளிவராத கட்டுரைகள், அவரது உரைநிகழ்த்தல்கள், சில புத்தகங்களுக்கு அவர் எழுதிய முன்னுரைகள் மற்றும் பதிப்பாசிரியராக வெளியிட்ட நூலுக்கான பதிப்புரை என மொத்தம் 18 ஆக்கங்கள் இத்தொகுப்பில் இடம்பெற்றுள்ளன.

இருபதாம் நூற்றாண்டு ஈழத்துத் தமிழிலக்கிய வரலாறெழுதுகைக்கான சிந்திப்பு முயற்சி, தமிழின் (மொழி) இலக்கியப் பேறு ஓர் அறிமுகக் குறிப்பு, இலங்கை மலையகத்தமிழர் பண்பாடும் கருத்து நிலையும், தமிழ்ப்பண்பாட்டில் கிறித்தவம், இசுலாத்துள் தமிழும் தமிழினுள் இசுலாமும் இணைந்து நிற்பதற்கான ஒரு உச்சநிலை உதாரணம், இலங்கையின் இனப்பிரச்சினை ஒரு தமிழ் நிலைப்பாடு, பண்பாட்டின் அரசியல், தமிழர் சிந்தனை மரபில் ஆன்மீகமும் நாத்திகமும் போன்ற தலைப்புகளில் தமிழ் மரபு, பண்பாடு மற்றும் ஈழத்து கலை இலக்கிய அரசியல் நிலை ஆகியன குறித்த பேராசிரியரின்

காத்திரமான ஆய்வுக்கட்டுரைகள் இதில் இடம் பெற்றுள்ளன. அவரது துணைவியாரின் சேகரிப்பில் இருந்தவற்றை உள்ளது உள்ளபடியே அச்சாக்கி இந்நூல் தொகுப்பு வெளியிடப்படுகிறது. இதில் தகவல் விடுபடல்கள், சேர்த்துக்கொள்ளத்தக்க குறிப்புகள் அல்லது திருத்தங்கள் எதுவும் வாசகர்களால் சுட்டிக்காட்டப்படின் அடுத்தடுத்த பதிப்புகளில் இணைத்துக்கொள்ளப்படும் என்பதைத் தெரிவித்துக்கொள்கிறோம்.

நிறைவாக, சென்னைப் பல்கலைக்கழக தமிழிலக்கியத் துறையும் டொரண்டோ பல்கலைக்கழகத்து தென்னாசிய ஆய்வு மையமும் இணைந்து நடத்திய இருபதாம் நூற்றாண்டுத் தமிழியல் ஆய்வு - பேராசிரியர் கா.சிவத்தம்பி அவர்களின் 'வகிபாகமும் திசைவழிகளும்' எனும் பன்னாட்டுக் கருத்தரங்கில் தமிழகத்து ஆய்வறிஞர்கள் ஆற்றிய உரைகளும் பேராசிரியரின் ஏற்புரையும் பின்னிணைப்பாக நூலில் இணைக்கப்பட்டுள்ளது.

பேராசிரியரின் மறைவுக்குப் பிறகு அவரது பன்முக ஆளுமையை வெளிப்படுத்தி நினைவுகூரும் இந்நூல் தமிழ் வாசகப்பரப்பில் கவனம் பெறத்தக்கதாக அமையுமென்று நம்புகிறோம்.

பேராசிரியர் கார்த்திகேசு சிவத்தம்பி அவர்களின் இந்நூலுக்கான தட்டச்சுப் பிரதிகளைச் சேகரித்து நியூ செஞ்சுரி புத்தக நிறுவனத்திற்கு உவந்தளித்த அவரது துணைவியார் திருமதி ரூபவதி சிவத்தம்பி அவர்களுக்கு எமது அன்பையும் நன்றியையும் இத்தருணத்தில் தெரிவித்துக்கொள்கிறோம்.

பதிப்பகத்தார்

பொருளடக்கம்

கட்டுரைகள்

1. இளைஞர் 'பண்பாடு' சில குறிப்புகள் — 7
2. இருபதாம் நூற்றாண்டின் ஈழத்துத் தமிழிலக்கிய வரலாறெழுதுகைக்கான ஒரு சிந்திப்பு முயற்சி — 10
3. ஆழ்நிலை அஞ்சலியும் பணி மதிப்பீடும் — 17
4. தமிழின் (மொழி) இலக்கியப் பேறு ஓர் அறிமுகக் குறிப்பு — 23
5. இலங்கையின் இனப்பிரச்சினை ஒரு தமிழ் நிலைப்பாடு — 37
6. தமிழ்நூற்பதிப்பும் ஆய்வு முறைகளும் — 69
7. ஈழத்து இலக்கியம் : ஒரு முகவுரைக் குறிப்பு — 80
8. தமிழ்நாட்டில் இசை — 83
9. நவீன காலத்துக்கு முன்னர் தமிழரிடையே நிலவிய 'அறிவு முறைமை' பற்றிய சில குறிப்புக்கள் — 90
10. தமிழர் சிந்தனை மரபில் ஆன்மீகமும் நாத்திகமும் — 106

உரைகள், விவாதங்கள்

11. கற்கை நெறி சார்ந்து நாடக எழுத்துருவொன்றினை நோக்க வேண்டிய முறைமை — 119
12. தமிழ்ப்பண்பாட்டிற் கிறிஸ்தவம் — 132
13. பண்பாட்டின் அரசியல் — 153

அணிந்துரை, பதிப்புரை

14. யாழ்ப்பாணப் பண்பாட்டின் தெரியப்படாத பக்கங்கள் — 165
15. இஸ்லாத்துள் தமிழும், தமிழினுள் இஸ்லாமும் இணைந்து நிற்பதற்கான ஒரு உச்சநிலை உதாரணம் — 176
16. இந்நூல் அளவில் சிறியதெனினும் அறிவாழத்திற் பெரியது — 182
17. மலையகத் தமிழ் மக்களின் வாழ்க்கை முறைமை — 191

பின்னிணைப்பு

18. இருபதாம் நூற்றாண்டு தமிழியல் ஆய்வு — 198

1

இளைஞர் 'பண்பாடு' சில குறிப்புகள்

"இளைஞர் பற்றிய நமது சித்திரிப்பில் முக்கிய இடம்பெற வேண்டுவது இளைஞர் பற்றி நமது சமூகம் கொண்டுள்ள எதிர்பார்ப்பு ஆகும். நமது சமூக அமைப்பில் இளைஞர்களின் முன்னேற்றம் மூலமாகவே குடும்பத்தின் முன்னேற்றம் ஏற்படுவதாகக் கொள்ளப் படுகின்றது. இதனால் இளைஞர்களின் குடும்பப் பொறுப்புக்கள் நமது சமூக சிந்தனையில் முக்கிய இடம் பெறுவதை அவதானிக்கலாம்."

சமூகத்தின் ஒரு முக்கிய குழுமமாக இளைஞரைக் கொள்ளும் பண்பு கடந்த முப்பது வருடங்களாக மேற்கத்தைய சமூகவியல் ஆய்வுகளில் காணப்படுகின்றது.

1967இல் பிரான்சில் ஏற்பட்ட இளைஞர் எழுச்சி, அந்த எழுச்சி கோரி நின்ற தளமாற்றம் (radicalism) ஐரோப்பிய வட அமெரிக்க அறிவுலகை ஒரு கலக்குக் கலக்கிற்று.

இது மாத்திரமல்லாது 1960களில் தோன்றிய ஹிப்பியிசம் (Hippyism), புதிய இளந்தலைமுறை முதலிய பரம்பரையின் வாழ்க்கை எடுகோள்களை முற்றிலும் நிராகரித்தது என்பதைக் காட்டிற்று. அக்காலத்து அரசியல் ஆதிக்க இறுக்கங்களை எதிர்க்க முடியாத ஒரு இளைஞர் குழாம், போதைப் பொருள் நுகர்வை இளைஞர் பண்பாட்டின் ஓரம்சமாக்கிற்று. இதனால், அந்த இளைஞர் பண்பாட்டை முற்று முழுதாகக் கண்டிக்கும் ஒரு மனோபாவம் வளர்ந்தது.

உண்மையில் ஹிப்பியிசம் என்பது 1960களில் ஏற்பட்ட எழுச்சியின் ஒரு விரசமான செல்நெறியேயாகும். அந்த இளைஞர் எழுச்சி சில ஆக்கபூர்வமான வளர்ச்சிகளுக்குக் காலாகவிருந்தது. அக்காலத்தில் தோன்றிய புதிய இசைமரபினை இதற்கு உதாரணமாக எடுத்துக் கூறலாம். 'ரொக்' (Rock) இசை எனப்படும் இசை இக்காலத்தில் தோன்றியதே. இதன் பிரதான வெளிப்பாட்டுக் கலைஞர்களாக பீட்டில்ஸ் (Beatles) இசைக்குழுவினர் அமைந்தனர். இந்த இசை இணக்கத்தை 'புதிய ஒலிகள்' (New Sound) என்றனர்.

இந்தக் காலகட்டத்திலேதான் தலைமுறை இடைவெளி (The Generation Gap) எனும் தொடர் வழக்கில் வந்தது. இது ஒரு முக்கிய சமூகவியற் கருதுகோளாகும்.

1960களில் ஏற்பட்ட புதிய அரசியல், தொழில்நுட்ப மாற்றங்கள் தந்த சமூக அனுபவங்களுக்கும் அதற்கு முந்திய சமூக அனுபவங் களுக்குமிடையேயும் பலத்த வேறுபாடுகள் காணப்பட்டன. இதனை 'முதல்' தலைமுறை உணர்ந்துகொள்ளவில்லை. இதனால், 1960களில் தோன்றிய இளைஞர்களின் புதிய உணர்வுகளை அக்காலத்து முதிய தலைமுறையினரால் விளங்கிக்கொள்ள முடியவில்லை.

ஐரோப்பிய அரசியல், சமூக ஒழுங்கமைப்பு நிலவிய முறைமையில், 1960களில் தோன்றிய இளைய தலைமுறை, அதற்கு முந்திய தலைமுறையினரின் சமூக ஒழுங்குமுறைமைகளை முற்றிலும் நிராகரித்தது. விசுவாசம் போன்ற சமூக நிறுவனங்களிற் பெருமாற்றம் ஏற்பட்டது.

அரசியலில் வியட்நாமியப் போர் எதிர்ப்பு இந்த இளம் தலைமுறையினரின் தாரகமந்திரமாயிற்று. அமெரிக்காவின் வியட் நாமியத் தலையீட்டுக்கெதிரான எழுச்சியில் சில முக்கிய அரசியற் கருதுகோள்கள் காணப்பட்டன. ஏகாதிபத்திய எதிர்ப்பு, ஒடுக்குமுறை எதிர்ப்பு என்ற கோஷங்கள் இதன் உட்கிடக்கையாகக் கிடந்தன.

இந்தப் போக்கு மூன்றாவது உலகநாடுகளுக்கும் பரவத் தொடங்கிற்று. இலங்கை ஒரு முக்கியமான உதாரணமாகிற்று.

1970களின் ஆரம்பத்தில் சிங்கள மக்களிடையே ஓர் இளைஞர் எழுச்சி காணப்பட்டது. ஜாதிக விமுக்தி பெரமுன என்பது இவ் எழுச்சியின் அரசியல் வெளிப்பாடாகும். இது சிங்கள மக்களின் அரசியற் சிந்தனைப் போக்கில் பெருமாற்றத்தை ஏற்படுத்திற்று.

1970களிலும் அதன் பின்னரும் மேற்கிளம்பிய அரசியற் செல்நெறிகள் இந்த இளந்தலைமுறையினரைப் பொதுவான அரசியல் நீரோட்டத்தினுள்ளே கொண்டுவரும் முயற்சியில் ஈடுபட்டன எனலாம்.

1970இல் இலங்கைத் தமிழரிடையேயும் தளமாற்றவாத இளைஞர் குழுக்கள் தோன்றின. நீண்ட காலமாகத் தீர்க்கப்படாதிருந்த தேசிய இனப்பிரச்சினையில் இந்தத் தீவிர இளைஞர் இயக்கங்கள் முக்கிய இடம் பெறத் தொடங்கின. இதனால் இலங்கை வரலாற்றில் அதற்கு முன்னர் காணப்படாத மாற்றங்கள் ஏற்பட்டன.

இலங்கைத் தமிழரைப் பொறுத்தவரையில் 1980களில் நிலவிய மாணவர் இயக்கத்தின் வரலாறு முக்கியமானதாகும். அந்த வரலாற்றிலும் இளைஞர் பங்கு முக்கியமானதாகும்.

1950களில் தமிழ்நாட்டில் திராவிட முன்னேற்றக் கழகம், தனது தளமாற்ற வாதக் கோஷங்கள் மூலம் அந்தக் காலத்துத் தமிழகத்து

இளைஞரிடையே முக்கியமான தாக்கத்தை ஏற்படுத்திற்று. மு.கருணாநிதி, கண்ணதாசன் போன்றோர் அந்த இயக்கத்தின் அறுவடைகளே.

இவ்வாறு நோக்கும் பொழுது தமிழிலும் 'இளைஞர் பண்பாடு' என ஒரு செல்நெறியை இனங்காணக் கூடியதாகவுள்ளது.

இந்த இளைஞர் பண்பாடு அரசியல் முதல் பண்பாட்டுத் துறைகள் வரை சக நடவடிக்கைகளிலும் தனது முத்திரையைப் பதித்துள்ளது.

இவ்வாறு இளைஞர் பண்பாடு பற்றிய வரலாற்று அம்சங்களை நோக்கும்பொழுது, அது தமிழ்ப்பண்பாடு இளைஞரை எவ்வாறு நோக்கி வந்துள்ளது என்பது ஒரு முக்கியமான வினாவாகும். பொதுவான இந்தியப் பண்பாட்டிற் காணப்படுவது போன்று (இது உலகப் பொதுவான ஒரு பண்பும் ஆகும்) தம்மிடையேயும் முதுமை என்பது அநுபவ முதிர்ச்சியையும் குறிக்கின்ற ஒன்றாகவே இருந்து வந்துள்ளமையைக் காண்கின்றோம்.

துரிதகதியில் ஏற்படும் விஞ்ஞான மாற்றங்கள், தொழில்நுட்ப முன்னேற்றங்கள், முதுமையின் அனுபவ முதிர்ச்சிக்குச் சவால் விடுகின்றன. சமூக அனுபவ வேகம் துரிதப்பட தலைமுறை இடைவெளி ஏற்படுவது இயல்பாகின்றது.

இந்தத் தலைமுறை இடைவெளியின் தன்மையினை விளங்கிக் கொள்ளல் வேண்டும்.

இளைஞர் பற்றிய நமது சித்திரிப்பில் முக்கிய இடம் பெற வேண்டுவது இளைஞர் பற்றி நமது சமூகம் கொண்டுள்ள எதிர்பார்ப்பு ஆகும். நமது சமூக அமைப்பில் இளைஞர்களின் முன்னேற்றம் மூலமாகவே குடும்பத்தின் முன்னேற்றம் ஏற்படுவதாகக் கொள்ளப் படுகின்றது. இதனால் இளைஞர்களின் குடும்பப் பொறுப்புக்கள் நமது சமூக சிந்தனையில் முக்கிய இடம்பெறுவதை அவதானிக்கலாம்.

இன்றைய இளைஞர் நாளைய முதியோன் என்பதும் இன்றைய முதியோன் நேற்றைய இளைஞன் என்பதும் மனத்திருத்தல்பட வேண்டிய உண்மைகளாகும்.

இளமை அதன் எதிர்பார்ப்புகளில் அதன் இலட்சியங்களில் வாழ்கிறது. முதுமை அதன் அனுபவங்களுடன் கிடக்கிறது. இது ஒரு பொதுவான உலக நியதி.

இளங்கதிர், 30ஆவது இதழ்,
96/97, தமிழ்ச் சங்கம், பேராதனை.

2

இருபதாம் நூற்றாண்டின் ஈழத்துத் தமிழிலக்கிய வரலாறெழுதுகைக்கான ஒரு சிந்திப்பு முயற்சி

இலக்கியமும் வரலாறும் ஊடாடிய முறைமை பற்றி நுண்ணிதாக விவரிக்கப்பட வேண்டிய ஒரு பகுநோக்கு

1890-1980 காலப் பகுதியில் வெளிவந்த ஈழத்துத் தமிழிலக்கியத்துடன் *1990-2000*இல் வெளிவந்த (வரும்) ஈழத்துத் தமிழிலக்கியத்தை வைத்து ஒப்புநோக்கும்பொழுது, கடந்த நூற்றாண்டில் ஈழத்துத் தமிழிலக்கியம் பெற்றுள்ள ஆழ, அகல வளர்ச்சி பிரமிக்கத்தக்கதாக அமைகின்றது என்பதில் கருத்து வேறுபாடு இருக்க முடியாது.

இந்த வளர்ச்சிச் செழுமையை மிகமிகச் சுருக்கமாகப் பின்வரும் தலைப்புக்களின் கீழ் வைத்து நோக்கலாம்.

1. ஈழத்திலக்கியத்தின் 'வளப்பெருக்கம்' அது உண்மையில் ஈழத்தின் (இலங்கையின்) சகல பகுதிகளிலுமுள்ள தமிழ் பேசும் மக்களின் அநுபவ, அபிலாஷை வெளிப்பாடாக அமையும் தன்மை. அதாவது 'ஈழத்தில் தமிழிலக்கியம்' என்ற நிலையிலிருந்து 'ஈழத்துத் தமிழிலக்கியம்' ஆக முகிழ்த்துள்ள நிலைமை.

   இந்தப் 'பிரதிநிதித்துவ, முனைப்பில் இலங்கையின் தமிழ் பேசும் மக்கள் சகலரும், மொழிவாரியாகவும், பிரதேச வாரியாகவும் இலக்கியத்தில் பிரதிபலிக்கப்படல்.

2. முழு இலங்கையினதும் சமூக, அரசியல் வரலாற்றின் 'பட்டெறிவு'ச் சான்றாக அமையும் தன்மை. அதாவது இலக்கியம் என்பது சமூகத்தின் 'பிரதிபலிப்பு' என்ற எளிமை நோக்கில் மாத்திரமல்லாது, 'றிஃபிளெக்ஷன்' (reflection) என்ற பதத்தின் மிக ஆழமான கருத்தையும் உணர்த்தும் வகையில் ஈழத்துத் தமிழிலக்கியம் அரசியல், சமூக, பொருளாதாரத் தாக்கங்கள் காரணமாக அகண்ட ஒரு பட்டறிவினைக் கொண்டதாக அமைத்திருத்தல்.

இதனை மேலும் சற்று விரிவுபடுத்திக் கூறுவதானால், இருபதாம் நூற்றாண்டின் ஈழத்துத் தமிழிலக்கியம், ஈழத்தின் (இலங்கையின்) தமிழ் பேசும் மக்கள் (தமிழரும் முஸ்லிம்களும்) எதிர்கொண்ட மேற்கொண்ட சகல கருத்துநிலைகளும் (ideologies), ஈழத்துத் தமிழிலக்கியத்தின் தளச்சக்திகளாக அமைத்துக் கொள்ளல். அதுமாத்திரமல்லாமல் இந்தக் கருத்து நிலைகள் ஒவ்வொன்றும் பெற்ற பொருள் மாற்றமும், உருமாற்றமும் எழுத்துக்களில் இடம்பெறத் தொடங்கல்.

இதற்கு நல்ல உதாரணமாக அமைவது 1950களில் 'தேசிய வாதத்துக்கும்' 'தமிழுணர்வு' வாதத்துக்குமிருந்த எதிர்நிலை அரசியல் மாற்றங்கள் காரணமாக 'தேசியம்' என்பது மீள் வரைவிலக்கணத்துக்கு உட்படுத்தப்பட்டு, இலங்கையில் 'தமிழ்த்தேசியம்', 'சிங்களத் தேசியம்', 'முஸ்லிம் தேசியம்' என்பன மார்க்ஸிய விரோதமற்ற எண்ணக்கருக்களாக ஏற்றுக் கொள்ளப்பட்டமையாகும். இதனால் இலங்கை என்பது பல்லின நாடு என்ற கருத்து நிலைபெற்றது' (ஒரு தேசம் - ஒரு தேச இனம் - ஓர் அரசு (Nation State) என்ற நிலையிலிருந்து இனங்கள் பல உள்ள நாட்டின் அரசு என்ற கோட்பாடு உருவாகியது. ஈழத் தமிழரிடையே தோன்றிய இளைஞர் இயக்கங்கள் ஏற்படுத்திய மிகப் பெரிய கருத்துநிலைத் தாக்கம் இது எனக் கூறலாம்.

3. முழுத் தமிழிலக்கியப் பரப்பிலும் ஈழத்துத் தமிழ் இலக்கியம் ஒரு முக்கியமான இடத்தைப் பெற்றுள்ளமை.

இது ஒரு மிக முக்கியமான வளர்ச்சியாகும்.

1990 முதல், கடந்த இரண்டு வருடங்களாக வெளிவரும் தமிழியல், தமிழிலக்கிய ஆய்வுக் கணிப்பீடுகளில், ஈழத்தின் 'பங்களிப்புக்கள்' முழுத் தமிழிலக்கியத்தின் செல்நெறிகளுக்கும், செழுமைக்கும் உதவியுள்ளன என்ற குறிப்புக்கள் ஐயந்திரிபற எடுத்துக் கூறப்படுவதைக் காணலாம். எழுத்துப் பயில்வாளர் மட்டத்தில் 'தமிழ் இனி - 2000' இந்தச் செல்நெறியைச் சுட்டி நின்றதெனலாம்.

இந்த ஏற்பின் உச்ச அமிசமாக விளக்குவது 'புகலிடத் தமிழிலக்கிய' வளர்ச்சியாகும். தமிழிலக்கியத்துக்கு இது புதிய சந்தையினைத் தருவது காரணமாகவும், இந்த எழுத்துக்களில் இடம்பெறும் சமூக அநுபவப் புதுமை காரணமாகவும் இவ்விலக்கியம் முக்கியம் பெறுகின்றது எனலாம்.

இந்த 'வளர்ச்சிகளுக்குப் பின்னால் உள்ள அரசியல், சமூக 'ஒட்டங்களை' இனங்காண முயல்வது சுவாரசியமான ஒரு முயற்சியாகும்.

இந்த வளர்ச்சியின் பின்புலத்தில், முழு இலங்கையினதும் தமிழ்பேசும் மக்கள் எனும் வகையில் தமிழ்-முஸ்லிம் ஒருங்கு நிலையினதும் (அது இல்லாமல் இருந்ததினதும்) தனித்தனியே இலங்கைத் தமிழர்களின் அரசியல் மயப்பாட்டு வரலாற்றினதும் முஸ்லிம்களின் அரசியல் வரலாற்றினதும் பிரதான செல்நெறிகள் தொழிற்பட்டு வந்துள்ளமையை நாம் இனங்கண்டு கொள்ளலாம்.

பத்தொன்பதாம் நூற்றாண்டின் இறுதியில் அந்நூற்றாண்டில் ஏற்பட்ட காலனித்துவ அநுபவங்கள் காரணமாகவும், சமூக, வர்க்க அமைப்புக்கள் காரணமாகவும், மதம் (அதாவது மதத்தின் சமூக நிலை அமைப்பு) 'தேசிய' மயப்பாட்டுக்கான தளம் அருகிற்று. 'மதம் - இனம்' என்ற ஒரு தொடர்புறுத்துகை தவிர்க்க முடியாததாயிற்று. இந்த நிலைப்பாடு சைவ, இஸ்லாமிய, கிறிஸ்தவத் தமிழிலக்கியங்களின் எழுச்சிக்கு இடமளித்தது.

பொதுவாக 1890களிலிருந்து, குறிப்பாக இருபதாம் நூற்றாண்டின் முதலிரு தசாப்தங்களிலும் இந்த 'மத - இன' அடையாளங் காணுகையை முற்றிலும் மறுதலிக்காத, ஒரு நவீன மயப்பாடு எல்லா இனங்களையும் 'ஆட்கொள்ளத்' தொடங்குகின்றது.

இந்த மத - இன அடையாளமும், நவீனமயப்பாடும், முதலில் (அவை தோன்றிச் செயற்பாடு அடையும் வேளையில்) சமூக அரசியல் பலமுள்ள சமூகங்களின் நடவடிக்கைகளிலேயே தெரியவரும். இந்த நியதிக்கேற்ப இந்தத் தாக்கங்கள் யாழ்ப்பாணத் தமிழ்ச் சமூகத்திலேயே மிகத் துல்லியமாகத் தெரியத் தொடங்குகின்றன. இலங்கைத் தமிழர் எனும் வட்டத்துள் வரும் மற்றைய பிரதேசங்கள் இக்கால கட்டத்தில் முக்கியப்படவில்லை.

அது பின்னரே நிகழ்கின்றது. அது பற்றிச் சற்றுப் பின்னர் பார்ப்போம்.

தமிழரிடையே யாழ்ப்பாணத்தவர்களும் சிங்களவர்களிடையே கரையோரச் சிங்களவர்களும் இக்கட்டத்தில் முன்னிலையில் நின்றனர்.

பிற்காலத்தில் (1960களில்) மலையகத் தமிழரென மேற் கிளம்பவுள்ள இந்திய வம்சாவழிப் பெருந்தோட்டத் தமிழர் செயற் பாடுகள் ஏறத்தாழ 1960கள் வரை தனித்தே நோக்கப்படல் வேண்டும்.

முஸ்லிம்களிடையேயும் மேல்மாகாண, இலங்கையின் வடக்கு, கிழக்கிலிருந்த முஸ்லிம்கள் அரசியல் முக்கியத்துவத்துக்கு வந்து சேருவது, 20ஆம் றுற்றாண்டின் இறுதிக்கால் நூற்றாண்டிலேயே நடந்தேறியது எனலாம்.

இவை காரணமாக, யாழ்ப்பாணத்தை மையமாகக் கொண்ட சமூக - அரசியற் போக்குகளே இலக்கிய வரலாற்றில் அக்கால கட்டத்தில் முக்கியமானவையாகின்றன. யாழ்ப்பாணத்தை மையமாகக் கொண்டு, பின்னர் மற்றைய தமிழ்ப் பிரதேசங்களுக்குச் செல்கின்றன. அவ்வாறு அகலத் தொடங்கும் அரசியல். சமூகப் போக்கு இறுதியில் 1990இல் இலங்கையில் தமிழர்கள் எல்லோரையும் ஒரு செயற்பாட்டு வட்டத்துள் கொண்டு வருகின்றது.

இந்த வளர்ச்சியைக் காலவரையறைப்படுத்திப் பார்க்கலாம்.

யாழ்ப்பாணம் - 1900 - 1950

- தொடக்ககால நவீனமயவாக்கம் (புகையிரத வருகை, சுகாதார சேவைகள் ஆகியன)
- மாணவர் காங்கிரஸ் காலம் (1920 - 31) இந்திய தேசிய விடுதலைப் போராட்டத்தின் அடிப்படையில் இலங்கையின் சுதந்திரத்துக்கும் தேசிய வளர்ச்சிக்கும் போரிடல்.
- மாணவர் (இளைஞர்) காங்கிரஸின் தோல்வியும், மார்க்சீயச் சிந்தனை வளர்ச்சியும்.

  1935 - லங்கா சமசமாஜக் கட்சி

  1940 - இலங்கை கம்யூனிஸ்ட் கட்சி

  1942 - யாழ்ப்பாணத்திற் கிளை

இந்தக் கருத்துநிலையின் வளர்ச்சி 1950களில் இலங்கை முற்போக்கு இலக்கிய இயக்கத்துக்கு இடமளிக்கின்றது. 1940களில் முதன்மை பெறும் மறுமலர்ச்சி இயக்கம் முற்போக்கு இலக்கிய இயக்கத்தின் வாயிலாக அமைந்தமை இப்பொழுது நன்கு புலனாகின்றது.

- மார்க்சீயம் சார்ந்த சிந்தனை மரபு இவ்வாறு வளர்ந்து செல்ல, தமிழ்நிலைப்பட்ட உணர்வு முதலில் சைவம் சார்ந்ததாகவும், பின்னர் படிப்படியாக மதங்கடந்த மொழி நிலைப் பட்டதாகத் தொழிற்பட்டது. 1949இல் (சுதந்திரம் வந்து ஒருவருடத்துள்) தமிழரசுக் கட்சி தோன்றுகின்றது. இது வடக்கு - கிழக்கைத் தனது புவியியல் அலகாகக் கொள்கிறது (சமஷ்டிக் கோரிக்கை).

இந்த அரசியல் மயப்பாடு மட்டக்களப்பில் ஒரு புதிய இலக்கிய எழுச்சியைத் தோற்றுவிக்கின்றது.

1950-70 காலப் பகுதியில் மேற்குறிப்பிட்ட இரண்டு சமூக - அரசியற் போக்குகளும் சமாந்தரமாக ஒன்றுக்கொன்று எதிரான வகையில் இயங்கின.

இக்காலகட்டத்திலேதான் மலையகத் தமிழிலக்கியம் புது முனைப்புடன் வளரத் தொடங்கியது. அத்துடன் தென் இலங்கையின் தமிழ், முஸ்லிம் எழுத்தாளர்களும் முன்னிலைப்படத் தொடங்கினர்.

இந்தப் போக்கு, இலங்கையில் தமிழ் பேசும் மக்கள் வாழும் பிரதேசங்களைப் பின்புலமாகக் கொண்ட ஆக்க இலக்கியங்கள் தோன்றுவதற்குக் காரணமாயிற்று.

இக்காலகட்டத்து இலக்கியங்களின் அடிப்படையொருமைப் பாட்டையும், கருத்துநிலை முரண்பாட்டையும் மனங்கொள்ளல் அவசியம். இக்கருத்து நிலை முரண்பாடுகளை மும்முனைப்படுத்தி நோக்கலாம்.

(அ) முற்போக்கு இலக்கிய நோக்கு

(ஆ) தளையசிங்கம் எடுத்துக்கூறிய (பின்னர் வளர்க்கப்படாது போன) கருத்துநிலை. இது முற்போக்குவாதத்தை எதிர்க்க வில்லை. அதன் போதாமைகளைக் காட்டிற்று.

(இ) முற்போக்கு இலக்கிய நோக்கு எதிர்ப்பு

1970 நடுக்கூறு முதல் நூற்றாண்டு இறுதி வரை

1960களில் பிரதான மாக்ஸீயக் கட்சிகளிலே ஏற்பட்ட மொழிக் கொள்கை மாற்றமும், அரசுகளின் தொடர்ச்சியான பாரபட்சமான நடவடிக்கையும் ஒரு புதிய அரசியற் சூழலை ஏற்படுத்தின. 1983 இந்தச் செல்நெறியின் சின்னமாக அமைந்தது.

இது இலங்கையின் அரசியல் பிரக்ஞையில் முற்றிலும் புதிய ஒரு சூழலை ஏற்படுத்திற்று. அவற்றுள் மிக முக்கியமானது. பிரதேசங்களை ஊடறுத்துச் செல்கின்ற ஒரு தமிழ் உணர்வு ஒருமைப்பாடாகும். (மரணத்துள் வாழ்வோம் (1984) இதற்கான குறியீடாகும்.)

1980கள் முதல் கிழக்கின் முஸ்லிம்களின் அரசியற் பிரக்ஞை முக்கிய மாற்றத்துக்குள்ளாகிறது. அதுகாலம் வரை நிலவிய தமிழ் - முஸ்லிம் நல்லுறவு பெருத்த அழுத்தத்துக்கு ஆளாகிறது.

இந்த எழுச்சியின் பொழுது, எழுத்துலகில் தமக்கென ஓரிடத்தை வற்புறுத்தி நின்ற பல முஸ்லிம் எழுத்தாளர்கள் புதிய 'அடையாளங் காணுகை'யில் முக்கிய இடம் பெற்றனர். (வேதாந்தி, மருதூர்க்கனி, அஷ்ரப் முதலானோர்)

1983களின் தொடக்க வருடங்களில் ஏற்பட்ட புதிய சமூக அனுபவம் எவ்வாறு புதிய உணர்முறையுள்ள இலக்கியத்துக்கு வழிவகுத்ததோ அதேபோல் கிழக்கிலங்கையின் எண்பதுகளின் இறுதியிலும், தொண்ணூறுகளின் தொடக்கத்திலும் ஒரு புதிய உணர்முறை (Sensibility) ஏற்பட்டது.

1950களில் ஏற்பட்ட உணர்முறை மாற்றங்களின் வெளிப்பாட்டு வாயில்களாக முருகையன், மஹாகவி, நீலாவணன் அமைந்தது போல், 1960களில் ஏற்பட்ட அநுபவ வேறுபாட்டின் சின்னமாக சேரன் அமைந்தது போல், எண்பதுகளின் பிற்கூற்றில் கிழக்கிலங்கையில் ஏற்பட்ட உணர்முறை மாற்றங்களின் சின்னமாக சோலைக்கிளி அமைகின்றார். (இவர்களிடையே காணப்படும் படிம, மொழி வேறுபாடுகள் பற்றிய உன்னிப்பான ஆய்வுகள் அவசியம்).

- 1980களின் பிற்கூற்றில் தொடங்கும் புலப்பெயர்வு, 1990களின் தொடக்கத்தில் புலம்பெயர் இலக்கியத்தின் எழுச்சிக்கு இடம்கொடுக்கின்றது.
- இந்த வளர்ச்சியினூடே ஈழத்திலக்கியம் தமிழிலக்கியத்து வளர்ச்சியுடன் கொண்டிருந்த ஊடாட்டம் மிக முக்கியமானதாகும்.

1950களில் ஈழத்தின் சமூக - அரசியல் பொருளாதார, பண்பாட்டுத் தனித்துவங்களை வற்புறுத்த விரும்பிய முற்போக்கு இலக்கிய இயக்கம், சுதந்திரத்தின் பின்னர் (1947) தமிழிலக்கியத்தில் கிளம்பிய வணிக இலக்கியங்களைக் கண்டித்து அங்குள்ள காத்திரமான இலக்கிய சக்திகளோடு தனது இலக்கிய உறவுகளைப் பேணிக் கொண்டது. முற்போக்கு எதிர்ப்பணியினர் கூட, தமிழிலக்கியத்தின் முற்போக்கு எதிர்ப்பாளர்களுடன் தொடர்புகளைப் பேணினர்.

'காத்திர'மான இலக்கியக் கருத்தாடலிலிருந்த உறவுகள் காரணமாக ஈழத்தின் இலக்கியப் படைப்பாளிகளும், விமர்சகர்களும் தமிழகத்து இலக்கியக் கருத்துப் பரிமாற்றங்களில் முக்கிய இடம்பெறத் தொடங்கினர்.

இந்தத் தொடர்புகள் இலக்கியம் பற்றிய சிந்தனைத் தளத்தில் ஈழத்துக்கும் தமிழகத்துக்கும் முக்கிய உறவுகளை ஏற்படுத்தின.

இந்தக் கருத்துநிலைப் பின்புலத்தில், இருபதாம் நூற்றாண்டு ஈழத்துத் தமிழிலக்கியத்தின் ஆக்கவியற் பரிமாணங்களைப் புரிந்து கொள்ளல் வேண்டும்.

இதற்கான வினாவைப் பின்வருமாறு அமைத்துக் கொள்ளல் வேண்டும்.

மேற்சொன்ன, இலக்கியப் பாய்ச்சலின் 'படிக்கற்களாக' பாய்ச்சற் குறியீடுகளாக அமையும் எழுத்தாளர்கள் யாவர்?

இதற்கான விடையில் எல்லா எழுத்தாளர்களும் இடம்பெற முடியாது என்பது எல்லோருக்கும் ஒப்ப முடிவது.

இந்தப் பணியில் இறங்குவதற்கு இக்கட்டுரையின் தலைப்பு இடம் தராது.

அதிர்வு 2000/2001, மாணவர் ஒன்றியம்,
தென்கிழக்குப் பல்கலைக்கழகம், ஒலுவில்.

3
ஆழ்நிலை அஞ்சலியும் பணி மதிப்பீடும்

அண்மையில் நண்பர் முனைவர் மே. து. ராசுகுமார் வெளிக் கொணர்ந்த எனது (நவீனத்துவம் - தமிழ் - பின் நவீனத்துவம்) கட்டுரைத் தொகுதியை ரகுநாதன் அவர்களுக்கே சமர்ப்பித்திருந்தேன். சமர்ப்பணமாக நான் எழுதியவற்றை ரகுநாதன் வாசிக்க வேண்டு மென்று பெரிதும் விரும்பினேன். டிசம்பர் 19, 20இல் தோழர் பொன்னீலனோடு உரையாடிக்கொண்டிருந்தபோது கூட ரகுநாதன் இவ்வளவு விரைவில் நம்மை விட்டுப் பிரிவார் என்ற எண்ணமே இருக்கவில்லை. 'ரகுநாதன் வாழ்வும் பணியும்' என்ற நூலைத் தான் எழுதிக் கொண்டிருப்பதாகவும் அதை, அடுத்த பிறந்த நாளுக்கு நூலாக வழங்க வேண்டுமென்றும் பொன்னீலன் பெரிதும் விரும்பினார். உண்மையில் அவர் அது பற்றியே என்னுடன் உரையாடிக் கொண் டிருந்தார். நான் இலங்கை திரும்பி இரண்டு, மூன்று நாட்களுக்குப் பின் ஒரு நாள் காலை திருநெல்வேலி வானொலியைக் கேட்டபோது ரகுநாதன் மறைவு பற்றிய அறிவிப்பு வந்தது.

ரகுநாதனை நான் எல்லாமாக எத்தனை தடவை சந்தித்திருப்பேன்? 56-57 இல் இலங்கைக்கு வந்தபோது கூடித் திரிந்தது; 59 டிசம்பரில் திருநெல்வேலி ரவுணில் 45, பர்வதராஜசிங்க மேற்கு வீதி, மேல் மாடியிலிருந்து ஒரு நாள் முழுவதும் கதைத்தது! (அன்று மாலைதான் தி.க.சி.யை முதன் முதலில் சந்தித்தது) பின்னர் சென்னையில்தான். எப்படியும் முப்பது நாற்பது தடவைகள்...

கடைசியாகச் சந்தித்தது திருநெல்வேலி சென்று, இரண்டு நாட்கள் அற்புதமான கருத்து மீட்புக்கள்...

இப்பொழுது திருநெல்வேலி வானொலி அறிவித்தல்...

தொடர்ந்து இந்தக் கட்டுரைக்கான கடிதம்...

ரகுநாதன் இப்பொழுது இல்லையென்று என்னால் நினைக்க முடியவில்லை. நினைக்கவும் முடியாது என்றே எண்ணுகிறேன். உண்மையில் அப்படி நினைக்கவும் என் மனசு விரும்பவில்லை. இளமைக்கால நினைவுகள் ஆறாகப் பிரவகிக்கின்றன.

கைலாசபதிக்கும் எனக்கும் தமிழகத்துடன் ஏற்பட்ட முதல் தொடர்பு ரகுநாதனுடனும், ரகுநாதன் மூலமாகவும் என்றே நம்புகிறேன். எமது மார்க்ஸிய நிலைபாடுகளுக்கு உரம் வழங்கிய நமது சிந்தனைப் பள்ளியினருள் ரகுநாதனுக்கே நாங்கள் மிகவும் கடமைப்பட்டுள்ளோம். சாந்தியிலும் பார்க்க சரஸ்வதிதான் தளமாக அமைந்தது. விஜயபாஸ்கரன் ஓர் அற்புதமான பாலம்.

ரகுநாதன் பல வேளைகளில் காட்டம் மிகுந்த சொல்வீச்சுக்களால் பலரின் கோபத்தைச் சம்பாதித்துக் கொண்டவர். ஆனால் எங்களுடன் நடத்திய கருத்தாடல்கள், மார்க்ஸிய ஊடாட்டங்களை மறக்கவே முடியாது. மறக்க முடியாத நண்பன், மறக்கக்கூடாத தோழன்...

ரகுநாதனுக்கு நவீன தமிழிலக்கியத்தில் ஓர் அழியாத இடமுண்டு.

தொ.மு.சிதம்பர ரகுநாதன் என்ற ரகுநாதனை இருபதாம் நூற்றாண்டுத் தமிழிலக்கிய வரலாறு மறக்க, ஒதுக்க, புறக்கணிக்க முடியாததற்கான வலுவான நியாயங்கள் உண்டு. நண்பர் பொன்னீலனின் நூல் அந்தப் பணியை மேற்கொள்ளுமென்று கருதுகின்றேன், வேண்டு கின்றேன்.

இக்கட்டுரையில் இடம் கருதி மிகச் சுருக்கமாக என் பார்வையில் ரகுநாதன் என்ற பிரம்ம - நக்கீரன், நவீன தமிழிலக்கியத்தினுள் வேர் விட்டு நிற்பதற்கான காரணிகளை இங்கு வரிசைப்படுத்த விரும்புகின்றேன்.

I

ரகுநாதனுடைய மிகப்பெரிய பணி புதுமைப்பித்தன் கண்டு பிடிக்கப்பட்டமைக்கும், மீள் கண்டுபிடிக்கப்பட்டமைக்கும் தளமாக பின்புலமாக அமைந்தமைதான்.

1947இல் புதுமைப்பித்தன் இறந்தபொழுது புதுமைப்பித்தன் தொடர்ந்து நினைக்கப்படுவதிலும் பார்க்க மறக்கப்படுவதற்கான வாய்ப்புக்களே அதிகமிருந்தன. புதுமைப்பித்தனின் திரைப்படப் பிரவேசமும் பம்பாய்ப் பயணமும் ஏறத்தாழ அவரது நண்பர்களின் வட்டத்திலேயே அவர் பற்றிய நினைவுகளைக் குறைத்திருந்தது. ஆனால் ரகுநாதன் தான் தமது ‘புதுமைப்பித்தன் வரலாறு’ எனும் நூல் மூலமாக அவர் நினைவை அழியாத ஆவணமாக்கினார். அது மாத்திரமல்லாமல் ஸ்டார் பிரசுரத்தின் அனுசரணையுடன் புதுமைப் பித்தன் எழுத்துக்களையும், சிறுசிறு தொகுதிகளாக வெளிக்கொணர உதவினார். அடுத்து வந்த தலைமுறையினர் புதுமைப்பித்தனுடைய ஆற்றலையும், சிறப்பையும் அறிந்து கொள்வதற்கு இந்த நூலே ஆவணமாக இருந்தது. கு. அழகிரிசாமியும் இவரும் புதுமைப்பித்தன்

நினைவுப் பேணுகைக்கு பெரிதும் உழைத்தனர். புதுமைப்பித்தனுடன் அவருக்கிருந்த தொடர்பு காரணமாகவும் அவர்பால் கொண்டிருந்த மதிப்புக் காரணமாகவும் ரகுநாதன் புதுமைப்பித்தன் நினைவைக் கொண்டாடுவதற்காக பல்வேறு முயற்சிகளை மேற்கொண்டார். பின்னர் எண்பதுகளின் பிற்கூற்றிலும், தொண்ணூறுகளிலும் சிட்டி சுந்தரராஜன், சோ.சிவபாதசுந்தரம் ஆகியோர் புதுமைப்பித்தனின் எழுத்தாற்றலையே தமிழ் இலக்கிய உலகம் சந்தேகிக்கும் வகையில் மாப்பசான் போன்ற சில ஆசிரியர்களின் கதைகளைக் களவாடினார் என்ற குற்றச்சாட்டை வைத்தனர். அது காரணமாக ஒரு பெரும் இலக்கிய சர்ச்சையே நடந்தது. பிரெஞ்சு மூலத்தை வாசித்திருந்த பேராசிரியர் மதனகோபாலன் கதையின் கதைப்பின்னல் ஒன்றாக இருக்கின்றது. ஆனால் புதுமைப்பித்தனிடத்துப் பார்க்கும்போது அது எழுத்துத் திருட்டென்று சொல்ல முடியாது என்று கூறியிருந்தும்கூட சம்பந்தப்பட்டவர்கள் புதுமைப்பித்தனுக்கு அனுதாபப்படுவது போலக் காட்டி புதுமைப்பித்தனின் மேதாவிலாசம் பற்றிய சந்தேகங்களைக் கிளப்பினர்.*

புதுமைப்பித்தனின் படைப்பாக்கமும், திறனும் வீச்சும் மௌனி, கு.ப.ரா.வின் பத்தரை மாற்றினைக் குறைக்கின்றதென்பது அவர் களுடைய ஆதங்கம் என்று கூறப்பட்டது. சிட்டி போன்ற ஒரு உண்மைத் தன்மையை மதிக்கும் ஒரு ரசிகர் மேற்கூறிய இந்தச் சிந்தனை ஓட்டத்துக்குள் எவ்வாறு உள்வாங்கப்பட்டார் என்பது தெரியவில்லை.

இந்த விவாதத்துள் இளந்தலைமுறையினர் சிலரும் உள்வாங்கப் பட்டிருந்தனர்.

சோவியத் நாடு வேலை முடிந்து வந்த ரகுநாதன் இந்தக் குற்றச் சாட்டுகளுக்கான பதிலை மிக விரிவாக எழுதினார். ‘புதுமைப்பித்தன் விமர்சனங்களும், விஷமத்தனங்களும்’ என்ற நூலில் புதுமைப்பித்தன் மீது சுமத்தப்பட்ட குற்றங்களையெல்லாம் தக்க ஆதாரங்களுடன் அத்தகைய ஒரு நூலை தமிழ்ப்புத்தக சந்தைப்படுத்தலில் ஈடுபட்டுள்ள சக்திகள் வேண்டுமென்றே இருட்டடிப்பு செய்யுமென்பது தெரிந்ததே. துரதிருஷ்டவசமாக அதனைப் பிரசுரித்தவர்களும் அதற்குரிய முறையில் சந்தைப்படுத்தவுமில்லை. இதனால் இந்த நூல் அதிகம் விமரிசனம் பெறாத, அதிகம் பேசப்படாத ஒரு நூலாக, வெளியீடாகப் போய்விட்டது. ஆனால் அதனை ஆற அமர இருந்து வாசிப்பவர்கள் இது நீண்ட காலத்துக்குப் பிறகு தமிழில் வந்த, மிக நன்கு எழுதப்பட்ட ஒரு வாத விவாத நூல் (Polemical work) என்பதை உணர்வர்.

நூலுக்கான வரவேற்பு எவ்வாறிருந்திருப்பினும் அந்த நூலின் இருப்பு புதுமைப்பித்தனை மீட்டு நிலைநிறுத்துவதாகும். நானறிய ரகுநாதன் அந்த நூல் பிரசுரத்தில் மிகுந்த அக்கறை காட்டினார்.

II

நவீன தமிழிலக்கிய வரலாற்றில் ரகுநாதனுடைய மறக்க முடியாத மற்ற பங்களிப்பு நவீன தமிழிலக்கியத்துக்கான விமரிசனத்தை அபிப்பிராயங்களுக்கப்பாலே போய் கருத்து நிலைப்பட அமைய வேண்டுமென்பதிலும், தனிப்பட்ட விருப்பு வெறுப்புகளுக்கு இடங் கொடுக்காது. படைப்புகள் விமரிசிக்கப்பட வேண்டுமென்பதிலும் ஆர்வங் காட்டியமையேயாகும். 'இலக்கிய விமர்சனம்' என்ற அவரது நூல் நவீன தமிழிலக்கிய வரலாற்றில் மிக முக்கியமான இடத்தைப் பெறுவதாகும். க.நா.சு., ரகுநாதனை ஒரு விமரிசகராகவே நோக்கினார்.

III

ரகுநாதனின் படைப்பாக்கத் திறன் - ரகுநாதனின் பன்முகப் படுத்தப்பட்ட திறமை காரணமாக குறிப்பாக 70, 80களில் அவர் வரலாறு சார்ந்த விடயங்களில் அதிக அக்கறை காட்டியமையால் அவரது படைப்பாக்கத் திறன் பற்றிய உணர்வு முனைப்பு குறை வாகவே இருந்தது. ரகுநாதனின் படைப்பாக்கத் திறனை சிறுகதை, நாவல் ஆகிய புனைகதைத் துறைகளிலும் கவிதைத் துறையிலும் காணலாம். நாடகங்கள் சிலவற்றைக் கூட அவர் எழுதியிருந்தார். அவருடைய படைப்பாக்கத்துறை ஒவ்வொன்றிலும் அவர் பெயர் பதிவு செய்யப்பட்டிருந்தது. ரகுநாதன் சிறுகதைகள் புதுமைப்பித்தனின் வீச்சையும் விவரணச் சிறப்பையும் சொற்கையாளுகையையும் நினைவூட்டுவன. கதைப் பொருளுக்கேற்ற வகையில் நடையை மாற்றி எழுதும் திறனுடையவர். ஆனைத்தீ, வென்றிலன் என்ற போதும், சுதர்மம், பிரிவுபசாரம் என்பவை அவரது ஆக்கத்திறனை வெளிக் கொணர்ந்தவை.

இராமாயணத்தை வைத்து எழுதிய 'வென்றிலன் என்ற போதும்' என்பது இராவணன் பற்றிய அற்புதமான குணச்சித்திரிப்பாகும். திருநெல்வேலித் தமிழ் வணங்கி ஏவலுக்காகக் காத்திருக்கும் என்று சொல்லுமளவிற்கு அந்தத் தமிழின் வாளிப்பு அவரிடத்து இருந்தது. நாவல் துறையில் 'பஞ்சும் பசியும்' முதலாவது தமிழ் தொழிலாளர் வர்க்க நாவல் என்ற பெயரைப் பெற்றது. கன்னிகா எழுதியமைக்காக நீதிமன்றம் வரை அவர் செல்ல வேண்டியிருந்தது.

என் மனப் பதிவில் ரகுநாதனின் தமிழ் வளம் முழுவதும் அவருடைய கவிதைகளுக்குள்ளேயே வட்டமிட்டு நின்றது. கம்பன் என் காதலன் என்ற கம்பன் விழாக் கவிதை அவருடைய தமிழ்த் தாடனத்தையும் கவிதை வீச்சையும் காட்டுகிறது. வார சஞ்சிகை யொன்றில் திருநெல்வேலி சிறப்பிதழுக்காக எழுதப்பட்ட 'அண்ணாச்சி மதினியுடன் ஆவணியில் வாறிகளா' என்ற கவிதை ரகுநாதன் - திருச்சிற்றம்பலக் கவிராயர் - தனது ஊருக்கு வழங்கிய மிகப் பெரிய சான்றிதழாகும்.

ரகுநாதனின் அதிகம் பேசப்படாத ஆக்கத் திறன் மொழி பெயர்ப்புத் துறையாகும். ரஷ்ய நாவல்கள் பலவற்றை மூலச்சுவை குன்றாமல் தமிழில் தந்தவர் ரகுநாதன். (மூன்று தலைமுறைகள்) ஆக்க இலக்கியங்களை மொழிபெயர்க்கும் போது, தான் பின்பற்றும் ஒரு கொள்நெறி (Principle) பற்றி ஒருமுறை அவர் சொன்னார்: 'நாவல் மொழிபெயர்ப்பென்றால் நான் அந்தப் பாத்திரங்களுடனே வாழ்வேன். அந்த நாவலின் உலகுக்குள், அது என் சிருஷ்டியல்ல - ஆதலால் அதற்குள் சுற்றிச் சுற்றி வருவேன். அப்படி அந்தப் பாத்திரங்களுடன் நான் வாழ்ந்தால்தான் கதையின் நகர்வில் இயல்பும் சுகமும் இருக்கும். மயாகோவ்ஸ்கியினுடைய பிரசித்தி பெற்ற ஒக்டோபர் புரட்சி பற்றிய அவர் பாடலுக்கான தமிழ்மொழிபெயர்ப்பு உதாரணமாக எடுத்துக் கூறக்கூடிய ஒரு Transcreation ஆகும்.

புதுமைப்பித்தன், ரகுநாதன், அழகிரிசாமிக்கு இருந்த மிகப் பெரிய பலம், அவர்களுக்கிருந்த நவீன காலத்துக்கு முற்பட்ட தமிழிலக்கிய அறிவுதான். இது அவர்களுடைய கவிதைகளிலும் வந்தது. அழகிரிசாமி தனியே அதிகம் கவிதைகள் எழுதவில்லை யென்றாலும் பல வானொலிக் கவியரங்கங்களில் அழகிரிசாமியும், ரகுநாதனும் இரட்டையர்கள் என்ற பெயருடன் கலந்து கொண்டனர்.

ரகுநாதனுடைய கவிதை எடுத்துரைப்புத் திறன் மிக்க கவர்ச்சியுடையதாகும். சங்க இலக்கியங்கள், சிலப்பதிகாரம், கம்பராமாயணம் ஆகியவற்றை ஆழமாக, நுண்ணியதாகக் கற்றவர், ரசித்தவர். இடைக்கால இலக்கியங்களில் ரகுநாதனுக்கிருந்த தாடனம் மிகப் பெரியது. சமுதாய இலக்கியம் என்ற கட்டுரைத் தொகுதியில் அது நன்கு தெரிய வருகிறது.

IV

ரகுநாதனின் ஆய்வுத் திறன் இலகுவின் மறக்கக் கூடியதன்று. ஒரு ஆய்வாளன் என்கின்ற வகையில் அவர் இரண்டு பிரதான துறைகளில் தொழிற்பட்டார்.

1. ஒப்பிலக்கிய ஆய்வு
2. மார்க்சிய நிலைநின்ற ஆய்வு

ஒப்பியல் ஆய்வுக்கான உதாரணமாக பாரதியும் ஷெல்லியும், பாரதியும் தாகூரும், இரண்டாவதற்கு உதாரணமாக அமைவது சரஸ்வதியில் வந்த தத்துவப் போராட்டங்கள் பற்றிய கட்டுரைத் தொடரும், சிலப்பதிகாரம் பற்றிய ஆய்வுமாகும். பல்கலைக்கழக மட்ட ஆய்வு மரபில் விதந்தோதப்படும் நடையை, எடுத்துரைப்பு முறையை ரகுநாதனின் ஆய்வுகளில் காண முடியாதெனினும் அவருடைய எழுத்தில் ஒரு வக்கீலின் வாத எடுத்துரைப்பு முறை முனைப்புற்றிருக்கும்.

★ நான் இது பற்றி பேராசிரியர் மதனகோபாலுடன் மிக நீண்ட உரையாடல் நடத்தினேன். அவர் தான் முன் கூறிய கருத்தையே மீண்டும் கூறி புதுமைப்பித்தனுடைய படைப்பாக்கத் திறன் அதனால் எவ்விதத்திலும் ஊறுபட்டுவிட்டதென்று கொள்ள முடியாதென்பதை மிகமிக அழுத்தமாகக் கூறினார்.

ரகுநாதன் சிறப்பு மலர்

4

தமிழின் (மொழி) இலக்கியப் பேறு ஓர் அறிமுகக் குறிப்பு

I

'தமிழ்' எனும் சொல் அம்மொழியினைக் குறிப்பதாகும். மொழிப் பயன்பாடு கொண்டே அம்மொழி பேசப்பெறும் பிரதேசங்களை அடையாளம் காணும் மரபு தொல்காப்பியர் காலம் முதலிலிருந்து வந்துள்ளதென்பதற்கு வடவேங்கடம், தென்குமரி, ஆயிடை, தமிழ் கூறும் நல்லுலகம் என வரும் தொல்காப்பியப் பாயிரச் செய்யுள் வரிகள் சான்றாகும்.

தமிழ் அனைத்திந்திய முக்கியத்துவமுள்ள மொழியாகும். இந்திய உப கண்டத்தினை அதிற் பேசப்பெறும் மொழிக்குழும அடிப்படையில் நோக்கும்பொழுது சமஸ்கிருதத்தை செந்நிலை (Classical) வெளிப்பாடாகக் கொண்ட இந்தோ ஆரிய மொழிக் குடும்பமும் தமிழை செந்நிலை உதாரணமாகக் கொள்ளும் திராவிட மொழிக் குடும்பமும் பிரதான இடம் பெறுகின்றன.

இந்திய உபகண்டத்தினுள்ளே வேறு சில மொழிக் குடும்பங்கள் (முண்டாரி) காணப்பெறினும் இந்தோ - ஆரிய, திராவிட மொழிகளே 'இந்தியப் பண்பாடு' என்று ஆசிய நிலையில் அடையாளம் காணப் படத்தக்க பண்பாட்டுப் பரப்பின் இரு பிரதான அலகுகளாகும். கல்வெட்டுச் சான்றுகளை மாத்திரமே கொண்டு பார்த்தால், தென்னிந்தியாவில் தமிழ் எழுத்து வழக்கினை கி.மு. 3ஆம் நூற்றாண்டிலிருந்தே கொள்ள வேண்டுமென ஐராவதம் மகாதேவன் அவர்கள் முன்னின்று வெளிக்கொணர்ந்த தமிழ் பிராமி கல்வெட்டுக்கள் சான்றாகின்றன. பிராமிக்கு முந்திய எழுத்து வடிவங்கள் இருந்தன என்பதற்கு மட்பானைக் கீறல்கள் சான்று பகர்கின்றன.

தென் திராவிட மொழிகளுள்ளே (கன்னடம், துளு, மலையாளம், கொன்த் ஆகியன) தமிழ் மொழி வரலாற்று முதனிலையுடையது என்பது முக்கியமாகும். சொற்களை உயர்திணை, உயர்திணை அல்லாதென என (அல் + திணை = அஃறிணை) வகுக்கும் பண்பு தமிழிலும் தெலுங்கிலுமுண்டு. தெலுங்கில் மகத், அமஹத் என்று வரும்.

மொழிநிலையில் தமிழின் பிரதான பண்புகளிலொன்று சொற்கள் 'புணர்ந்து வருவதாகும். இப்புணர்ச்சி என்பது இரு சொற்களை ஒரு சொல்லாகக் கொள்வதற்கான இணைவு நிலையை ஏற்படுத்துகின்றது. கால் + சங்கிலி = காற்சங்கிலி, இப்புணர்வு நிலை கால், சங்கிலி ஆகிய இரு பதங்களும் 'புணரும்' முறையால் காற்சங்கிலியென மூன்றாவதான பொருளொன்றைக் குறிக்கின்றது. சமஸ்கிருதத்தில் பேசப் பெறும் சந்தி வேறு. தமிழிலக்கணத்தின் புணரியல் வேறு.

தமிழின் எழுத்து வழக்கு பிராமி காலத்திலிருந்தே காணப் படுவதென்றும் 'பா' (பாட்டு, பாடல்) வழக்கு அதற்கு முன்னிருந்தே வந்திருத்தல் வேண்டுமெனவும் தெரிகிறது. (அனைத்திந்திய நிலையில் - உலக நிலையில் என்றும் கூறலாம்) தமிழின் சிறப்புக்களிலொன்று அதன் பக்தியிலக்கியமாகும். கடவுளோடுள்ள உறவை ஆள்நிலைப் பத்தி (Personalized) மானிட உறவு முறையில் தெய்வ உறவைக் கூறுவது பக்தி முறையாகும். அனைத்திந்திய மட்டத்திலே மாத்திரமல்லாமல் சர்வதேச மட்டத்திலும் பக்திநிலை வெளிப்பாட்டு முறைமை முதன் முதல் தமிழ்வழியாகவே வெளிப்பட்டது என்பர். பகவத்கீதையை பக்திக்கான இலக்கியமாகக் கொள்ள முடியாது. 1920களிலிருந்து மேற்கிளம்பும் 'பகுத்தறிவு வாதம்', பக்தியிலக்கியத்தின் உலகநிலை முக்கியத்துவத்தை தமிழில் வலுவுடன் எடுத்துக் கூறுவதற்கான சூழலை ஏற்படுத்தவில்லை. மாணிக்கவாசகர், நம்மாழ்வார் பக்தியிலக்கியத்திற்கான மிகச் சிறந்த உதாரணங்களாகக் கொள்ளப்படுகின்றனர்.

தமிழின் இலக்கியப் பேற்றினைத் தெளிவுற விளங்கிக் கொள்வதற்கு தமிழிலக்கிய வரலாற்றைக் காலநிலைப்படுத்தி நோக்குவது அத்தியாவசியமாகிறது. தமிழின் அனைத்திந்திய முக்கியத்துவமானது அதன் வரலாற்றுத் தொடர்ச்சியிலேயே தெரிய வருகிறது. ஒரே மொழியே அம்மொழி பேசும் மக்களின் வரலாற்றோட்டம் முழுவதையும் பெரிய தளமாற்றங்களெதுவு மில்லாது காட்டக்கூடியதான தொடர்ச்சியையுடையதாகவிருப்பது மிக முக்கிய அமிசமாகும். உலகில் மிகச் சில மொழிகளின் நிலையிலேயே இப்பண்பு காணப்படும். சீனம், கிரேக்கம் ஆகிய மொழிகளுக்கு இச்சிறப்பு உண்டென்பர். இதே சிறப்பு தமிழுக்குமுண்டு.

இருபதாம் நூற்றாண்டில் ஏற்பட்ட ஆராய்ச்சி வளர்ச்சிகள் காரணமாகத் தமிழின் ஒட்டுமொத்தமான இலக்கிய வரலாற்றைப் பிறநாட்டு அறிஞர்களும் இந்திய அறிஞர்களும் தமிழறிஞர்களும் எழுதியுள்ளனர். தமிழின் இலக்கியப்பாய்வினைத் தமிழ்நாட்டின் வரலாற்றோடு இணைத்துப் பார்ப்பது இன்று வழக்கமாகிவிட்டது. அப்படிச் சொல்வதில் ஒரு நியாயப்பாடொன்றுமுள்ளது. குறிப்பிட்ட

நாட்டின் அரசியல் வரலாற்றைத் தளமாகக் கொண்டு இலக்கிய வரலாற்றை ஒழுங்குபடுத்துவதால் அம்மொழியிலும் இலக்கியத்திலும் ஏற்பட்டுள்ள மாற்றங்களை - அவற்றிலும் பார்க்க முக்கியமாக, காலத்துக்குக் காலம் இலக்கியத்தில் ஏற்பட்ட பொருள், உருவ மாற்றங்களையும் விகசிப்புக்களையும் நன்கு அவதானித்துக் கொள்ளலாம்.

தமிழிலக்கிய வரலாற்றுக் காலகட்டங்களென இன்று பட்டப் படிப்பு நிலையில் ஏற்றுக்கொள்ளப்படுவன பேராசிரியர் செல்வநாயகம் 1950இல் எழுதிய 'தமிழிலக்கிய வரலாறு - சுருக்கம்' என்ற நூலில் தரப்படுவதாகும். (பின்னர் வந்த பதிப்புக்களில் அவர் அதனை மாற்றவில்லை.)

1. சங்க காலம் (கி.மு. 1ஆம் நூற். - கி.பி. 3ஆம் நூற்றாண்டு நடுக்கூறு வரை.)
2. சங்கமருவிய காலம் (ஏறத்தாழ கி.பி. 3ஆம் நூற்றாண்டின் நடுக்கூற்றிலிருந்து பல்லவ, பாண்டியப் பேரரசுகளின் எழுச்சிக்காலம் வரை - கி.பி. 560-590)
3. பல்லவர் காலம் (கி.பி. 7ஆம் நூற். - 9ஆம் நூற்றாண்டு வரை)
4. சோழப் பெருமன்னர் காலம் (கி.பி. 10ஆம் நூற். 13ஆம் நூற்றாண்டு வரை)
5. விஜயநகர நாயக்கர் காலம் (கி.பி. 15ஆம் நூற். - 19ஆம் நூற்றாண்டு வரை)
6. ஆங்கிலேயர் காலம்

என வகுப்பர். இவ்வாறு வகுத்துவிட்டு ஒவ்வொரு காலத்துக்குமுரிய நூல்கள் யாவை (எழுதப்பெற்றவை யாவை) என்பதை நிர்ணயஞ் செய்துவிட்டு அதற்கு மேல் அவ்வக்கால இலக்கிய பண்புகளைக் கூறுவர்.

தமிழகம், இலங்கையில் பட்டப்படிப்பு மாணவர்களின் நிலையில் பொதுவில் இந்தக் காலப்பகுப்பே பேசப்பெறுகிறது. ஆனால் தமிழிலக்கிய வரலாற்றை எழுதியுள்ள மேனாட்டறிஞர்கள் பலர் இக்கால வகுப்பு முறையினை அப்படியே ஏற்றுக்கொள்வதில்லை. (இது பற்றிய விவரங்களுக்குத் 'தமிழில் இலக்கிய வரலாறு' என்ற எனது நூலினைப் பார்க்கவும்)

இன்றைய நிலையில் எமக்குக் கிடைத்துள்ள மிகப் புராதனமான இலக்கியம் சங்க இலக்கியத் தொகுதியாகும் (எட்டுத்தொகை, பத்துப்பாட்டு).

சங்க காலத்தைத் தொடர்ந்து வந்த காலத்தில் நிலவிய சமண, பௌத்தப் பள்ளிகளினதும் அவை ஏற்படுத்திய கல்வி முறையினதும் காரணமாக அறநூல்கள் தோன்றின என்று கொள்ளப்படும் மரபு உண்டு. அறநூல்கள் எனும் இத்தலைப்பு அக்கால இலக்கிய யதார்த்தத்தினை முற்றிலும் வெளிப்படுத்துவதாகக் கொள்ள முடியாது. இக்காலத்துக்குரியவான பெரும்பாலும் சமண நூல்கள் அறம் பற்றிய ஆய்வில் ஈடுபடாமல் (உதாரணமாக கிரேக்க மரபில் அரிஸ்டோடில் எழுதிய கவிதையியல், இயற்கை அதீதவியல் என்பன போன்றல்லாது) இவை அறப் போதனை இலக்கியங்களாகவே பெரிதும் அமைந்துள்ளன. திருக்குறள்கூட இந்தப் பொது விதியிலிருந்து முற்றிலும் பிறழ்ந்ததன்று.

கி.பி. ஆறாம் நூற்றாண்டின் முடிவில் தமிழ்நாட்டின் வட பகுதியிலும் தென்பகுதியிலும் ஏற்பட்ட மதநிலைப்பட்ட முனைப்பு வளர்ச்சி அனைத்திந்திய மட்டத்திலேயே சைவம், வைணவம் முக்கியத்துவம் பெறும் பக்தி இலக்கியங்களைத் தோற்றுவித்தது. சைவ, வைணவ நிலையிலும் அவ்வம் மதங்களின் எழுச்சியிலும் பரப்பிலும் முக்கியத்துவம் கொண்டிருந்த நாயன்மார்கள், ஆழ்வார்களின் பாடல்கள் தொகுக்கப் பெற்றவையாக இப்பொழுது நமக்குக் கிடைக்கின்றன. சம்பந்தர், அப்பர், சுந்தரர் ஆகியோரது தேவாரங்கள் முதல் ஒன்பது திருமுறைகளாகவும் மாணிக்கவாசகரின் திருவாசகம் பத்தாம் திருமுறைகளாகவும் இடம் பெற்றுள்ளன. திருமுறை வகுப்பு சோழப் பெருமன்னன் முதலாம் இராசராச காலத்திற் செய்யப்பெற்றது.

கி.பி. ஆறாம் நூற்றாண்டு முதல் ஏறத்தாழ பத்தாம் நூற்றாண்டு வரையுள்ள சைவ, வைணவ பக்திப்பாடல்களுக்குச் சமாந்தரமாகப் பல்லவ, சோழர் காலங்களுக்குரிய அரசவை இலக்கிய மரபொன்றும் காணப்படுகிறது. இவற்றுக்குச் சமாந்தரமாகவே தமிழின் பெரும் பாலான காப்பியங்களும் தோன்றின. தமிழின் ஐம் பெருங் காப்பியங்களாகக் கொள்ளப்படுவன சிலப்பதிகாரம், மணிமேகலை, வளையாபதி, குண்டலகேசி, சீவகசிந்தாமணி ஆகும். ஐஞ்சிறு காப்பியங்களாகக் கொள்ளப்படுவன சூளாமணி, யசோதரகாவியம், உதயணகுமார காவியம், நீலகேசி, நாககுமார காவியம் ஆகும். ஐம்பெருங்காப்பியங்கள் எனவும் ஐஞ்சிறு காப்பியங்கள் எனவும் கொள்ளப்படும் நூல்கள் யாவும் சமண, பௌத்த நூல்களே. தமிழ் நாட்டின் பக்தியியக்கத்தின் பேறாகத் தமிழின் பேரிலக்கியங்கள் இரண்டு மேற்கிளம்புகின்றன.

1. சேக்கிழாரின் பெரியபுராணம் (11ஆம் நூற்றாண்டு)
2. கம்பனின் இராமாயணம் (12ஆம் நூற்றாண்டு)

தமிழின் மிகப் பெரிய இலக்கியக் கவர்ச்சியுடைய இவ்விரு இலக்கியங்களும் காப்பியங்கள் என்ற பட்டியலுள் வருவதில்லை.

சோழர்கால இறுதிவரை நமக்குக் கிடைத்துள்ள தமிழின் ஆக்க இலக்கியங்கள் பெரும்பாலும் வரன்முறையாகப் பேணப்பட்ட இலக்கியங்களேயாகும். பத்துப்பாட்டு, எட்டுத்தொகை, பதினெண் கீழ்க்கணக்கு, ஐம்பெரும் காப்பியம், ஐஞ்சிறு காப்பியம் என அத்தொகுதிகள் வரும்.

இன்னுமொரு சுவாரசியமான நிலையுமுண்டு. இன்று நமக்குக் கிடைத்துள்ள மிகப்பெரிய இலக்கண நூல்கள் சமண, பௌத்த மரபுகளைச் சார்ந்தவையேயாகும் என்பதே. தொல்காப்பியம், நன்னூல், வீரசோழியம், (நிகண்டுகள் கூட) சமண, பௌத்தக் கையளிப்புக்களே. தொல்காப்பியத்தை ஓர் இலக்கண நூலென்று கூறுவதிலும் பார்க்கத் தமிழின் மொழியமைவையும் இலக்கிய மரபையும் அறிமுகம் செய்கின்றது என்றே கூறல் வேண்டும். எழுத்ததிகாரத்தில் புணரியல் பேசப்படுகிறது; சொல்லதிகாரம் தொடக்கத்திலேயே தமிழில் அர்த்தமுள்ள 'கிளவிகள்' கிழத்தப்படு (Meaning full utterances) முறைமை பற்றியும் அடுத்து அவற்றின் சொற் பொருள் வேற்றுமை (வேறுபாடு) உணர்த்தப்படும் முறைமை பற்றியுங் கூறப்பெற்று அதன் பின்னரே பெயர், வினை பற்றிக் கூறப்படும். பொருளதிகாரம் தமிழின் சிறப்பு இலக்கிய மரபுகளான அகம், புறம் பற்றிப் பேசி தொடர்ந்து களவு, கற்புப் பற்றி விபரித்துவிட்டுத் தொடர்ந்து இவற்றுக்குத் தளமான மெய்ப்பாடுகள் பற்றிக் கூறி அடுத்து செய்யுள் அமைவு, ஆக்கம் ஆகியன பற்றிக் கூறி இறுதியில் தமிழின் சொல், குறியீட்டு மரபுகள் பற்றிப் பேசும் தொல்காப்பியம் போன்ற ஒரு இலக்கண நூல் இந்தியா மரபினுளில்லை. தொல்காப்பியம் யாருக்காக எழுதப்பட்டது என்பது முக்கியமான வினாவாகும். இதற்கான பதில் தொல்காப்பியம் பற்றிய பல சிக்கல்களைத் தீர்க்கும்.

கி.பி. பதினெட்டாம் நூற்றாண்டு முதல் பிரித்தானியராட்சி நிறுவப்பெற்ற காலம் (1761) வரை தோன்றியுள்ள இலக்கியங்களை நோக்குவதிற் சிக்கற்பாடுகளுள்ளன. வரலாற்று நிலைப்படி பார்த்தால் 1370 முதல் 1565 வரையுள்ள காலம் தமிழகத்தில் விஜயநகரப் பேரரசின் நேரடியாட்சிக் காலம் எனலாம். விஜயநகரப் பேரரசின் தமிழ்ப் பிரதேச நாயக்கத் தானங்களாக விளங்கிய மதுரை, தஞ்சாவூர் ஆகியன 1565இன் பின்னரே தனித்துவமுடையவையாக மேற்கிளம்புகின்றன.

நாயக்கர்களின் மேலாண்மைக் காலத்திலேயே டேனிஸ், பிரெஞ்சு, ஆங்கிலேய அரசியல் செல்வாக்குகள் ஏற்பட்டதெனலாம்.

இக்காலத்திலேயே பல பிரதானிகளும் தமிழிலக்கிய வெளிப்பாட்டுக்குக் காரணராகின்றனர்.

தென்னிந்தியாவைப் பொறுத்தவரையில் ஆங்கில, பிரென்சு மேலாண்மைகள் முக்கியமானவையாகும். ஆங்கில மேலாதிக்கக் காலத்தில் ஒரு புறத்தில் நவீன மயவாக்கமும் மறுபுறத்தில் சுதந்திரப் போராட்டமும் முக்கியம் பெற்றன. (இந்த வரலாறு மைசூரின் ஹைதர் அலி, திப்பு சுல்தான் ஆகியோருக்குக் கிடைக்க வேண்டிய வரலாற்று முக்கியத்துவத்தை கிடைக்காது செய்துவிட்டது.) நாயக்க மன்னர்களின் பாளையக்காரர்களுள் ஒருவராக விளங்கிய கட்டபொம்மு ஆங்கிலேயருக்கு வரி கொடுக்க மறுத்த அரசியற் பிணக்குத் தமிழகத்தின் சுதந்திரப் போரின் தொடக்கமாக எடுத்துக்காட்டப் பெற்றுள்ளது.

தமிழகம் ஏறத்தாழ 'கும்பினி' ஆட்சிக் காலத்திலிருந்து சென்னை மாநிலத்தின் (Madras Presidency) ஓர் அலகாகவே கருதப்பெற்றது. தென் கன்னடப் பகுதி, ஹைதராபாத் நிஸாமின் ஆட்சிப் பிரதேசம் தவிர்ந்த ஆந்திர மாநிலம், கேரளம், தமிழகம் முழுவதும் ஆங்கில ஆட்சியில் சென்னை மாநிலமாகக் கொள்ளப்பட்டன (இதற்குள் ஜமீன்தார் முறையும் காணப்பட்டது. பாண்டிச்சேரி பிரென்சு மாநிலமாகவே தொடர்ந்து இருந்து வந்தது. 1947இன் பின்னரே அது தமிழகத்துடன் இணைக்கப் பெற்றது. பிரெஞ்சுச் செல்வாக்குகளைப் பாண்டிச்சேரியின் மொழிப்பயன்பாடு, கட்டடப் பாணி ஆகிய துறைகளிலே இன்று வரை காணலாம். இந்தியா சுதந்திரம் பெற்ற பொழுது (1947) சென்னை மாநிலம் முழுவதும் ஓர் அலகாகக் கொண்டு வரப்பட்டாலும் வெகுவிரைவில் கர்நாடகமும் கேரளமும் தெலுங்கானாவும் தனி மாநிலங்களாயின. அந்நிலையில் தமிழ்நாடு மாத்திரமே சென்னை மாநிலம் என்ற பெயருடனிருந்தது. 1967இல் திராவிட முன்னேற்றக் கழகம் மாநில அரசானதும் இம்மாநிலத்துக்கு 'தமிழ்நாடு' என்ற பெயரைப் பிரகடனப்படுத்திற்று.

ஆங்கிலேய ஆட்சிக் காலத்திற் சென்னை நகரமே இம்மாநிலத்தின் தலைப்பட்டினமாக விளங்கிற்று. துறைமுகப் பட்டினமாகிய சென்னையில் தெலுங்கர்களே மிகப் பிரதானமான வணிக சக்திகளாக விருந்தனர். இவ்வுண்மையை இன்றும் சென்னை நகரத்தின் மைய வணிகப்பகுதியாகிய லிங்கச் செட்டித் தெருப்பகுதியிலும் தி. நகர் (T.Nagar) எனப்படும் தியாகராய நகரிலும் காணலாம்.

ஆங்கில ஆட்சியிற் சென்னைக்குக் கிடைத்திருந்த முதனிலை காரணமாகத் தென்னிந்தியாவின் புகழ்பூத்த கல்வி நிலையங்கள் சில சென்னையிலேயேயுள்ளன. சென்னைப் பல்கலைக்கழகத்தில் மிக

அண்மைக்காலம் வரை தெலுங்கு, கன்னட, மலையாளப் பயில் துறைகள் புலமைச் சிறப்புடையனவாக விளங்கின. இப்பின்புலத்தி லேயே 19ஆம், 20ஆம் நூற்றாண்டுகளின் தமிழிலக்கிய வளர்ச்சியைப் பார்த்தல் வேண்டும்.

கி.பி. பத்தொன்பதாம், இருபதாம், பதினாறாம், பதினேழாம் நூற்றாண்டுகளில் நிலவிய ஆட்சிச் சீர்குலைவு இலக்கியத்திலும் தெரிய வருகிறது. பிரித்தானிய ஆட்சியின் வரவும், நிலைபேறும் மிக முக்கியமான மாற்றங்களை ஏற்படுத்தத் தொடங்கின.

முன்சீப் வேதநாயகம்பிள்ளை தமிழின் முதலாவது நாவல் எனக் கருதப்பெறும் 'பிரதாப முதலியார் சரித்திர'த்தை (1879) எழுதினார். உண்மையில் பெண்களின் முக்கியத்துவம் பற்றி அவர் எழுதியவை அவரது நாவல் முயற்சியிலும் பார்க்க அதிக கவனத்தைப் பெற வேண்டியவையாகும். அவரது 'பெண்மதி மாலை' மிக முக்கியமான ஒரு படைப்பாகும். பெண்கள் சமூகத்தில் முன்னேற வேண்டுமென்ற பெருவிருப்பும் இவரது எழுத்துக்களிலே காணப்பெற்றது. பிரித்தானிய ராட்சி நிர்வாக நிலையில் முக்கிய மாற்றத்தை ஏற்படுத்துகிறது. பொதுப்படையாக ஆங்கிலமே மேலாண்மை மொழியாக இடம் பெற்றிருந்தாலும் அடிமட்ட நிலையில் தமிழ்மொழியிலேயே நிர்வாகம் நடைபெற்றது. அதன் தேவைகளுக்காக உரைநடையையே பயன் படுத்தும் நடைமுறை தொடங்கிற்று. இதைவிட பத்தொன்பதாம் நூற்றாண்டின் நடுக்கூற்றிலிருந்து இந்திய சுதந்திரப் போராட்டம் தொடங்குகிறதெனலாம் (1857). கிறிஸ்தவத்தின் வருகை, மேனாட்டுக் கல்வி முறைமையின் வருகை அதற்கான பாடப்புத்தகங்களின் தேவை ஆகியனவும் நிர்வாக மாற்றங்களுடனும் சுதந்திரப் போராட்டத்துடனும் இணைகின்றபொழுது உரைநடை முக்கியத்துவம் பெறத் தொடங்குவது இயல்பே.

தமிழில் உரைநடையின் வியாப்தியையும் வளர்ச்சியையும் இன்னொரு கண்ணோட்டத்திலும் பார்த்தல் வேண்டும். ஆட்சி மக்கள் நிலைப்படத் தொடங்க சகலருக்கும் பொதுவான உரைநடை வளர்ச்சி இன்றியமையாததாகின்றது. நேரடியாகக் கூறினால் அரசியல் சமூக வாழ்வில் சாதாரண மக்களின் பங்கு கொள்ளலுக்கான அத்தியாவசியமும் அவர்களின் பங்கு கொள்ளல் அநுபவமும் ஏற்படுகின்றபொழுது சாதாரண மக்களுக்கு விளங்கக்கூடிய மொழிநடையில் புதிய எழுத்துக்கள் அமைவது அவசியமாகிறது. (புவியியல், வரலாறு, எண்கணிதம், கேத்திர கணிதம் ஆகியவற்றைச் செய்யுள் வடிவத்திலே கற்பித்தல் முடியாது.)

தமிழர்களைப் பொறுத்தவரையில், தாய் மொழியென்ற வகையிலும் நிர்வாக மொழியென்ற வகையிலும், கல்வி மொழியென்ற வகையிலும் தமிழையும் அதற்குமேல் ஆங்கிலத்தையும் பயில்வது அவசியமாயிற்று. 1935இல் இந்தியை இந்தியாவின் பொது மொழியாக்கும் முயற்சி தோற்றுப்போகவே ஆங்கிலமும் அவ்வப் பிரதேச மொழிகளும் முக்கியப்படத் தொடங்குகின்றன. இதனாலே தான் இந்தியாவின் மற்றைய மொழிகளிலே ஏற்பட்டது போன்றதொரு நிலை தமிழிலும் ஏற்படுகிறது. சுப்பிரமணிய பாரதி *(1889-1929)* அதனை வெகு அற்புதமாகப் பாஞ்சாலி சபதம் எனும் தனது காவியத்தின் முன்னுரையில் எடுத்துக் கூறியுள்ளார்.

'எளிய பதங்கள், எளிய நடை, எளிதில் அறிந்துகொள்ளக்கூடிய சந்தம், பொது ஜனங்கள் விரும்பும் மெட்டு இவற்றையுடைய காவிய மொன்று தற்காலத்தில் செய்து தருவோன் நமது தாய் மொழிக்குப் புதிய உயிர் தருவோனாகின்றான். ஓரிரண்டு வருஷத்து நூற்பழக்க முள்ள தமிழ் மக்களெல்லோருக்கும் நன்கு பொருள் விளங்கும்படி எழுதுவதுடன் காவியத்துக்குள்ள நயங்கள் குறைவுபடாமலும் நடத்துதல் வேண்டும்.'

சனநாயகமயவாக்கம் என்ற கருதுகோளைப் பாரதி தமிழ்நிலைப் படுத்திக் கூறும் முறைமை அற்புதமாக அமைந்துள்ளது. மேலே சுட்டப்பெற்ற யுகத்திருப்பத்தின் இலக்கிய வெளிப்பாடாக சுப்பிரமணிய பாரதியைக் *(1889-1929)* கொள்ளல் வழக்கம். ஆனால் இங்கு பாரதி அந்த யுகத்திருப்பத்திற்கான காரணத்தை எத்துணை ஆழமாக விளங்கி வைத்திருந்தார் என்பது நம்மை வியக்க வைக்கின்றது.

பாரதியிடத்துக் காணப்படும் ஒரு பண்பு மிக முக்கியமானதாகும். அவரால் ஒரே வேளையில் தமிழனாகவும் இந்தியனாகவும் (சர்வதேச பிரசையாகவும் கூட) வாழ முடிந்தது. இந்திய சுதந்திரப் போராட்டம் பெருங்காற்றாக வீசத் தொடங்கிய பொழுது மகாராஷ்டிரத்திலும் தமிழ் நாட்டிலும் இரு கிளைப்பாடு ஒன்று ஏற்பட்டது. மகாராஷ்டிரத்திலே ஜோதிராவ் பூலே சுதந்திரப் போராட்டத்தினூடே பிராமணீயத்தி லிருந்தும் மகாராஷ்டிர மக்களுக்கு சமூக விடுதலை வேண்டுமென்று பேசினார்.

தமிழகத்தில் ஒரு புறத்தில் சுதந்திரப் போராட்டமும் மறுபுறத்தில் சுய மரியாதை இயக்கமும் *(1926)* நடந்து கொண்டிருந்தன. ஏற்கெனவே தோன்றியிருந்த South Indian Literal Federation எனும் நிறுவனம், அது நடத்திய Justice எனும் பத்திரிகையின் பெயர் கொண்டே அழைக்கப் பெற்றது. பின்னர் ஈ.வெ. இராமசாமி நாயக்கர் சுயமரியாதை இயக்கத்தைத் தொடங்கி *(1926)* பிராமணீயம் சாதாரண குடிநிலைத் தமிழ்மக்களை

ஒடுக்கக் கூடாது என்ற வாதத்தை முன்வைத்தார். தமிழ் நாட்டிற் சுதந்திரப்போர் ஒரு புறத்திலும் சுயமரியாதை இயக்கம் இன்னொரு புறத்திலும் முக்கிய இயக்கங்களாகத் தொழிற்பட்டன.

*1944*இல் Justice கட்சி, சுயமரியாதை இயக்கம் ஆகியன இணைந்து திராவிடக் கழகம் தோற்றுவிக்கப்படுகிறது. பெரியார் இக் கட்சியின் இயங்கு சக்தியாகிறார். அண்ணாதுரை என்ற காஞ்சிபுரத்து இளைஞனும் இணைந்து கொள்கின்றார். அரசியல் தொடர்பாடலுக்கு அவர் சிறப்பு உரைநடையொன்றைப் பயன்படுத்தினார். அண்ணாவின் அடுக்குத்தமிழ் ஓர் இலக்கியச் சூறாவளியை ஏற்படுத்திற்று. மு. கருணாநிதி, சி.பி.சிற்றரசு, இரா.நெடுஞ்செழியன் என ஒரு பெரும் படை திரண்டது. மேடைப்பேச்சில் மாத்திரமல்லாமல் இலக்கியத்திலும் நாடகத்திலும் பெரும் மாற்றங்கள் ஏற்பட்டன. நாடகத்தைத் தமது அரசியல் ஊடகமாகப் பயன்படுத்திய இவ்வியக்கத்தினர் வேலைக்காரி, பராசக்தி மூலம் தமிழ்ச் சினிமாவின் செல்நெறியையே மாற்றினர்.

கனக. சுப்புரத்தினம் எனும் பாரதிதாசன் பாரதியைத் தனது ஆதர்ச இலக்கியத் தலைவராகக் கொண்டு பின்னர் திராவிட இயக்கத்தோடு தன்னை இணைத்துக் கொண்டார். புதுவையில் ஆசிரியராக வாழ்ந்த இவர், சென்னைக்கு வந்தது முதல் திராவிட இயக்கத்தின் முக்கிய கவிஞராகத் தொழிற்பட்டார். பாரதிதாசன் கவிதைத் தொகுதிகளைப் பார்க்கும்பொழுது ஸ்பரிச உணர்வு வெளிப்பாட்டின் எடுத்துரைப்பில் கவித்துவ வளம் பெற்றிருந்த ஒருவர் தமிழியக்கத்தில் அதே உணர்வுத் தாகத்துடன் தொழிற்பட்டு தன்னிலை தளம்பியவராக மாறி இறுதிக் காலத்தில் அண்ணாவுக்கு எதிராகவும் கவிதைகள் எழுதினார்.

திராவிட இயக்கத்தின் வருகையுடன் சினிமா நேரடியாக அரசியல் பேசத் தொடங்கிற்று. அரசியற் கட்சியொன்று சினிமாவை நம்பி யிருந்தமை, சினிமா அரசியலை நெறிப்படுத்தும் ஒரு சக்தியாக மாறுவதற்கு இடமளித்தது. அண்ணாதுரையின் மறைவுடன் திரைப் படத்தைத் தளமாகக் கொண்டிருந்த எம்.ஜி. ராமச்சந்திரன் அண்ணா தி.மு.க. கட்சியைத் தோற்றுவித்தது மாத்திரமல்லாது மாநில முதல்வராகவும் மேற்கிளம்புகின்றார்.

இருபதாம் நூற்றாண்டின் பின்னரைப் பகுதியில் பொதுவுடைமை இயக்கம் தமிழிலக்கியத்தில் ஆர்வம் காட்டத் தொடங்குகின்றது. முற்போக்கு எழுத்தாளர் சங்கம் மார்க்சிஸ்ட் பொதுவுடைமைக் கட்சி, கலையிலக்கியப் பெருமன்றம் (பொதுவுடைமைக் கட்சி) (CPI), முக்கிய இலக்கிய மேடைகளாகின்றன. இவை வழியாகவே இலங்கையின் முற்போக்கு, எழுத்தாளர்கள் குறிப்பாக இலக்கிய விமர்சகர்கள் தமிழகத்தில் கணிப்புப் பெறத் தொடங்குகின்றனர்.

எழுதப்படுவது யாது, அது யாருக்காக எழுதப்படுகிறது, எவ்வாறு எழுதப்படுகிறது, அதன் இலக்கு வாசகர்கள் யார், அந்த இலக்கு வாசகர்களின் பதிற்குறிகள் ( ) யாவை எனும் விடயங்களில் இக்காலகட்டத்தில் மிகப் பெரிய மாற்றங்கள் ஏற்பட்டன.

பண்டிதரும் பாமரரும் விளங்கிக் கொள்ளும் வகையில் பாரதி தமிழை எழுதினாரென்பது எளிமைப்படுத்தப்பட்ட ஒரு கூற்றாகும். கவிதையில் மாற்றங்கள் ஏற்பட வேண்டுமென்ற நிலைமை மாத்திரமல்லாமல் தமிழின் தொடர்பாடல் முறையும் (Tamil as a Language of Communication) புதிய விடயங்களைப் புதிய முறையில் சொல்ல வேண்டிய தேவை ஏற்படுகின்றது. உதாரணமாக, பத்திரிகைகளை எடுத்துக் கொண்டால் அவை தரும் செய்தி மாத்திரமல்ல, அவையேற் படுத்தும் 'பங்கு கொளல்' அநுபவமும் முக்கியமாகின்றது. அப் பங்கு கொளல் அநுபவத்துள் சாதாரண மக்களும் வருவர், வருகின்றனர். எனவே தமிழ் இவர்கள் நிலைப்பட வேண்டியதாயிற்று. இவற்றுக்கு மேலாக இன்னுமொரு அமிசமுமுண்டு.

உரை சாதாரண எழுத்து வாகனமாக ஏற்றுக்கொள்ளப்பட்டமை, அதற்கு ஆக்க இலக்கியத்திலும் ஒரு முக்கிய இடத்தைக் கொடுத்தது. அதாவது, இப்பொழுது ஆக்க இலக்கியங்களை உரையிலே எழுதலாம். அப்படியான உலகப் பொதுவான உரையிலக்கிய வடிவங்கள் ஆங்கிலம் வழியாகத் தமிழுக்குள் வந்துவிட்டன. (நாவல், சிறுகதை, குறுநாவல்). இதில் இன்னொரு முக்கிய வரலாற்றுண்மை யாதெனில் ஆங்கில நாவல்கள் பாடப் புத்தகங்களாகப் (Text Books) பயன்படுத்தப் பெற்றமையாகும். எனவே உரையின் பண்பு அது பண்டிதரையும் பாமரரையும் சமநிலைப்படுத்துவது என்று கொள்ளப்படுவதிலும் பார்க்க உரை (prose) ஆக்க இலக்கிய வாகனமாயிற்று என்பதே பொருந்தும். சிறுகதை, நாவல், குறுநாவல் என்பவை உரைவடிவில் வரும் ஆக்க இலக்கியங்களே.

பாரதியார் இதனைப் புரிந்து கொண்டிருந்தார். கவிதையென்றால் யாப்பு வடிவத்துக்கு அப்பாலான கவித்துவம் வேண்டுமென்றார். வசனகவிதைகள் என்று தரப்படும் அவரது ஆக்கங்களிலே இதனைக் காணலாம்.

'காற்றே வா'

'மகரந்த தூள்களைச் சுமந்து கொண்டு வா'!

என்று சொல்கின்றபொழுது ஒரு சுலோகத்தை உச்சாடனம் செய்வது போல இருக்கின்றது.

இது ஒருபுறமாக, பத்திரிகைகளின் வளர்ச்சி தமிழின் புனை கதைகளின் வளர்ச்சிக்கு நம்மை இட்டுச் செல்கிறது. புனைகதை யென்பது (fiction) சிறுகதை, நாவல், குறுநாவல் ஆகிய மூன்றையும் உள்ளடக்கியது. ஒரு விடயம் ஏன் சிறுகதையாக எழுதப்பட வேண்டும் என்பதற்கும் அந்த எடுத்துரைப்பு எவ்வாறு அமைய வேண்டுமென் பதற்குமான நியாயங்கள், காரணங்கள் இன்று நன்கு தெரிந்தவையே.

விளக்குவதற்கெனவே முதலிற் பயன்படுத்தப்பெற்ற உரைநடை (from literary prose to prose literature) உரை வடிவத்துக்கு படைப் பியலின் (ஆக்கவியற் பண்புகள்) இதன்பால் ஏற்பட்டது.

சிறுகதை, நாவல் என்பன அவசர உலகில் வெகுசீக்கிரத்தில் வாசிப்பதற்கான இலக்கிய வடிவங்களே என்கின்ற மிகப்பெரிய தப்பெண்ணம் இன்றும் பலரிடையே நிலவுகிறது. கவிதையே பிரதான ஆக்க இலக்கியமாக விளங்கிய பொழுது அதன் வடிவங்களும் எடுத்துரைப்பு முறைகளும் மாறினவென்பது இலக்கிய வரலாறு காட்டும் உண்மையாகும். இலக்கியங்களிலும் இது ஏற்பட்டது. இவ்வாறு உரை ஆக்க இலக்கியமாக உரை பயன்படத் தொடங்க உரைநடையின் அமைவிலும் ஓட்டத்திலும் வேறுபாடுகள் ஏற்பட்டன.

பாடப்புத்தகத் தமிழ்நடை வேறு; பத்திரிகைத் தமிழ்நடை வேறு; பத்திரிகைத் தமிழிலும் செய்திகளுக்குரிய தமிழ்நடை வேறு; ஆசிரியத் தலையங்கத்துக்கான நடை வேறு. இவ்வளர்ச்சிகள் யாவும் தமிழில் உரைநடையின் வளர்ச்சியைப் பன்முகப்படுத்தின. சிறுகதை, நாவல் என்பவை உரைநடையிலக்கியங்கள் என்பதற்கு அப்பாலே அவை திறனுள்ள எழுத்தாளர் ஒருவரின் ஆக்க ஆற்றலை வேண்டி நிற்பன. சிறுகதை எழுதியவர்கள் எல்லோரும் புதுமைப் பித்தனாகிவிட முடியாது.

நவீன தமிழிலக்கிய வரலாற்றில் உரைநிலைப்பட்ட ஆக்க இலக்கியங்களின் வளர்ச்சி மிக முக்கியமானது. அது நீண்டதொரு வரலாறாகும். வ.வே.சு. ஐயர், ராஜமையர் போன்றோருடன் ஆரம்பிப்பது புதுமைப்பித்தன், ஜானகிராமனிடத்து நிறைவுநிலைக்கு வருகிறது. புதுமைப்பித்தன் சிறுகதை வடிவத்தின் கம்பன் துரதிர்ஷ்ட வசமாக நம்மிடத்து ஆக்க இலக்கிய மொழிபெயர்ப்புத் திறன் இல்லாததால் அவன் புகழ் தமிழுக்குள்ளேயே நின்றுவிட்டது. தமிழ்நாட்டுக்குள்ளேயும் எல்லோரும் புதுமைப்பித்தன் திறமையை உணர்கின்றார்களா? நிச்சயமாக இல்லை. ஆனால் ஒன்றுமட்டும் நிச்சயம். பாரதி தோற்றுவித்த புதிய ஆக்க இலக்கிய உரைநடை மரபில் புதுமைப்பித்தன் ஒரு பெரிய மைல்கல். உண்மையில் புதுமைப்பித்தனின் ஆக்கங்களை வாசிக்கும்பொழுது தமிழ் அவனுக்கு

சேவகம் செய்து நிற்கும் முறைமை தெரிகிறது. பாரதிக்குப் பின் வந்த தமிழ் மொழியிலக்கிய மேதையாக புதுமைப்பித்தனை விளங்கிக் கொள்ளல் வேண்டும்.

தமிழிலக்கியம் தமிழகத்தோடு மாத்திரம் நின்றுவிட்டதொன்றன்று. ஏறத்தாழ கி.பி. 13ஆம் நூற்றாண்டிலிருந்து ஈழத்தின் தமிழிலக்கியங்கள் தமிழின் ஒட்டுமொத்தமான செழுமைக்கு உதவுகின்றனவெனலாம். ஆறுமுகநாவலர் காலத்திலும் (1822-1879) 1930க்குப் பின்னரும் குறிப்பாக 1950-70க் காலங்களிலும் இலங்கையின் தமிழிலக்கியத்தை ஒட்டு மொத்தமான தமிழிலக்கியப் பாரம்பரியத்திலும் இணைத்து நோக்க வேண்டிய தேவையை ஏற்படுத்திற்று. இலங்கையின் சுதந்திர காலத்துக்குப் பிந்திய தமிழிலக்கிய வளர்ச்சியில் முற்போக்கு இலக்கியவாதம் எனும் சமூகக் கடப்பாடுடைய இலக்கிய இயக்கம் இலங்கையில் தமிழிலக்கிய வளர்ச்சியின் ஒரு காலகட்டமாக அமைகின்றது. அது இலங்கைத் தமிழ் எழுத்தாளர்களைத் தமிழக வாசகர்களுக்குப் பரிச்சயப்படுத்திற்று. அயலகத் தமிழிலக்கியம் பற்றிய குறிப்பில்லாமல் தற்கால, சமகாலத் தமிழிலக்கியம் நிறைவுறாதென்பது நிரூபணமாகிவிட்ட உண்மை யெனலாம். 1960இல் இலங்கையில் வளர்ந்த மார்க்சியம் சார்ந்த இலக்கிய விமர்சனம் தமிழகத்திலே பெரிதும் பேசப்பெற்றது. சிங்கப்பூர், மலேசியாவிலும் குறிப்பாக இருபதாம் நூற்றாண்டின் பிற்பகுதியில் முக்கியமான தமிழிலக்கிய வளர்ச்சிகள் உள்ளன.

பாரம்பரியத் தமிழ்க் கலை மரபு மீட்பிலும் இலங்கைக்கு முக்கிய இடமுண்டு. குறிப்பாகக் கூத்தை வலுவான தொடர்பாற்றலுடைய நாடகமாக்கிற்று. இதில் 'கர்ணன் போர்' முதல் 'இராவணேசன்' வரை கூத்தின் வலுவான தொடர்பாற்றலை ஸ்தாபித்து சிங்கள நாடகக்கலை வளர்ச்சியைத் துணையாகக் கொண்டு செய்யப்பட்ட இத்தகைய மாற்றங்கள் தமிழகத்துக்கும் உதவியாய் அமைந்தன. கூத்து மீட்பில் பேராசிரியர் நித்தியானந்தனுக்கு முக்கிய இடமுண்டு.

இதுவரை தரப்பட்டுள்ளவை தமிழிலக்கியப் பாய்வினை மிகப்பருமட்டாக எடுத்துக்காட்டுகின்றன.

முழுத்தமிழிலக்கியத்தினையும் அதன் பாய்ச்சல் வேகத்தின் செழுமையையும் காண்பதற்கு மூன்று இலக்கிய மேதைகளை மைல்கற்களாகக் கொள்ளலாம். உண்மையில் இவர்கள் இந்திய இலக்கிய வரலாற்றுக்கு மிக முக்கியமானவர்களாவர்.

1. இளங்கோ
2. கம்பன்
3. பாரதி

சிலப்பதிகார ஆசிரியரான இளங்கோ என்பவர் தனக்கு முன்னர் ஏற்பட்டிருந்த இலக்கியச் செழுமைகளையும் சாத்தியப்பாடுகளையும் ஒருங்கு திரட்டி சிலப்பதிகாரம் எனும் கதைகூறு இலக்கியத்தைக் காதைகளாகவும் பாடல்களாகவும் தருகிறார். தமிழிலக்கியத்தின் மறக்க முடியாத சில அற்புதமான வரிகள் இளங்கோவுக்குச் சொந்தம். அரங்கேற்று காதையின் இறுதியில் கோவலன் கூனியொருத்தி வணிகக் குரலில் இம்மாலை வாங்குனர் சாலும் நம் கொடிக்கெனக் கூவ அதனை வாங்கி, அம்மாலையுடன் மாதவியின் வீட்டுக்குள் நுழைந்தவன் அவளைக் கண்டதும்,

"...................... அயர்ந்தனன் மயங்கி
விடுதல் அறியா விருப்பினன் ஆயினன்
வடுநங்கு சிறப்பிற் தன் மனையகம் மறந்தென்"

'கோவலன் கொண்டது விடுதல் அறியா விருப்பு' ... அற்புதமான வரிகள்

இளங்கோ தொடங்கி வைத்த செல்நெறி, பக்திக் காலத்தை ஊடறுத்து சேக்கிழார், கம்பன் என்ற தமிழின் அடுத்த இலக்கிய கொடுமுடிகளிடத்து வருகின்றது. சேக்கிழார் சைவ எழுச்சியின் வரலாற்றைத் தொகுதிநிலைப்படுத்த, கம்பனோ அனைத்திந்திய காப்பியமான இராமாயணத்தை தமிழுக்குக் கொண்டு வருகிறான். கூனி - கைகேயி - இலக்குமணன் - இராமன், குகன், வாலி, இராமன், இராவணன், இந்திரஜித் முட்டி மோதுகின்ற இடங்கள் கம்பன் படைப்பை 'கம்ப நாடக'மாக்குகின்றன. இந்திரஜித்தைப் பார்த்து இராவணன் கூறுவது அசுரன் ஒருவரின் அலறல் அல்ல. மதிப்பீட்டிற்கு அப்பாலான ஒரு மானஸ்தனின் குரல்.

"வென்றிலன் என்ற போதும் வீரமுள்ளளவும் யானும்
நின்றுலன் நன்றோ, மற்று அவ்விராமன் பேர் நிற்குமாயின்
பொன்றுவது ஒரு காலத்து இயல்பன்றோ புதுமைத்தன்றே
இன்றுளார் நாளை மாள்வர் புகழுக்கு மிறுதியுண்டோ!"

இது உண்மையில் கொடிய அரக்கன் ஒருவனின் குரலல்ல. மானஸ்தனின் அவலச்சிகரம். கம்பராமாயணத்தின் ஒரு பிரதான பண்பு சம்பவத் தொடர்கள் ஏதோ ஒரு வகையில் மோதுகைகளாக அமைவதும் (conflict) ஒவ்வொரு மோதுகையும் அடுத்துவரும் மோதுகைக்கான வாயிலாகி விடுவதுமாகும். மோதுகைகளினூடாகவே கம்பன் கூறும் இராமாயணம் வளர்ந்து செல்கிறது. கும்பகர்ணன் - விபீஷணன் சந்திப்பில் கம்பனது காவியச் சிறப்பினை மாத்திரமல்ல. சேக்ஷ்பியருக்கு சவால்விடும் ஒரு நாடகாசிரியனையும் காண்கிறோம். இதனாலேதான் கம்பனது ஆக்கத்தை கம்பநாடகம் என்பர்.

நாம் பாரதிக்கு வரும்பொழுது, தமிழ்க் கவிதையின் வாசக வட்டம், இலக்கியப் பயன்பாடு என்பன பற்றிக் கருத்துப் புரட்சி ஏற்பட்டு விட்டது. பாரதி தனது பணியை இனங்கண்டு கொள்ளும் முறை நம்மை வியப்பதிர்வுக்கு ஆட்படுத்துகின்றது. அவன் சொல்கிறான்:

"நமக்குத் தொழில் கவிதை நாட்டிற் குழைத்தல்
இமைப்பொழுதுஞ் சோராதிருத்தல் - உமைக்கினிய
மைந்தன் கணநாதன் நங்குடியை வாழ்விப்பான்
சிந்தையேயிம் மூன்றுஞ் செய்"

இதனை அவன் சமூகப் பிரகடனமாக அல்லாமல் தெய்வத்தின் முன் (விநாயகரின் முன்) வைக்கும் தனது இலக்கிய விஞ்ஞானமாகவே கூறுகின்றான். பாரதியின் வண்ண முதிர்வும் தெளிவும் அவரது ஞானமும் இன்னொரு வகையில் வெளிப்படும் முறைமையைப் பாரதியின் வாசகர்கள் அறிந்திருத்தல் வேண்டும்.

'கண்ணன் என் சீடன்' எனும் அவனது கவிதை ஈடிணையற்றது. சிரமங்களினூடே தான் வழிப்படுத்தும் ஒருவனாகக் கண்ணனைக் கண்டவரிடத்து கண்ணன் சொல்வதாக அமைவது தமிழ்க் கவிதையினது மாத்திரமல்ல. தமிழ்ச் சிந்தனை மரபினதும் உச்சங்களிலொன்றாகக் கொள்ளப்படல் வேண்டும்.'

'மகனே ஒன்றை யாக்குதல் மாற்றுதல்
அழித்திடலெல்லாம் நின் செயலன்று காண்!
தோற்றே னென நீ உரைத்திடும் பொழுதிலே
வென்றாய்! உலகினில் வேண்டிய தொழிலெலாம்
ஆசையுந் தாபமும் அகற்றியே புரிந்து
வாழ்க நீ! என்றான் வாழ்க மற்றவனே!

தோற்றேனென நீ உரைத்திடும் பொழுதிலே, வென்றாய்! என்னும் வரிகளுக்குள்ளே 'வென்றேன் என்ற பொழுது' தோற்றாய் என்ற கருத்தும் உள்ளடங்கி உள்ளதென்பதை மறந்துவிடக் கூடாது. தலை சிறந்த கவிதையின் பண்பு அதன் விடயப்பொருள் விளக்கங்களிலும் பார்க்க அது ஞானத்திரள்வாக அமைவதே.

5
இலங்கையின் இனப்பிரச்சினை ஒரு தமிழ் நிலைப்பாடு

I

நிலைப்பாடு எனும் சொல்லானது இரு பரிமாண சூழ்நிலையில் ஒரு நபரின் சார்பு நிலையை விளக்கி நிற்கின்றது.

ஏறத்தாழ 25 வருடங்களாக இலங்கைத் தமிழர்களுக்கு எதிராக நடைபெறும் இவ் யுத்த நிலையில், இலங்கைத் தமிழர்கள் அவர்களின் சார்பு நிலை பற்றிய தமது நிலைப்பாட்டை மற்றைய தரப்பிற்கு கோரிக்கை விடுப்பதற்கும் இத்தருணம் சிறந்ததாக உள்ளதா? இங்கு மற்றைய தரப்பு பற்றி தெளிவாக வரையறுத்துக் கொள்வது ஆழமான முக்கியத்துவம் வாய்ந்த விடயமாகும். இலங்கை அரசு அல்லது சிங்கள மக்கள் ஆகிய பிரிவினரே இலங்கைத் தமிழர்களுக்கு எதிராக போர் செய்து கொண்டிருக்கின்றனர். சிங்கள மக்களின் நலன்களை பிரதிநிதித்துவப்படுத்தும் இலங்கை அரசின் அதிகார பீடம் தாம் தமிழ் பயங்கரவாத பிரிவினை கோரும் ஒரு தரப்புடன் போர் புரிவதாக அர்த்தப்படுத்திக் கொண்டிருக்கின்றது. முக்கியமாக தமிழீழ விடுதலைப் புலிகள் (எல்.ரி.ரி.ஈ.) ஐ குறிப்பிடுகின்றது. எனினும் இவ்வாறு இலங்கை அரசு சொல்லும் அதேவேளை பெரியளவில் தமிழர்களையும், தமிழ் போராளிகளையும் ஒருபோதும் வேறுபடுத்திக் கையாண்டதில்லை. இதன்விளைவாக தமிழர்களின் பார்வையில் இவ் யுத்தமானது அடிப்படையில் அவர்களுக்கு எதிராகவே நடைபெற்றுக்கொண்டிருக்கின்றது. தமிழர்களுக்காக தொடர்ந்து ஆயுதம் ஏந்திப் போராடிக்கொண்டிருக்கும் இயக்கமாக எல்.ரி.ரி.ஈ. காணப்படுகின்றது. தமிழர் பக்கம் யுத்தத்தில் ஈடுபட்டிருக்கும் பிரிவாக எல்.ரி.ரி.ஈ. காணப்படும் அதேநேரம், ஆயுதம் ஏந்திப் போராடிய மற்றைய அனைத்து இயக்கங்கள் 1980களின் பிற்பாதியில் ஆயுதப் போராட்டத்தைக் கைவிட்டன. எல்.ரி.ரி.ஈ. இயக்கமானது கெரில்லா பாணியிலும் மரபு ரீதியான இராணுவ பாணியிலும் போராடக் கூடிய ஒரே போராட்டக் குழுவாக இயங்கு கின்றது. இதன் மூலம் அரசானது தாம் எல்.ரி.ரி.ஈ. இற்கு எதிராகவே போர் புரிவதாகக் கூறும் அதேவேளை தமிழர் தரப்பில் காணப்படக் கூடிய அரசியல் அபிலாஷைகளையும் மனத்தாங்கல்களையும் பற்றிக் குறிப்பிடுவதில்லை.

'சிஹல உறுமய' (ஹெல உறுமய) போன்ற அரசியல் குழுக்களும் ஒன்றிணைந்த பிக்குமார் முன்னணி போன்ற அரசியல் சார்ந்த சமயக் குழுக்களும் பயங்கரவாதிகளுக்கு எதிராக போர் புரிபவர்கள் சிங்கள மக்களே என கோஷமிடுகின்றன. இருந்தபோதிலும் தமிழர்களுக்கு எதிராக சண்டையில் ஈடுபட்டிருப்பவர்கள் சிங்களவர்களே என பெரிய அளவில் அடையாளப்படுத்த முடியாது உள்ளது. திரு எச்.எல். செனவிரத்ன (2000) என்பவர் சிங்கள மக்கள் பிக்குமார் உட்பட்ட பல்வேறு மட்டங்களில் எவ்வாறு இந்த யுத்தத்திற்கு எதிராக உள்ளனர் என்பதை தெளிவாக எடுத்துக் கூறியுள்ளார்.

பிரதான சிங்கள ஊடகத்துறை குறிப்பாக 'திவயின' போன்ற பத்திரிகைகள், தமிழர் தரப்பு நிலையை சிங்கள மக்களுக்கும் நாட்டிற்கும் எதிரானதொன்றாகவே காட்ட முயற்சி செய்திருக்கின்றன.

II

தற்போதைய நிலைமையில் தமிழர் தரப்பினரின் அரசியல் அபிலாஷைகளை சிங்களவர்களுக்கு தெரிவிப்பதற்கான ஒரு ஆவணம் அல்லது தளம் சிங்களத்தில் காணப்படவில்லை என சற்று தைரியமாகக் கூறவேண்டி உள்ளது. இதன் மூலம் தமிழரின் மனத்தாங்கல்களை சிங்களவர்களுக்குப் புரிய வைக்க பெரும் பங்காற்றிய 'யுக்திய' (நிறுத்தப்பட்ட வெளியீடு) போன்ற பத்திரிகைகளை புறக்கணித்தல் என பொருள்படாது இவ்வகையான ஒரு அலட்சியம் தமிழர்களைப் பொறுத்தவரை பாரிய குறைபாடாகக் காணப்படுகிறது.

1. 'சுவபாஷா' மொழிமூல பாடத்திட்ட முறை (சிங்களம்/ தமிழ்) அமல்படுத்தப்பட்டமை, குற்றச்சாட்டுக்களில் பெரிய பங்கை வகிக்கின்றது.
2. இச்சந்தர்ப்பத்தில் தமிழர் தரப்பு கடப்பாடாக அவர்களின் அரசியல் மனத்தாங்கல்களை தெளிவாக வரையறுத்துக் கூறுவது சிறந்தது ஆகும்.

இந்நாட்டின் அரசின் தொழிற்பாட்டில், ஒரு குழுவாக இலங்கைத் தமிழர்கள் வகிக்கும் பங்கு மற்றும் இடம் என்பனவற்றை தெளிவாக வரையறுத்துவதன் மூலம் தமிழர்கள் நிலை தொடர்பான கேள்வி உள்ளடக்கப்படுகின்றது.

தமிழர் பக்கம் இருந்து பார்க்குமிடத்து 'ஒரு குழுவாக' எனும் சொற்பதம் முக்கியத்துவம் வாய்ந்ததாகக் காணப்படுகிறது. சிங்களவர் களின் நிலை, சமயம் என்பன 1972இல் இருந்து யாப்புக்களில் தெளிவாக குறிப்பிடப்பட்டுள்ளன. (இலங்கை குடியரசாக பிரகடனப்படுத்தப்பட்ட

நாள் முதல்) 1972ஆம் ஆண்டு யாப்பானது சிங்களவர்களின் மற்றும் பௌத்தமதத்தின் இடம் பற்றி குறிப்பிட்டது மட்டுமின்றி தமிழர்கள் பற்றி எதையும் குறிப்பிடாது விட்டமையுடன் அவர்களின் மொழி உரிமையைப் பறித்த யாப்பாகவும் முக்கியத்துவம் பெறுகின்றது. இவ்வாறான பேதங்காணும் சட்டங்களுக்கு எதிராக இலங்கைத் தமிழர்கள் போராடி இருந்தனர். அதுமட்டுமன்றி, காலத்திற்குக் காலம் நிர்வாக ரீதியில் இடம்பெற்ற திட்டமிட்ட ஓரங்கட்டல் நிலைமை களுக்கு எதிராகவும் குரல்கொடுத்துக்கொண்டே இருக்கின்றனர்.

இந்நிலைகளின் வெளிப்பாடாகவே இலங்கைத் தரப்பினரின் அரசியல் யாப்பு ரீதியான கோரிக்கைகள் வடிவம் பெற ஆரம்பித்தது. இலங்கைத் தமிழர்கள் இலங்கையை தமது தாய்நாடாகக் கருதுகின்றனர். அவர்கள் அதுபற்றி பெருமிதம் அடைகின்றனர். 'ஈழம்' எனும் சொல்லானது 'ஹெல' என்பதிலிருந்து உருவானதுடன் (ஹெல - சிங்கள மக்களினால் பேசப்பட்ட மூல மொழி வடிவம்) அவர்களை அடையாளப்படும் ஒரு சொற்பண்பாகவும் இந்தியத் தமிழர்களை (தமிழ்நாடு) வேறுபடுத்தி அறியும் ஒரு சொற்பதமாகவும் வழங்கி வருகின்றது.

தென்னிந்திய இலக்கியங்களின் அடிப்படையில் ஈழம் என்பது முழு இலங்கையையும் குறிக்கும் பதமாக ஆவணப்படுத்தப்பட்டுள்ளது. எனினும் இலங்கை என்பது பொதுவான பதமாக வரையறுக்கப் பட்டிருந்தது. 5ஆம் நூற்றாண்டு காவியமான சிலப்பதிகாரத்தில் இப்பதம் பயன்படுத்தப்பட்டிருந்தது. இதிலுள்ள சுவாரஸ்யமான விடயம் யாதெனில் தமிழ் அகராதியில் ஈழம் என்பது சிங்கள நாடாக விளக்கப்பட்டிருக்கிறது குறிப்பிட வேண்டிய ஒன்றாகும். இலங்கைத் தமிழ் இலக்கியம் பல பதிப்புக்களை கொண்டுள்ளதுடன் முழு நாட்டையும் தமது தாய் நாடாகவே கருதுகின்றது. இலங்கை தமிழரின் அபிப்பிராயப்படி இலங்கை சிங்கள மக்களுக்கு எந்தளவு உரித்தானதோ அந்தளவிற்கு தமிழர்களுக்கும் உரித்தானது. இந்தத் தருணத்தில் முக்கியமாக குறிப்பிட வேண்டிய விடயம் யாதெனில் இலங்கைத் தமிழரின் நிலைப்படி இத்தீவு அவர்களுக்கு மட்டும் உரித்தானதாக இல்லாமல் இந்த நாட்டின் வரலாற்றுப் பின்னணியைக் கொண்ட சிங்களவர்கள், தமிழர்கள் மற்றும் முஸ்லிம்களுக்கும் உரித்தான ஒரு நாடாகக் காணப்படுகின்றது.

தமிழர்களின் அபிப்பிராயப்படி இலங்கை வாழ் முஸ்லிம்களின் அடையாளம் இரட்டை தன்மை வாய்ந்ததாகக் காணப்படுகிறது. அவர்கள் தமிழ்மொழியை பேசுபவர்களாக இருந்தாலும் சமய ரீதியில் வேறுபட்டவர்களாகக் காணப்படுகின்றனர்.

சுதந்திர இலங்கையின் யாப்பானது தமிழரின் நிலையை ஒரு குழுவாக, தெளிவுபடுத்தும் என எதிர்பார்க்கப்பட்டது. எனினும் எதிர் மாறாக 1948இல் மலையகத் தமிழர்களின் வாக்குரிமை மறுக்கப் படுவதான முயற்சிகள் மேற்கொள்ளப்பட்டன. 1930 ஆண்டிலிருந்து அரசியல் அபிவிருத்தியின் பின்புலத்தை நோக்குமிடத்து உதாரணமாக யாழ்ப்பாண இளைஞர் காங்கிரஸ் அணி தேர்தலில் பங்கு கொள்ளா மையை சில சிங்கள கட்சிகள் தவறாகப் புரிந்துகொண்டன. இது காணப்பட்ட இடைவெளியை மேலும் விரிவடையச் செய்தது.

திரு. ஜி.ஜி. பொன்னம்பலத்தினால் சோல்பரி கமிஷனிடம் (1946-47) பெரும்பான்மை சமூகத்திற்கும் சிறுபான்மை சமூகத்திற்கும் சம பிரதிநிதித்துவம் வேண்டி 50 இற்கு 50 என்ற பிரபல்யமான பிரேரணையை முன்வைத்தபோது அது அரசியல் நகைப்பாகப் பேசப்பட்டது.

சிங்கள அமைச்சு 1948ஆம் ஆண்டு தமிழர் சனத்தொகையில் ஒரு பிரிவினரின் வாக்குரிமையைப் பறிக்க எடுத்த முயற்சி இவ்வரலாற்றின் முக்கியமான கட்டமாகும். இவற்றின் வெளிப்பாடாக தமிழர்களை பெரும்பான்மையாகக் கொண்ட வடக்கு கிழக்கு பிரதேசமே அவர்களுக்கு அரசியல் பாதுகாப்பான இடமாக உறுதிப்படக் கூறினார். இதன் விளைவாக சமஷ்டி முறையைக் கோரும் இலங்கைத் தமிழ் அரசுக் கட்சி உதயமானது.

இலங்கைத் தமிழர்கள் இலங்கையைத் தமது தாய்நாடாகக் கருதினர். இருந்தபோதிலும் யாப்பு ரீதியான நெகிழ்வற்ற தன்மை, அரசியல் ஓரங்கட்டல்கள், நிர்வாக ரீதியான புறக்கணிப்புகள் போன்றன இலங்கைத் தமிழர்களை கொதிப்படையச் செய்தது. அவர்களின் அடையாளம் மற்றும் இருப்பு தொடர்பாகக் காணப்பட்ட அச்சுறுத்தலைக் காட்டி நின்றது. இலங்கைத் தமிழர்கள் ஒரு அரசியல் நிலையை எடுப்பதற்கு ஊற்றாக அமைந்தது.

இத்தறுவாயில் தமிழர்கள் என்று குறிப்பிடும்பொழுது இந் நாட்டின் மிகப்பழைய குடிகளாக இலங்கைத் தமிழர்களை வரை யறுத்துக் கூறமுடியும். இக்கட்டத்தில் இந்தியாவை பூர்வீகமாகக் கொண்ட தமிழர்களின் நிலையை இலங்கைத் தமிழர்களிடமிருந்து வேறுபடுத்தி அறிதல் அவசியமாகும். இந்திய பூர்வீகத் தமிழர்கள் 1830களில் ஆங்கிலேயர் ஆட்சிக்காலத்தில் விருத்தி செய்யப்பட்ட கோப்பி, தேயிலை மற்றும் இரப்பர் போன்ற பெருந்தோட்டத் துறை களுக்கு கூலிக்கு வேலை செய்ய இந்தியாவிலிருந்து கூட்டி வரப் பட்டனர். 1947 ஆண்டு காலப்பகுதியில் மத்திய மலைநாட்டிலிருந்து

பாராளுமன்றத்திற்கு ஏழு உறுப்பினர்கள் பிரதிநிதித்துவம் செய்யக் கூடிய விதத்தில் இவர்களின் செல்வாக்கு பலமானதாக அமைந்து இருந்தது.

இலங்கையின் வரலாற்றுப் பதிவுகளை நோக்குமிடத்து மேலைத்தேய ஆதிக்கத்திற்கு முற்பட்ட காலப்பகுதியில் கூட தமிழர்கள் நாட்டின் வடக்கு, வடமேற்கு மற்றும் கிழக்குப் பகுதிகளில் செறிந்து வாழ்ந்தனர். 13ஆம் நூற்றாண்டு காலப்பகுதியில் யாழ்ப் பாணத்தைச் சுற்றி ஒரு இராச்சியம் காணப்பட்டதுடன், இந்த இராச்சியம் 1619 வரை நீடித்திருந்தது.

இங்கே குறிப்பிடப்பட வேண்டிய முக்கியமான விடயம் யாதெனில், இவ்வாறான வரலாற்று நினைவுகள் 1948ஆம் ஆண்டு சமஷ்டி கட்சியின் உருவாக்கத்தின் பின்னரே புத்துயிர் பெற்றன. இலங்கைத் தீவிற்குள் தமிழரின் முழு சுதந்திரம் பற்றிய கேள்வியை முன்கொணர்ந்த முதல் அரசியல்வாதி புகழ்பெற்ற வழக்கறிஞர் திரு. மு. திருச்செல்வம் ஆவார். இதன் விளைவாக இலங்கைத் தமிழர் தரப்பினர் பிரதான கோரிக்கையாக தமது தாய்நாட்டில் அவர்களின் நிலை அல்லது இருப்பு தொடர்பாக யாப்பு ரீதியான ஒரு வரை விலக்கணத்தை எதிர்பார்த்தனர். அவர்களின் அபிப்பிராயப்படி இக்கோரிக்கை எந்தவகையிலும் வரலாற்று ரீதியான குடியுரிமையைக் கொண்ட சிங்கள மக்களின் அபிலாஷைகளுக்கு இடைஞ்சலாக அமையப் போவதில்லை. மாறாக ஆரம்பத்திலிருந்தே சிங்களவர் களுக்கும், தமிழர்களுக்குமிடையே குறிப்பாக கிராம மட்டங்களில் ஒரு நல்ல நெருங்கிய உறவு காணப்பட்டதாகவே இவர்கள் கருது கின்றனர். இலங்கையின் தேரவாத பௌத்தமும் அதன் தலைமையும் இந்த நெருங்கிய தொடர்பை ஏற்றுக்கொள்ளாது மறைத்து வந்ததுடன் இவ்விரு பிரிவிற்கும் தொடர்ந்து ஒரு விரோத உணர்வு இருப்பதாக காட்டிக்கொள்ள கடினமாக உழைத்தது.

இலங்கையின் மற்றைய வரலாற்று ரீதியான சமூகங்கள் பற்றிய சிங்கள ஆட்சியாளர்களின் பாராமுகம் அல்லது பதில் அளிக்காத தன்மை ஆகியவற்றின் பிரதிபலிப்பாகவே தமிழர்கள் தம்மை அரசியல் ரீதியாகவும் யாப்பு ரீதியாகவும் ஒரு பாரம்பரிய இனமாக ஏற்றுக் கொள்வதற்கான ஆர்ப்பாட்டத்தைத் தொடங்கினர்.

தமிழர்களின் அரசியல் தேவைகள் பற்றியதான தன்மையை ஆராய முன்னர் மற்றுமொரு மிக முக்கிய விடயம் பற்றி குறிப்பிட வேண்டியுள்ளது. அதாவது இங்கிலாந்து பாராளுமன்றத்தின் ஜனநாயக பாரம்பரியங்களில் இருந்து பெறப்பட்ட இலங்கைக்கு பொருந்தாத

பெரும்பான்மை வாத எண்ணக்கருவைப் பின்பற்றியதாக சிங்கள அரசியல்வாதிகளின் நடவடிக்கைகள் இருப்பதை தமிழர்கள் உணர்கின்றனர். ஒன்றுக்கொன்று நெருங்கிய கலாச்சார விழுமியங் களைக் கொண்டு, காலத்திற்குக் காலம் மாறக்கூடிய அரசியல் கருத்துக்களையுடைய சமூகத்தில் எண்ணிக்கை வடிவில் பலத்தைக் கோரும் அரசியல் மரபானது இலங்கை போன்ற நாட்டிற்கு சற்றும் பொருந்தாத விடயமாக உள்ளது. அத்துடன் இவ்வகையான அரசியல் மரபுகள் முன்னைய காலகட்டத்தில் காணப்படாததொன்றாகும். இங்கு நினைவுகூரத்தக்க முக்கிய விடயம் யாதெனில் பெரிய பிரித்தானியாவை எடுத்தால் கூட ஸ்கொட்லாந்து, வேல்ஸ் ஆகிய நாடுகளுக்கு உள்ளகத் தன்னாட்சி அதிகார பாரம்பரியம் காணப்படுகிறது.

ஆகவே தமிழர் தரப்பு கருத்துப்படி இலங்கை போன்ற நாட்டில் எண்ணிக்கை ரீதியான பெரும்பான்மையை அரசியல் ஆதாயத்திற்கு பயன்படுத்தி ஏனைய நிரந்தர சிறுபான்மையினரின் உரிமையை மறுக்க முற்படக்கூடாது.

தமிழர்களின் அரசியல் தொடர்பான தேவைகள் 1948ஆம் ஆண்டிற்கு முற்பட்ட காலப்பகுதியிலே தெளிவாக பரிந்துரைக்கப் பட்டன. 1930, 40களில் அரசியல் தேவைகள் அல்லது கல்விநிலை மாற்றங்களின்போது தமிழ், சிங்களம் ஆகியவற்றுக்கு சம அந்தஸ்து வழங்கப்பட்டு இருந்தது. (அரச ஆலோசனையை சிங்கள, தமிழ் மொழிகளை நாட்டின் நிர்வாக மொழியாக ஆக்கியதுடன் கல்வி தொடர்பான ஊடகமாக சுயபாஷாவிற்கு மாறியது) சமஷ்டி கட்சியின் ஆரம்பத்திற்கு முன்னர் இருந்த கட்சிகளின் தேவைகளில் அல்லது கோரிக்கைகளில் சிங்களவர்களின் பேதங்காணல் தொடர்பாக வெளிப்படையான குற்றச்சாட்டு ஒன்றும் இருக்கவில்லை என்பதை மறந்துவிட முடியாது. இருந்தபோதிலும், கல்லோய திட்டத்தின்போது முஸ்லிம் மக்களுக்கு சொந்தமான இடங்களில் தென்பகுதியைச் சேர்ந்த சிங்களவர்களை குடியமர்த்திய நடவடிக்கையானது ஒருவித அதிருப்தியைத் தோற்றுவித்தது.

சுதந்திர இலங்கையில் நிர்வாக மொழி பற்றிய கேள்வி தமிழர் களிடையே ஒரு பொது கோரிக்கையாக இருந்து வந்தது. இதில் இடதுசாரிகள் கூடி தமிழ், சிங்கள மொழிகளுக்கு சமத்துவமான ஒரு நிலை வேண்டி குரல் எழுப்பினர். அக்காலகட்டத்தில் தமிழ் அரசியல் கட்சியான அகில இலங்கைத் தமிழ் காங்கிரஸும் சம அந்தஸ்து வேண்டி நின்றது.

எனினும் முரணான நிகழ்வுகள் நடந்தேறின. சிங்களவர் மத்தியில் சிங்களம் மட்டுமே என்ற கோஷம் பெருகியதுடன் எஸ்.டபிள்யூ.ஆர்.டி.

பண்டாரநாயக்காவினால் புதிதாக ஆரம்பிக்கப்பட்ட இலங்கை சுதந்திர கட்சியின் அரசியல் விஞ்ஞாபனத்தில் முக்கிய விடயமாக இது கூறப் பட்டது. புதிதாக ஆரம்பிக்கப்பட்ட இக்கட்சியில் செல்வாக்கு மிகுந்த வழக்கறிஞரான ஏ.சி. நடராஜா, நிறைவேற்று ஆலோசனைக் குழுவில் அங்கம் வகித்ததுடன் மேலும் சில தமிழர்கள் உறுப்பினர்களாக இருந்துள்ளனர். 1956ஆம் ஆண்டு சுதந்திரக் கட்சி பிலிப் குணவர்தனா (இலங்கையின் இடதுசாரி முன்னோடிகளில் ஒருவர்) கூட்டணியுடன் ஆட்சி பீடம் ஏறி 24 மணித்தியலத்தில் சிங்களம் மட்டுமே என்ற கோஷம் வலுப்பெற்றது. இதன்போது, தனி சிங்கள சட்டம் இயற்றப் பட்டதுடன், நியாயமான தமிழ்மொழி உபயோகம் சம்பந்தமான ஒரு உத்தரவாதம் கொடுக்கப்பட்டிருந்தாலும், அது பற்றிய மேலதிக விளக்கங்கள் தரப்பட்டிருக்கவில்லை.

இச்சட்டத்திற்கு எதிராக புதிதாக உருவாகிய சமஷ்டி கட்சி தமிழர்கள் வாழும் வடக்கு கிழக்கு பிரதேசங்களில் சத்தியாக்கிரகத்தில் ஈடுபட்டது. தமிழ்மொழி உபயோகம் தொடர்பான தமிழ் தரப்பு அபிப்பிராயத்திற்கு ஆதரவாக மக்கள் அணி திரண்டனர். இதன்போது தமிழர் விரோத தாக்குதல்கள் மூலம் பதில் அளிக்கப்பட்டது.

தமிழர்கள் மீது பிரயோகிக்கப்பட்ட இத்தாக்குதல்களைத் தடுப்பதற்கான எவ்வித முயற்சிகளும் எடுக்கப்படவில்லை. பொலிஸார் வெறுமனே நின்று கொண்டிருந்தனர். மிக முக்கியமாக எஸ்.டபிள்யூ.ஆர்.டி. பண்டாரநாயக்காவினால் உள்நோக்கத்துடன் பல பொருள்பட கூடிய விதத்தில் விடுக்கப்பட்ட அறிக்கைகளினால் தமிழர் மீது ஆத்திரமடைந்த சிங்களவர்கள் பரவலாக தாக்குதல்களை மேற்கொண்டனர்.

இலங்கை வரலாற்றில் ஒரு புதிய அத்தியாயத்தின் ஆரம்பமான இது நாளடைவில் பல்கி பெருகி 1983ஆம் ஆண்டு உச்ச நிலையை அடைந்தது. இந்தத் திட்டமிட்ட இன அழிப்பில் அன்று இருந்த அரசு பிரதான பங்கு வகித்தது.

இந்தத் தருணத்தில் தமிழர் தாயக எண்ணக்கரு உருவம் பெற இன்றியமையாததாகக் காணப்பட்ட தமிழர் விரோத போராட்டம் பற்றிய இரு காரணிகளை குறிப்பிட வேண்டும்.

1. தாக்குதலுக்கு உள்ளான தமிழர்கள் அரசினால் வடக்கு, கிழக்கு பகுதிகளுக்கு அனுப்பி வைக்கப்பட்டமை.
2. அனுப்பப்பட்ட இம்மக்கள் மீள அவர்களின் சொந்த இடங் களுக்கு செல்லுமாறு உத்தியோகபூர்வமாக அறிவிக்கப் படாமை, எனினும் பெரும்பாலான தமிழர்கள் அவர்களாகவே மீள திரும்பியிருந்தனர்.

1956ஆம் ஆண்டிலிருந்தே தமிழரின் ஆட்புல எல்லை தொடர்பான அரசியல் கோரிக்கை தமிழர் மனதில் வேரூன்ற ஆரம்பித்தது. இங்கு குறிப்பிடக்கூடிய மற்றொரு விடயம் 1966, 1977 ஆண்டு கலவரங்களின் பிற்பாதியில் மலையகத் தமிழர்களும் அவர்களின் பிரதேசங்களிலிருந்து வடக்கு, கிழக்குக்கு விரட்டப்பட்டனர். தனி சிங்கள சட்டவாக்கத்தில் குறிப்பிடப்பட்ட நியாயமான தமிழ்மொழி உபயோகம் ஒருபோதும் முறையான வடிவம் பெறவில்லை. அத்துடன் இச்சட்டவாக்கத்தின்படி அமல்படுத்தப்பட்ட தமிழ் விரோத உணர்வலைகளின் விளைவாக வடக்கு, கிழக்கு பகுதியே பாதுகாப்பான பிரதேசம் என்ற உணர்வு இலங்கைத் தமிழரிடையே வேரூன்றியது.

வடக்கு கிழக்கு பிரதேசங்களைச் சேர்ந்த தமிழர்களின் அரசியல் அபிலாஷைகள் மீது அதிகரித்துக் கொண்டிருந்த அச்சுறுத்தல்கள் அவர்களை அந்தப் பிரதேசத்தைப் பாதுகாப்பாக வாழக்கூடிய இடமாக மேலும் மேலும் அடையாளப்படுத்தியது.

தேசிய அளவில் தமிழர்கள் ஓரங்கட்டப்படும் உணர்வு அரசியல் ரீதியாகவும், நிர்வாக ரீதியாகவும் புரிய ஆரம்பித்துக் கொண்டிருந்தது. 1959ஆம் ஆண்டு இதன் உறுதியான ஆரம்பம் இனங்காணப்பட்டது. இதன் ஆரம்பமாக 1959ஆம் ஆண்டு பண்டாரநாயக்காவினால் கிழித்தெறியப்பட்ட பண்டாரநாயக்க - செல்வநாயகம் ஒப்பந்தத்தைக் குறிப்பிடலாம்.

தேசிய ரீதியில் தமிழர்கள் ஓரங்கட்டப்பட்ட மற்றொரு சந்தர்ப்பமாக 1966ஆம் ஆண்டைக் குறிப்பிடலாம். இவ்வாண்டு அப்போதைய பிரதமர் டட்லி சேனநாயக்கா திரு செல்வநாயகத்துடன் ஒரு புரிந்துணர்வு அடிப்படையில் மாவட்ட ஆலோசனை சபை பற்றி ஆராய்ந்தார். இதன்போது இதற்கு எதிராக சுதந்திரக் கட்சி மட்டு மல்லாது இரு பிரதான இடதுசாரிக் கட்சிகளான லங்கா சமசமாஜ கட்சி, கம்யூனிஸ்ட் கட்சி என்பனவும் களத்தில் குதித்தன. இந்தக் கட்சிகளின் சுதந்திர கட்சியுடனான இணைவு தமிழர்களுக்கு பேரதிர்ச்சியைக் கொடுத்தது. அக்காலகட்டத்தில் இம்மார்க்ஸிய கட்சிகளில் குறிப்பிடத்தக்க தமிழ் உறுப்பினர்கள் இருந்ததுடன் கம்யூனிஸ்ட் கட்சியின் இந்த முடிவு, அதன் பிரதேச தன்னாட்சி ஆதரவாக அது எடுத்திருந்த நிலையிலிருந்து முற்றிலும் மாறுபட்ட தொன்றாக இருந்தது. 1966ஆம் ஆண்டு ஒப்பந்த நிராகரிப்பிற்கு மற்றுமொரு காரணம் யாதெனில் தமிழர் தரப்பு கோரிக்கை சம்பந்தமாக மிகைபட விடயங்கள் திரித்துக் கூறப்பட்டதாகும். இதன்போது இனரீதியாக கேலி செய்யும் செயல்களும் இடம்பெற்றன. உதாரணமாக டட்லியின் வயிற்றில் மசாலாவா என்பதைக்

குறிப்பிடலாம். இங்கு அதிர்ச்சியான விடயம் என்னவெனில் கம்யூனிஸ்ட் கட்சியின் உத்தியோகபூர்வ நாளிதழான 'அத்த'வில் இது அதிகளவில் பிரபல்யப்படுத்தப்பட்டது என்பதாகும்.

1960ஆம் ஆண்டு நடுப்பகுதியில் சமஷ்டி கோரிக்கையை முன் வைத்த தமிழரசுக் கட்சி அதிக தமிழர் பிரதேசங்களை பிரதிநிதித்துவப் படுத்தும் கட்சியாக உருவெடுத்திருந்தது. கிழக்கு மாகாண முஸ்லிம்களும் இக்கட்சி சார்பாக போட்டியிட்டு வென்றிருந்தனர். இந்தச் சந்தர்ப்பத்தில் கட்டாயமாக குறிப்பிட வேண்டிய மற்றொரு விடயம் சில தமிழ் அரசியல் வாதிகள் உதாரணமாக வவுனியாவைச் சேர்ந்த சி. சுந்தரலிங்கம் எம்.பி. மற்றும் வி. நவரட்ணம் எம்.பி. (ஊர்காவற்றுறை) ஆகியோர் தமிழரசுக் கட்சியில் இருந்து தோல்வியடைந்த எம்.பி.க்கள். தமிழர்களுக்கென தனிநாட்டு கோரிக்கை பற்றி பேச ஆரம்பித்திருந்தனர். இச்சந்தர்ப்பத்தில் பெரும்பாலான தமிழர்களால் இது அரசியல் வேடிக்கை பேச்சாகக் கருதப்பட்டது. தமிழரசுக் கட்சி இக்கோரிக்கையை நிராகரித்து வந்தது.

1960ஆம் ஆண்டுகளில் பொது சேவையில் புதியவர்களை சேர்த்துக் கொள்ளல் தொடர்பாக நிர்வாக ரீதியான பேதங்காணும் நடவடிக்கைகள் நடைபெற்றன. பொதுத்துறை சேவையில் தமிழர்களை இணைத்துக் கொள்ளும் சதவீதம் மெல்ல மெல்ல குறையத் தொடங்கியதுடன் ஒரு கட்டத்தில் அது சனத்தொகை விகிதாசாரத்திலும் குறைந்து காணப் பட்டது. தமிழரசுக் கட்சியின் கே.பி.ரட்ணம் எம்.பி. இது தொடர்பான பிரச்சினையை பாராளுமன்றத்தில் எழுப்பினார். இக்கால கட்டத்தில் முன்னரும் பின்னரும் இடம்பெற்ற இவ்வகையான செயற்பாடுகள் மூலம் எவ்வாறு நிர்வாகம் மெதுவாக சிங்கள மயப்படுத்தப்பட்டது என்பது புலனாகிறது.

தமிழர் தரப்பு பக்கம் இருந்து எதிர்ப்பு உணர்வலைகளை தோற்று வித்த முக்கிய காரணியாக சிங்கள கடும் போக்கு ஆட்சியாளர்களின் தமிழ் விரோத அணுகுமுறையாகும். இவ் அணுகுமுறை இரு மட்டங் களில் நடந்தேறின. முதலாவதாக உயர்மட்ட உத்தியோகத்தர்களின் தமிழ் விரோத நிலைப்பாடு மேலும் மேலும் வெளிப்படத் தொடங்கியது. (உதாரணமாக என்.கியூ. டயஸ் என்பவர் பாதுகாப்பு மற்றும் வெளிவிவகார அமைச்சின் நிரந்தர செயலாளராக நியமிக்கப்பட்டார்.) கீழ்மட்ட நிலைகளில் உள்வாங்கப்பட்ட சிங்களப் பொது சேவை ஊழியர்கள், அன்றைய பாடத்திட்டத்தின் காரணமாக தமிழில் ஒன்றும் தெரியாதவர்களாக காணப்படக்கூடிய கச்சேரிகளுக்கும் இவர்கள் அனுப்பப்பட்டனர். இந்நடவடிக்கையானது வடக்கு, கிழக்கு வாழ் சராசரி தமிழர்களின் வீட்டு வாசல் வரை இந்த சிங்கள மேலாதிக்கத்தைக் கொண்டு சென்றிருந்தனர்.

இந்நேரத்தில் முக்கியமாகக் கவனிக்கப்பட வேண்டிய உண்மை யாதெனில் சிங்களத்தை ஆட்சி மொழியாக பயன்படுத்துவதன் மூலம் படிப்படியாக சனத்தொகையில் ஒரு பிரிவினரை முழு அரச நிர்வாக இயந்திரத்தில் இருந்து புறந்தள்ளி வைப்பதற்கான முயற்சிகள் கடந்த காலங்களில் இடம்பெற்றிருந்தது. அரச நிர்வாகத்திற்கு என குறைந்தளவு தமிழர்கள் உள்வாங்கப்பட்டு முழுவதுமாக சிங்களமயமாக்கப்பட்டு வந்ததுடன் தமிழர்களின் தேவை பற்றி கவனத்தில் எடுப்பதற்கான வழிமுறைகள் குறைக்கப்பட்டன. இது விவசாயம், மருத்துவ சேவை, கல்வி போன்ற முக்கியமான துறைகளில் கூடுதலாக பிரதிபலித்தது. இத்துறைகளுக்கு உள்வாங்கப்படும் ஊழியர்கள் குறிப்பாக கீழ் மட்டத்தில் காணப்படக்கூடிய இவர்கள் தங்களின் கடமையின்போது சிங்கள மக்களுடன் நேரடியாக தொடர்புபடாதபோதும் சிங்களம் தெரிந்திருத்தல் அவசியமாக இருந்தது.

பேதங் காணும் நடவடிக்கைகளின் முக்கிய கட்டமாக கல்வி, வெளிப்படையாக பயன்படுத்தப்பட்டது. நிர்வாக ரீதியாக நீதியான வள பங்கீடு செய்யப்படவில்லை என்ற குற்றச்சாட்டு எழுந்தது. அது மட்டுமன்றி பல்கலைக்கழக அனுமதி முறைகளில் உள்ள ஒழுங்கீனம்/ அநீதி பற்றிய முறைப்பாடும் எழுந்தது. தமிழ் மாணவர்கள் மருத்துவம், பொறியியல் பீடங்களில் புகுவதற்கு தமிழ் புத்திஜீவிகள் உதவுவதாக அவர்கள் மீது குற்றஞ்சாட்டப்பட்டது.

III

இவற்றின் விளைவாக நாடு மிக முக்கியமான ஒரு கட்டத்திற்கு நகர்ந்தது. 1972ஆம் ஆண்டு தமிழர்களை இந்நாட்டின் தேசியத்தில் இருந்து புறந்தள்ள அல்லது வேறுபடுத்த முயற்சிகள் இடம்பெற்றன. அவர்களின் குடியுரிமையை மட்டுமின்றி இத்தீவின் ஆரம்பம் முதல் சிங்களவர்களுடன் வாழ்ந்த அவர்களின் வரலாற்று சமூக உரிமையையும் பறித்தெடுக்க நடவடிக்கைகள் மேற்கொள்ளப்பட்டன. 1972இல் சுதந்திரக் கட்சி, லங்கா சமசமாஜ கட்சி, கம்யூனிஸ்ட் கட்சி ஆகியவற்றின் கூட்டணி அரசாங்கம் இரு வரலாற்று பண்புகள் கொண்ட முதலாவது குடியரசு யாப்பை தயாரித்தது. இக்கூட்டணி அரசாங்கம் தமிழரசு கட்சியின் தலைமையில் தமிழ்மொழி பாவனை தொடர்பான போராட்டங்களுக்கு மத்தியிலும், மீண்டும் சிங்களமே நிர்வாக மொழி என பிரகடனம் செய்யப்பட்டது. அதுமட்டுமின்றி மிக முக்கியமாக தமிழர்களுக்கு எதிரான நோக்கத்துடன் சட்டரீதியான அல்லது நிர்வாக ரீதியாக மேற்கொள்ளப்படக்கூடிய நடவடிக்கைகளை தடுக்கும் முன்னைய யாப்பின் 29ஆவது சரத்தை நீக்கியது. கேதீஸ்வரன் வழக்கில் ஒரு தமிழர் பொது சேவை ஊழியர், பேதங்காணும் சட்டம்

தனக்கு எதிராக பாவிக்கப்படுவதை ஆட்சேபித்து நேர்மறைக் கழகம் (Privy Council) வரை சென்றிருந்தார். எனினும் 1972ஆம் ஆண்டு யாப்பில் குறிப்பிடப்பட்டிருந்த அடிப்படை உரிமைகள் நீதிமன்றத்தின் ஊடாக முன்வைக்க முடியாதவையாக இருந்தன.

இதனால் தமிழர்கள் அரசியல் ரீதியாக நம்பிக்கை இழந்திருந்தனர். 'பொல்செவிக்' புலமைவாதி என அழைக்கப்படும் மாபெரும் இடதுசாரித் தலைவர், முன்னணி வழக்கறிஞர் டாக்டர் கொல்வின் ஆர். டி சில்வா யாப்பு விவகாரங்கள் அமைச்சராக இருந்தும் குடியரசு யாப்பில் தமிழர்களின் இருப்பு சம்பந்தமான ஒரு உத்தரவாதத்தை வழங்கியிருக்கவில்லை.

1972ஆம் ஆண்டில் குறிப்பிடத்தக்க மற்றைய முக்கியமான விடயம் பல்கலைக்கழகம் புகுவதற்கான தரப்படுத்தல் உத்தியோக பூர்வமாக வெளியிடப்பட்டது. இதன் விளைவாக தமிழ் மாணவர்களின் பல்கலைக்கழகச் சந்தர்ப்பங்கள் வெகுவாகக் குறைக்கப்பட்டன. உயர் தொழில்களின் மீதான பிரவேசத்தின் அடிப்படையில் சமூக மட்டம் தீர்மானிக்கப்படும் தன்மையை உடைய தமிழர்களுக்கு இது பேரதிர்ச்சியைக் கொடுத்தது. இக்காலப்பகுதியில் இளைஞர்கள் உறுதியான நடவடிக்கைகளில் இறங்க ஆரம்பித்தனர். இலங்கை அரசியலில் ஒரு தாக்கத்தை ஏற்படுத்த வேண்டுமெனில், அனைத்து தமிழ் கட்சிகளும் ஒன்றாக இணைவதன் தேவை உணரப்பட்டது. சமஷ்டியை வேண்டி நின்ற தமிழரசுக் கட்சி வல்வெட்டித்துறை (1972), வட்டுக்கோட்டை (1976) மாநாடுகளில் தீர்மானங்களை எடுத்தது. முக்கியமாக தமிழர்களுக்கென தனிநாட்டு கோரிக்கை வட்டுக் கோட்டை மாநாட்டில் நிறைவேற்றப்பட்டது. இங்கு முக்கியமான விடயமாக தமிழர் ஐக்கிய முன்னணி (TUF) ஆட்சியிலிருந்த (கூட்டணி) கட்சிகளை தவிர்ந்த மற்றைய கட்சிகளின் தமிழ்த் தலைவர்களை ஒன்றிணைத்தது. உதாரணமாக திரு. கே.டபிள்யூ. தேவநாயகம் (UNP), திரு. எஸ். தொண்டமான் (CWC) போன்றோர் இம்முன்னணியை ஆரம்பிப்பதில், திரு. செல்வநாயகம் (FP) மற்றும் திரு ஜி.ஜி. பொன்னம்பலம் (ACTC) போன்ற தலைவர்களுடன் முன்னின்று ஈடுபட்டனர்.

IV

தற்போது நடைபெற்றுக்கொண்டிருக்கும் இவ் யுத்தம் மாறி வந்த அரசாங்கங்களினால் தமிழர் மீது திணிக்கப்பட்டதொன்றாக இலங்கைத் தமிழர்கள் கருதுகின்றனர். இவ் அரசாங்கங்கள் பெரும்பான்மை இன மக்களுக்கு பொறுப்புடன் நடந்து கொண்டதே தவிர நாடு என்ற ரீதியில்

ஒரு குறிப்பிட்ட பிரிவினரான தமிழர்களின் அபிலாஷைகளை கருத்தில் எடுக்கத் தவறிவிட்டன. இவ் அபிலாஷைகளை வெற்றி பெறுவதற்காக இடம்பெற்ற போராட்டங்களும் எழுப்பப்பட்ட குரல்களும் போதிய அனுதாப உணர்வுடன் நோக்கப்படவில்லை. தமிழர்களின் அரசியல் போராட்டத்தின் தன்மையையும் பண்பையும் சரியாக புரிந்துகொள்ளத் தவறிய மாறி வந்த அரசாங்கங்கள் அரசுக்கு எதிரான ஒரு யுத்தமாக அவற்றைக் கருதின. இதில் மிக வருந்தத்தக்க விடயம் யாதெனில், தமிழர்களின் அரசியல் அடக்குமுறை முயற்சிகளின்போது ஒவ்வொரு தமிழ் பிரஜையையும் எதிரியாக இவ் அரசாங்கங்கள் நோக்கின. மேலும், அரசின் யுத்த பிரயோகம் ஆயுத இயக்கத்துடன் மட்டும் நின்று விடாமல் ஒவ்வொரு தமிழர்களுக்கும் எதிராகத் திரும்பின.

1972ஆம் ஆண்டிற்கு பின்பிருந்தே தனி நாட்டு கோரிக்கை, தமிழர் தரப்பில் இருந்து எழுந்தது. இந்த நிலைக்கு தமிழர் தரப்பு தள்ளப் பட்டதற்கான பின்புலத்தை தர்க்கரீதியாக ஆராய்வது மிக முக்கியமான விடயமாகும். 1950ஆம் ஆண்டு காலப்பகுதியில் சம அந்தஸ்து கோரி நின்ற தமிழ் தரப்பு, சுமார் 20 ஆண்டுகளுக்குப் பின்னரே பிரிவினையைக் கோரியது. இந்த நிலைக்கு தமிழர் தள்ளப்படுவதற்கு சிங்கள அரசியல் வாதிகள் மட்டுமில்லாது சிங்கள மக்களின் அபிப்பிராயத்தை வெளிக் கொணரும் சிங்கள ஊடகங்கள் இப்பிரச்சினையைக் கையாண்ட விதமும் காரணமாக இருந்தது. சிங்கள அச்சு ஊடகம் சமஷ்டி முறையை பிரிவினையாகக் கருதியது. அரசியல்வாதிகள் கூட இதே கருத்தைக் கூறி வந்தனர். மேலும், இந்த சமஷ்டி கோரிக்கைக்கு வன்முறை கலந்த அடக்குமுறையை பாவிக்க வேண்டுமென இவ் ஊடகங்கள் விவாதித்தன. பிரதான சிங்கள ஊடகங்களின் வாயிலாக தமிழர் அபிலாஷைகள் மீதான ஒரு அனுதாப கருத்தை சாதாரண சிங்களக் குடிமகனுக்கு எடுத்துச்சொல்ல ஒருபோதும் சந்தர்ப்பம் ஏற்படப்போவதில்லை என்பதை ஒரு சாதாரண தமிழ்க் குடிமகன் நினைக்கின்றான். மேலும், இந்நாட்டின் புதல்வர்களாக தமிழர்களுக்கு உள்ள உரிமையை மறுக்கும் பிரதான பாத்திரமாக பௌத்த சங்கம் இருப்பதையிட்டு தமிழர்கள் பெரிதும் வருந்துகின்றனர்.

1970ஆம் ஆண்டு காலப்பகுதியில் தமிழ் ஆயுதப் போராட்டம் தொடங்கியது. தமிழ் இளைஞர் ஆயுதப் போராட்டத்தின் பண்பானது அது உருவாகிய வரலாற்றுப் பின்னணியை உறுதியாகப் பற்றியிருந்தது. அதன் அடிப்படையில் தமிழ் இளைஞரின் ஆயுதப் போராட்டத்தை புரிந்துகொள்ளக்கூடிய உண்மைகளாக பின்வருவன காணப்படுகின்றன.

(அ) அரசின் அநீதியான நடவடிக்கைகளுக்கும், ஆயுதப் படைகளின் அடக்குமுறைகளுக்கும் எவ்வாறு எதிர்த்தனரோ அவ்வாறே TULF இன் தலைமையையும் எதிர்த்தனர்.

(ஆ) இளைஞர்களின் தனிநாட்டு கோரிக்கையானது ஏற்கனவே செய்யப்பட்டதொன்று. எனினும் இதை அடைவதற்கான போதிய முயற்சிகள் எடுக்கப்படவில்லை.

(இ) தமிழ்நாட்டு இயக்கங்களை மாதிரியாகக் கொண்டோ அல்லது அவர்களின் தூண்டுதலினால் ஏற்பட்டதாக ஒரு போதும் தமிழ் போராட்டம் இருக்கவில்லை. எல்லா தமிழ் போராட்ட இயக்கங்களும் காலனித்துவ ஆட்சிக்குப் பின்னரான நிலைமை மற்றும் விடுதலைப் போராட்டத்தின் மீதான இடையூறுகள் ஆகியவற்றின் காரணங்களால் உருவானது. இது மார்க்ஸிய சித்தாந்தமாகக் காணப்பட்டதே அன்றி, மனநிலை மாற்றத்தால் ஏற்பட்டது அல்ல.

தமிழ் போராட்ட குழுக்களை சிங்கள ஊடகங்கள் பயங்கர வாதிகள், பலவந்தக்காரர்கள் மற்றும் பாசிச போக்காளர்கள் என எப்போதும் விமர்சித்து வந்தன. அமைதியை விரும்பும் தமிழர்கள், ஏன் இச்சந்தர்ப்பத்தை சரிசெய்வதற்கான முயற்சிகளை ஒருபோதும் எடுக்கவில்லை எனவும், போராட்டக் குழுக்களின் நடவடிக்கைகளை இவர்கள் ஏன் நிராகரிக்கவில்லை எனவும் கேள்விகள் அடிக்கடி எழுப்பப்பட்டன. இதற்கு பதிலாக தமிழ் புத்திஜீவிகள் அல்லது பெரியவர்கள் இவ்வகையான இளைஞர்களின் வன்முறை நடவடிக்கைகளுக்கு அவர்களால் ஒன்றுமே செய்ய முடியாது என தெரிவித்தனர். இதனை சுருக்கமாகக் கூறின், சுதந்திரத்திற்குப் பின் தமது பெரியவர்கள் மீது மேற்கொள்ளப்பட்ட அடக்குமுறைகளையும், அவமதிப்புகளையும் தமிழ் இளைஞர்கள் சகித்துக்கொள்ள முடியாதவர்களாக இருந்தனர். 1971ஆம் ஆண்டு ஏற்பட்ட ஜே.வி.பி.யின் கிளர்ச்சியை அன்றைய அரசாங்கம் கையாண்ட விதத்தை தமிழ் மக்கள் அவதானித்திருந்தனர். ஜே.வி.பி.இற்கு எதிராக அரசாங்கம் இராணுவ நடவடிக்கையை தரையில் மேற்கொண்டிருந்தாலும், அவர்கள் இயங்குவதாக சந்தேகிக்கப்படும் இடங்களுக்கு விமானத் தாக்குதல்கள் மேற்கொள்ளப் பட்டிருக்கவில்லை. மாறாக தமிழ் இளைஞர்களுக்கு எதிரான அரசாங்க இராணுவ நடவடிக்கையின்போது சிவிலியன்கள் மீது தரை மற்றும் ஆகாய மார்க்கமாக தாக்குதல்கள் தொடுக்கப்பட்டன. அரசாங்கத்தின் தாக்குதல்களின் போது, குண்டுத் தாக்குதல்கள் அதிகம் மேற்கொள்ளப்பட்டதுடன் தமிழர்கள் எல்லோரும் தாக்குதல் இலக்குகளாக மாற்றப்பட்டனர்.

தமிழ் இளைஞர்களின் வன்முறைக்கான மற்றொரு முக்கிய காரணியாக இராணுவம் மற்றும் பொலிஸாரின் கடுமையான துன்புறுத்தல்களும் காரணமாக அமைந்திருந்தன. *1974-1981*

காலப்பகுதியில் இவ்வகையான துன்புறுத்தல்கள் தமிழ் இளைஞர்கள் மீது பிரயோகிக்கப்பட்டதுடன் அன்றைய அரசாங்கம் இக்கொடுமைகள் பற்றி ஒருபோதும் பரிசோதிக்கவில்லை. போராளிகளினால் அரசுடன் இணைந்திருந்த தமிழ் அரசியல்வாதிகள் மீது நடத்தப்பட்ட தாக்குதல்கள் இதை விளக்கி நிற்கின்றன. மிக முக்கியமாக தமிழர்களின் வேதனைகளை தணிப்பதற்கு அரசியல் ரீதியாகவும் நிர்வாக ரீதியாகவும் ஒரு நடவடிக்கையும் மேற்கொள்ளப்படவில்லை. 1977ஆம் ஆண்டு ஜே.ஆர். ஜெயவர்தனாவின் தலைமையில் ஆட்சிபீடம் ஏறிய ஐ.தே.க. தமிழர் போராட்டத்தை கடுமையாக எதிர்த்ததுடன் சிவிலியன்களின் சுதந்திரம், இழப்புக்கள் பற்றி அசட்டைத் தன்மையுடன் காணப்பட்டது. 1977ஆம் ஆண்டு தேர்தல்கள், செல்வாக்கான மார்க்ஸிய எதிர்க்கட்சி ஒன்று இல்லாத நிலையில் இனரீதியாக நாட்டைப் பிரிப்பதற்கான ஒரு தெளிவான உண்மையை வெளிக்கொணர்ந்தது. 1977ஆம் ஆண்டு தேர்தலில் சுதந்திரக் கட்சி தோல்வியடைந்தமையால் தமிழர் விடுதலை ஐக்கிய கூட்டணித் தலைவர் அமிர்தலிங்கம் எதிர்க்கட்சித் தலைவரானார். ஐ.தே. கட்சி அதன் சிரேஷ்ட அமைச்சர்களில் ஒருவரான சிறில் மெத்யூவினால் வெளிப்படையாக மேற்கொள்ளப்பட்ட தமிழ் விரோத செயல்பாடுகளுக்கு எதிர்ப்பைத் தெரிவிக்கவில்லை. தமிழர்களிடையே காணப்படும் ஒரு பொது அபிப்பிராயம் யாதெனில் 1983ஆம் ஆண்டு இனக் கலவரம் அன்றைய அரசாங்கத்தால் முன்னின்று நடத்தப்பட்டதொன்று என்பதாகும். 1983ஆம் ஆண்டிலிருந்து அரசாங்கம் ஜே.ஆர். ஜெயவர்தனாவின் வார்த்தைகளில் நிலை கொண்டிருந்தது. அதாவது போர் என்றால் போர்; அவரின் கருத்துப் படி போரானது தமிழர்களுக்கு எதிராக நடத்தப்படும். அத்துடன் யுத்தம் மூலம் இது தீர்க்கப்படும் என்பதாக இருந்தது.

13ஆவது திருத்தச் சட்டம் தொடர்ந்து நிலையாக நீடித்திருக்க வில்லை (இத்திருத்தச்சட்டம் இந்தியாவின் அதிக தலையீட்டுடன் உருவானதே அன்றி தமிழர்களின் மனத்தாங்கல்களைப் புரிந்து கொண்டதாக அமையவில்லை). இவ் அம்சம் தமிழர்கள் பற்றியதான அரசின் பார்வையில் முக்கிய பண்பாக தொடர்ந்து கொண்டே வந்தது. 1977 மற்றும் 1988ஆம் ஆண்டு காலப்பகுதியில் தமிழர் அரசியல் வாதிகளின் பங்கைக் குறைத்து மதிப்பிட்டதற்கான பொறுப்பை தானே ஏற்க வேண்டும் என்ற உண்மையை அரசு ஓரளவே புரிந்து கொண்டது. 6ஆவது திருத்தச்சட்டம் தமிழர் விடுதலை ஐக்கிய முன்னணி மீள பாராளுமன்றம் செல்வதைத் தடுத்திருந்தது. தமிழர் ஆயுதப் போராட்டத்தை தோற்கடிக்க அரசு மேற்கொண்ட முயற்சிகள், வயது, குலம், பால், சமயம் மற்றும் பிரதேசம் போன்ற வித்தியாசங்கள் இன்றி அனைத்து

தமிழர்களுக்கு எதிராகவும் திரும்பியது. இந்தப் போக்கு சந்திரிகா குமாரதுங்க (1994-2001) காலப்பகுதியில் தெளிவாக விளங்கியதை இங்குக் கட்டாயம் குறிப்பிட வேண்டும். யாழ்ப்பாண மண்ணிலிருந்து எல்.ரி.ரி.ஈ.யினரை வன்னிக்கு விரட்டியதை யாழ்ப்பாணம் சிங்களவர்களால் மீள கைப்பற்றப்பட்டதாகக் காட்டியது. யாழ்ப் பாணத்தைக் கைப்பற்றியவுடன் அங்கு பரவலாக சிங்கக் கொடியை ஏற்றிய நடவடிக்கையானது, தமிழர்களை சிங்களவர்கள் வெற்றி கொண்டதாகக் காட்டப்பட்டதே தவிர தமிழர்களின் அபிலாஷைகளை புரிந்துகொண்டதாகத் தெரியவில்லை. சராசரி தமிழ் குடிமகனின் கணிப்புப்படி வன்னிப் பகுதி குண்டுத் தாக்குதல் அச்சம் காரணமாக வாழமுடியாத இடமாகவும், வடக்கு கிழக்குக்கு வெளியே அவர்கள் மீதான கட்டுப்பாடுகள் காரணமாக அங்கும் சீவிக்க முடியாத நிலையுமாக இருந்தது. இவை சம்பந்தமாக நன்கு ஆவணப்படுத்தப் பட்டுள்ளதுடன் இதைப் பற்றி மீளச் சொல்ல அவசியம் எற்படாது. இங்கு முக்கியமாகக் குறிப்பிடப்பட வேண்டிய விடயம் 2001ஆம் ஆண்டு இறுதியில் நடந்த தேர்தலில் இலங்கைத் தமிழர்கள் புலிகளின் கடந்தகால எல்லா செயற்பாடுகளும் திருப்தியளிக்காதபோதும் வெளிப்படையாக அவர்கள் புலிகளின் பின்னால் நின்றனர். தமிழர்கள் தமது அரசியல் மனத்தாங்கல்களைத் தீர்க்க அரசு விடுதலைப் புலிகளுடன் பேச வேண்டும் என கோரிக்கை விடுத்தனர். இதன் மூலம் எவ்வாறு மாறிவந்த அரசாங்கங்கள் இப்பிரச்சினையின் ஆழத்தைப் புரிந்து கொள்ளத் தவறிவிட்டனர் என்பது தெளிவாக விளங்குகின்றது.

V

இலங்கைத் தமிழர்களின் கருத்துப்படி இப்போரானது இரு பக்கத்தின் மரபு போர் என்ற வடிவமாக வளர்ந்து வந்திருக்கும். அதே வேளை அரசியல் ரீதியாக (உதாரணத்திற்கு 13ஆவது திருத்தச் சட்டம்) குறைவான முயற்சிகள் அதிகாரபீடத்தினால் மேற்கொள்ளப்பட்டு வந்துள்ளது.

இந்தியத் தலையீட்டினால் உருவான 13ஆவது திருத்தச் சட்டமானது தமிழ் - சிங்கள முரண்பாட்டில் முக்கிய மைல்களாகும். இதன்படி தமிழ் உத்தியோகபூர்வ மொழி அந்தஸ்தை பெற்றதுடன் குறிப்பிடத்தக்க அதிகாரப் பரவலாக்கத்தை உடைய மாகாண சபைகள் முறையை அறிமுகப்படுத்தியது. மேலும் வடக்கு, கிழக்கு இணைந்த மாகாணமாக வடிவெடுத்தது. இப்பண்புகள் இலங்கைத் தமிழர்களின் உரிமைகளை ஏற்றுக்கொள்வதற்கான ஒரு முதல்படியாக இருந்த போதும் இவை அமல்படுத்தப்பட்ட விதத்தைப் பார்க்கும்போது எதிர்பார்க்கப்பட்ட அதிகாரங்கள் உண்மையில் பரவலாக்கப்படாமல்

இருந்ததுடன் மத்திய அரசின் நிர்வாகத் தொழிற்பாடு இவ் அதிகாரங்களை சட்டரீதியற்றதாக ஆக்கும் முறைகளைக் கையாண்டு இருந்தது. அன்று இருந்த வடக்கு கிழக்கு மாகாண சபை முதல்வர் அதிக அரசியல் அழுத்தங்களுக்கு மத்தியில் வேலை செய்ய வேண்டி இருந்தது.

அதிகாரப் பரவலாக்கம் தொடர்ந்து முடக்கப்படுமேயானால் வடக்கு கிழக்கை சுதந்திரப் பிரதேசமாக அறிவிக்க வேண்டிய நிலைக்கு தான் தள்ளப்படலாம் என ஒரு சந்தர்ப்பத்தில் இவர் கூறியிருந்தார். தமிழர்களை நிர்வாக ரீதியாக ஓரங்கட்டும் பல்வேறு முயற்சிகள் நடைபெற்றுக்கொண்டிருந்தது. தமிழ் எல்லை கிராமங்களை சிங்களப் பெரும்பான்மை மாவட்டங்களின் கீழ் கொண்டு வந்தமை தொடர்பாக அடிக்கடி எழுப்பப்பட்ட முறைப்பாடுகளை இவற்றில் ஒன்றாகக் குறிப்பிடலாம். வவுனியா மாவட்டத்திலும் கிழக்கிலும் திருகோணமலைக்கு வடக்குப் பகுதிகளிலும் இவை இடம்பெற்றுள்ளன. உதாரணமாக அன்றைய காலகட்டத்தில் மதவாச்சி, வவுனியா மாவட்டத்துடன் இணைக்கப்பட்டிருந்தது. இது ஜே.ஆர்.ஜெய வர்தனா ஆட்சியில் இருந்தபோது இடம்பெற்றது. தமிழர் விடுதலை ஐக்கிய கூட்டணி அரசின் குடியேற்ற நடவடிக்கைகள் பின்வாங்கப்படும் வரை பாராளுமன்ற நிகழ்வுகளை பகிஷ்கரித்தது. இவ்வகையான ஓரங்கட்டப்படும் சந்தர்ப்பங்கள் தற்போதும் நிர்வாக அடிமட்டங்களில் இடம்பெறுகின்றது. உதாரணமாக, தமிழ் மக்களுக்கு சிங்களத்தில் கடிதங்கள் அனுப்பப்படுவதைக் குறிப்பிடலாம்.

இங்கு அரசியல் மட்டத்தில் எடுக்கப்படும் ஒரு முடிவு எவ்வாறு நிர்வாக ரீதியாக நடைமுறைப்படுத்தப்படுகின்றது என்பது பற்றிய முக்கிய கேள்வி எழுகின்றது. மாவட்ட அபிவிருத்தி சபையின் நிர்வாகம், பெயரளவில் இருந்திருந்தும் கூட, நிர்வாகத் தலையீடுகள் காரணமாக சாத்தியப்படாமல் போனது. மேலும் மாகாண சபை முறை மத்திய அரசின் செயற்பாடுகள்/அழுத்தங்கள் ஆகியவற்றுக்கு உள்ளாகி இருந்தது. இலங்கை போன்ற ஒரு சிறிய நாட்டில் மத்திய அரசு தனது அதிகாரத்தைப் பகிர்ந்துகொள்ள விரும்பாதது சாத்தியமான விடயமாகும். இது சிங்களவர்களைப் பெரும்பான்மையாகக் கொண்ட மாகாணசபைகளில் முக்கியமாக வடமேல் மாகாண சபையில் ஏற்பட்ட எதிர்ப்புகள் இதனை நிரூபணம் செய்கின்றன. முக்கியமாக எந்த அரசியல் தீர்விலும் நடைமுறைப்படுத்தப்படும் விதம் மற்றும் மேற்பார்வை பற்றி தெளிவாக எல்லைகள் காட்டப்பட வேண்டும். இவ்வகையான அரசியல் தலையீடுகளும், அரசியல் பின்வாங்கல்களும் ஒப்பந்தங்களின் பின்னரே நிகழ்கின்றன. எனவேதான் நாட்டுக்கு வெளியே இருந்து ஒரு மூன்றாம் தரப்பு மத்தியஸ்தம் செய்து பேச்சை

ஆரம்பிக்கவும் அமலப்படுத்தப்படும் விடயங்களை கண்காணிக்கவும் அத்தியாவசியமாகக் கருதப்படுகிறது.

இன்றைய சூழ்நிலையில் நோர்வேயின் வருகை எவ்வாறு இரு இனங்களுக்குமிடையேயான பரஸ்பர சந்தேகத் தன்மையின் மத்தியில் அதன் அவசியமான பங்கை தெளிவாகக் காட்டுகின்றது.

VI

தவறான அரசியல் நம்பிக்கைகளின் அடிப்படையில் உருவாக்கப் பட்ட தட்டிக்கழிக்கப்பட முடியாத விடயங்கள் பற்றி ஆராய முன்னர் இங்கு மற்றொரு முக்கியமாக பலராலும் வெகுவாக உணரப்பட்ட புரிந்துகொள்ளப்பட்ட பொருளாதார பேதங்கள் பற்றி குறிப்பிட வேண்டும். 1940ஆம் ஆண்டு காலப்பகுதியிலிருந்து தமிழர்களுக்கு எதிராகத் தொடர்ந்து பொருளாதார ரீதியில் பேதங்கள் காட்டப்படுகின்றன. வடக்கைப் பொறுத்தவரை போர்த்துக்கேயரின் காலத்திலிருந்து காலனித்துவ சுரண்டல்களுக்கு முகம் கொடுத்திருந்தது. பௌதீக வளங்கள் பற்றிய ஒரு திட்டமிடப்பட்ட அபிவிருத்தி இப்பிரதேசங்களில் போர்த்துக்கேயர் ஆதிக்க காலத்திலிருந்து இருக்கவில்லை. திரு. நித்தியானந்தன் அண்மையில் எழுதிய 'இலங்கைப் பொருளாதாரமும் வடக்கு கிழக்கு பரிமாணமும்' எனும் நூலில் பொருளாதார வளங் களான மீன்பிடி, புகையிலைச் செய்கை, பனம்பொருள் கைத்தொழில் போன்றன போதிய அளவில் கவனிக்கப்படாமல் இருந்ததை தெளிவாகக் குறிப்பிட்டுள்ளார். இப்பிரதேச மக்கள் இப்புறக்கணிப்பு காரணமாக காலனித்துவ நிர்வாக முறைக்கு மாறவேண்டிய நிலைக்கும் தள்ளப்பட்டனர். ஆரம்ப கால கட்டத்தில் இம்முறை கிறிஸ்தவமதத்துடன் இணைக்கப்பட்ட ஒரு பொதியாக வழங்கப் பட்டது. ஆங்கிலேய காலனித்துவக்காரர்களின் நிர்வாக முறையில் இவ்விடயம் கல்விமுறையில் இருந்து அகற்றியது. ஆனாலும், வளங்களை மிருதுவாக அடைந்து வந்திருந்தது.

இதனால் கல்வி முறை என்பது வெறுமனே முன்னேறுவதற்கான பொருளாதார வழியாகக் கருதப்படும் நிலை உருவானது. மேலும் கல்வியானது அதிக முக்கியத்துவம், அதிக கௌரவமான விடயமாக மாறியதுடன், கல்வியைத் தமது பிரதான பொருளாக யாழ்ப்பாணத் தமிழர்கள் எண்ண ஆரம்பித்தனர். சுதந்திரத்திற்குப் பின்னரான அரசாங்கங்களின் மொழிக் கொள்கை மற்றும் தரப்படுத்தல் என்பன இளைஞர்களின் அமைதியை குலைத்ததுடன் அவர்களை கலகத்தில் ஈடுபடத் தூண்டியது.

இங்கு மறக்கமுடியாத விடயம், 1970களில் தரப்படுத்தலுக்கு எதிராக மாணவர் போராட்டங்களை பெரிய பாடசாலைகளே ஒழுங்கு செய்திருந்தன என்பதாகும். ஒரு பக்கம் தந்திரமான முறையில் தொழில்சார் கற்கை நெறிகள் மீதான நடைமுறைப்படுத்திய தரப்படுத்தல் மூலம் தமிழர்களின் அனுமதியைக் குறைத்ததும், அதேவேளை மறுபுறம் அனுபவ முதிர்ச்சித் தகைமைகள் என்பன பாராது பொதுச்சேவையில் வெளிப்படையாக பதவி உயர்வுகளும் மேற்கொள்ளப்பட்டன.

இவை தமிழ் தொழில்சார் வல்லுனர்களை ஆங்கில நாடுகளுக்கு இடம்பெயரச் செய்தது. போரின் பேரழிவுகள் உணரப்படும் தறுவாயில் குறைந்தோரே இடம்பெயர்ந்திருந்தனர். வளங்களின் அபிவிருத்திக்காக எந்த முயற்சிகளும் மேற்கொள்ளப்பட்டிருக்கவில்லை. (மேலதிக விபரங்களுக்கு திரு. நித்தியானந்தனின் நூலைப் பார்க்கவும்) அன்றிருந்த அரசாங்கம் பயங்கரவாதத்தை அடக்குவோம் என்ற ரீதியில் மேற்கொண்ட போர்க்கால செயற்பாடுகள் மூலம் நிலத்தை அடிப்படையாகக் கொண்டு பல்வேறு தொழில்களில் ஈடுபட்டோரும், மீனவர்களும் பெரும் பாதிப்புக்களுக்கு ஆளானார்கள். இவற்றின் விளைவாக மேலும் மேலும் திறமையான, திறமையற்ற ஊழியர்கள் மேலைநாடுகளில் தஞ்சம் தேடிச் சென்றனர். மிக மோசமடைந்திருந்த இன உறவுகளில் முக்கியமான தருணமாக 1970களின் நடுப்பகுதியில் வெங்காயம், கிழங்கு ஆகியனவற்றுக்கு எதிராக இறக்குமதி தடை விதிக்கப்பட்டது. இதன் மூலம் யாழ்ப்பாண விவசாயிகள் பெரிதும் நன்மையடைந்தனர். இது 1988 ஜனாதிபதி தேர்தலின்போது சிறிமாவிற்கு போதிய வாக்குகளை இப்பிரதேச விவசாயிகளிடம் இருந்து பெற்றுத் தந்தது.

பிரபல்யமான தமிழ் வியாபாரிகளினால் வர்த்தக ரீதியிலான பல நடவடிக்கைகள் ஆரம்பிக்கப்பட்டன. சிங்களப் பகுதிகளில் காலத்திற்குக் காலம் தமிழர்கள் மீது திட்டமிட்டு மேற்கொள்ளப்பட்ட தாக்குதல்களின் காரணமாக பல சில்லறை வியாபாரிகளும் சிறிய வியாபாரிகளும் அவ்விடங்களை விட்டு வெளியேறினர். 1980களில் ஜே.ஆரின் காலப் பகுதியில் திறந்த பொருளாதார கொள்கையின் அடிப்படையில் தமிழர் மூலதனத்தைக் கொண்ட பெரிய கம்பனிகள் சிறப்பாக இயங்கின என்பதையும் இங்குக் குறிப்பிடலாம்.

வடக்கு, கிழக்கில் ஏற்பட்ட மீன்பிடித் தொழில், பனிக்கட்டி தொழிற்சாலைகள் ஆகியனவற்றில் ஏற்பட்ட வீழ்ச்சி நாட்டின் பொருளாதாரத்தைப் பாதித்தது. இம்மக்களிடையே வாழ்வதற்கான அச்சமும், சொத்துக்கள் தொடர்பான அச்சமும் அடிப்படையாக

இருந்தது. இவை தொடர்பான அச்சமும் கஷ்டங்களும் பாதுகாப்பற்ற தன்மையும் நாட்டின் ஒருமைப்பாடு பற்றிய அடிப்படை கேள்வி ஒன்றை எழுப்பியது. அதாவது ஆங்கிலேய ஆட்சிக்குப் பிந்திய விடயமாகவே இந்த ஒருமைப்பாடு பற்றிய கேள்வி எழுந்தது. 1833ஆம் ஆண்டு கோல்புறுக் யாப்பு குழுவின்படி மத்திய அரசுடன் ஒருங்கமைந்த வகையிலான நிர்வாகம் சிபாரிசு செய்யப்பட்டிருந்தது. அதற்கு முன்னரான காலப்பகுதியில் வேறுபட்ட நிர்வாக அலகுகள் காணப்பட்டிருந்தது. போர்த்துக்கேயரும், டச்சு ஆட்சியாளர்களும் ஒருவகையான சமூக அசமநிலையை கரையோர பிரதேசங்களுக்கும் மலைநாட்டுப் பிரதேசங்களுக்கும் இடையே ஏற்படுத்தி இருந்தனர். இதன் விளைவாக சிங்களவர்களிடையே மேல்நாட்டு சிங்களவர், கீழ்நாட்டு சிங்களவர் என்று தரம்பிரிக்கப்பட்டது.

சிங்கள தேசியம் அதனைப் பலப்படுத்துவதற்கு காலனித்துவ ஆட்சியாளர்களின் தந்திரோபாயங்களில் தங்கியிருக்கக்கூடாது. ஒருமைப்பாடு பற்றிய கேள்வி ஆனது ஒரு தேசம் என்ற எண்ணக் கருவுடன் சம்பந்தப்பட்டது. இதன் சிங்கள மொழியாக்கம் ஜாதிய என்பதாகும். சிங்களவர்களிடையே இலங்கையர் என்பது சிங்களவர்களை மட்டுமே குறிக்கின்ற ஒரு சொல்லாகக் காட்டப்பட்டது. இலங்கை உணவு எனும்போது அது சிங்கள உணவை மட்டும் ஆகவும், இலங்கை உடை என்பது சிங்களவர்களின் உடையை மட்டும் ஆகவும், இலங்கை சங்கீதம் எனும் போது அது சிங்கள சங்கீதத்தை மட்டும் ஆகவும் குறிப்பிடுவதாக பொருள் கூறப்பட்டது.

உல்லாசப் பயணத்துறை போன்ற நடவடிக்கைகளின் போது வெளிநாடுகளுக்கு இலங்கையின் பண்பாட்டு விடயங்கள் குறிப்பிடப் படும் சந்தர்ப்பங்களில் வரலாற்றுப் பின்னணியைக் கொண்ட மற்றைய சமூகங்கள் பற்றிய விளக்கம் கொடுக்கப்படவில்லை. இச்சமூகங்கள் சிங்கள சமூகத்தைப் போன்று தனக்கே உரித்தான வேறுபட்ட பண்பாட்டுப் பாரம்பரியங்கள் சங்கீதம், இலக்கியங்களைக் கொண்டிருந்தன. எந்த வொரு அரசாங்க நிறுவனமும் அதனுடைய தேசியளவிலான வேலைத் திட்டங்களுக்கு சிங்களமல்லாத பெயரைச் சூட்ட முன்வரவில்லை. இதைவிட அரசாங்க கூட்டுத்தாபனங்களினதும் அரச வங்கிகளினதும் வாடிக்கையாளர்களாக தமிழர்கள், முஸ்லிம்கள், இருந்தும் விளம்பர அனுசரணை நிகழ்ச்சிகளில் இவர்கள் புறக்கணிக்கப்பட்டனர்.

ஒருகட்டத்தில் இவ்வகையான புறக்கணிப்பு அரசினால் அச்சிடப் படும் பாடத்திட்டங்களிலும் காணப்பட்டது. இவ்வகையான தொடர் நிகழ்வுகள் மற்றைய சமூகங்களில் வயது வித்தியாசமின்றி அனைவரினாலும் அவர் இந்நாட்டின் ஒரு பகுதியினர் அல்லர் என்ற உணர்விற்கு இட்டுச்

சென்றது. மேலும் இலங்கையர் என்ற ரீதியில் அனுபவிக்கக்கூடிய சலுகைகளுக்கு உரித்துடையவர்கள் என்ற உணர்வும் ஏற்பட ஆரம்பித்தது. இந்நடவடிக்கைகள் நாட்டின் பிரதான தொழிற்பாட்டிலிருந்து சிறுபான்மையினரை பிரபலமற்றதாக்கி இணைக்கப்பட முடியாத ஒரு இடைவெளியை உருவாக்கியது. இவ்வகையான ஒரு உளரீதியான வேறுபாட்டின் விளைவாக தமிழர்களுக்கென ஒரு பிரதேசம் பற்றி அழுத்திக் கூறப்பட்டது. இப்போது முஸ்லிம்களுக்குள்ளும் பிரதேசம் பற்றி கதை கட்டுகின்றது.

இலங்கையை சிங்களவர்களுடன் மட்டும் ஒப்பிட்டு கதைப்பது, தமிழர்களிடையே பெரும் அசௌகரியத்தை ஏற்படுத்தியது. அவர்கள் எதிர்பார்ப்புப்படி தமிழர்கள் என்ற அடையாளம் போலவே இலங்கையின் ஒரு பகுதியினர் என்ற அடையாளம் முக்கியத்துவம் வாய்ந்ததாக இருந்தது.

இலங்கை சுதந்திரத்திற்குப் பின்னரான ஐம்பது ஆண்டு காலப் பகுதியில், சமூகங்களுக்கிடையேயான ஒருங்கிணைவு என்ற எண்ணக் கரு இருக்கவில்லை. ஆனாலும் 1997ஆம் ஆண்டில் இதற்கென ஒரு தனி அமைச்சு உருவாக்கப்பட்டது. இருந்தபோதும் 1997ஆம் ஆண்டு மேற்கொள்ளப்பட்ட முயற்சி வெறுமனே பெயரளவில் காணப்பட்டதே அன்றி உண்மையானதாக இருக்கவில்லை.

இவற்றின் பின்னணியை அடிப்படையாகக் கொண்டே தேசிய அடையாளம் பற்றி தமிழர் தரப்பு வற்புறுத்தல் எழுந்ததாகக் கருதப்படுகிறது. அவர்கள் தம்மை ஒரு தேசிய இனமாகக் கருத வேண்டும் என கோரினர். அரசியல் உரிமை மறுப்பு மற்றும் பொருளாதார விருத்திக்கான தடைகள் ஆகிய காரணிகள் உளவியல் ரீதியான ஒரு விரோத உணர்வின் வேகத்தை மேலும் அதிகரிக்கச் செய்தது. இதன் இறுதிவடிவமாக தமிழர்கள் தம்மை தேசியமாக ஏற்றுக்கொள்ளும்படி கோரிக்கை விடுத்தனர். 'சிறுபான்மையினர்' எனும் பதத்தைப் பாவிப்பது தமிழ் இளைஞர்களை ஆத்திரமடையச் செய்ததுடன் தேசிய ரீதியாக தம்மை அடையாளப்படுத்த 'தமிழ் தேசியம்' எனும் பதம் பாவிக்கப்படுவதை வேண்டி நின்றனர். இங்குக் குறிப்பிடக்கூடிய முக்கிய விடயம் இன்று கிழக்கில் முஸ்லிம் இளைஞர்களின் ஒரு பகுதியினர் முஸ்லிம் தேசம் பற்றி பேசிக்கொண்டிருக்கின்றனர் என்பதாகும்.

இலங்கையை சிங்கள தேசமாக அர்த்தப்படுத்தி இருந்தும் சில சுவாரஸ்யமான விடயங்கள் குடியரசு யாப்பிலிருந்து விடுபட்டிருந்தது. அண்மையில் துணை ஜனாதிபதியின் அவசியத்தைப் பற்றியதான யாப்பு

மாற்றம் சம்பந்தமான பேச்சுக்கள் வெளிவரத் தொடங்கியபோது, யோசனைகள் எல்லாம் கம்பளத்தின் கீழ் சத்தமில்லாமல் வைக்கப் பட்டன. ஏனெனில் துணை ஜனாதிபதி சிறுபான்மையினத்தைச் சேர்ந்தவராக இருக்கலாம். அத்துடன் அசாதாரண நிலைமைகளின் போது நாட்டில் குறிப்பிட்ட காலத்திற்கு பதில் ஜனாதிபதியாகக் கூட வரலாம்.

இனப் போருக்கு முன்னைய காலப்பகுதியில் இலங்கைத் தமிழர்கள் பிரதேச ரீதியாக பிரிந்து நின்றனர் என்பது வரலாற்று உண்மையாகும். இவர்கள் மட்டக்களப்பு, திருகோணமலை குறிப்பாக கடற்கரையை அண்டிய மூதூர் பகுதிகள், வன்னி, யாழ்ப்பாணம் மற்றும் மன்னார் பகுதிகள் அவற்றுக்கே உரித்தான உபகலாச்சாரங்களைக் கொண்டிருந்தன. மட்டக்களப்பு மற்றும் வன்னி பிரதேசங்களில் யாழ்ப்பாண விரோத மனப்பான்மை இருந்தது எனினும் ஆட்சியிலிருந்த அரசாங்கங்கள் குறிப்பாக 1960ஆம் ஆண்டுகளில் இருந்து இலங்கைத் தமிழர்களை ஒரே தன்மையாகக் கையாண்ட விதமானது அரசியல் யதார்த்தமாகும். ஆயினும் தமிழ் இளைஞர் போராட்ட இயக்கங்கள் இவற்றுக்கிடையில் ஒற்றுமையை ஏற்படுத்த பெரும் பங்காற்றின. வடமேற்கைச் சேர்ந்த அதாவது நீர்கொழும்பு, புத்தளம் ஆகிய கரையோர பிரதேசத்தைச் சேர்ந்த தமிழர்கள் கத்தோலிக்க தேவாலயங்களின் தூண்டுதலினால் தமிழ்த் தன்மையை இழந்தனர். இந்து கிராமங்கள் மட்டுமே அவர்களின் தமிழ் அடையாளத்தை (உ-ம்: உடப்பு) தக்கவைத்துக்கொண்டன. தலைநகரான கொழும்பில் தெற்கிலும் மத்திய வகுப்பினரும் கொழும்பு வடக்கில் தொழிலாளர்கள் மற்றும் வியாபாரிகள் என இலங்கைத் தமிழர் இருந்தனர். 1983 ஆண்டிற்குப் பின்னர் கொழும்பில் தமிழர்கள் எந்தவொரு பெரிய அரசியல் முடிவில் பங்குபெறுவதிலிருந்து விலகி இருந்தனர். அத்துடன் இன்று கொழும்பில் தமிழர்களின் வாக்குகளில் ஏற்பட்ட அதிகரிப்பு மலைநாட்டுத் தமிழர்களினால் ஏற்பட்டதாகக் கருதப்படுகிறது.

இதன்மூலம் மலைநாட்டுத் தமிழர்கள் மீதான 'இலங்கையர்' என்ற கேள்வி எழுகின்றது. இவர்கள் தற்போது மலையகத் தமிழர்கள் என அழைக்கப்படுகின்றனர். தமிழ் போராட்ட இயக்கங்கள் பெருந் தோட்ட தமிழ்த் தொழிலாளர்களை இலங்கைத் தமிழரில் ஒரு பகுதி யினராகப் பார்க்கின்றனர். இது 'திம்பு கோரிக்கைகள்' சற்று தெளிவாகவே கூறப்பட்டிருந்தது. இருந்தபோதிலும், பெரிய தமிழ் அரசியல் கட்சிகளான இலங்கைத் தொழிலாளர் காங்கிரஸ் போன்றவையும் இச்சமூகத்தைச் சேர்ந்த புத்திஜீவிகளும் இந்திய பூர்வீகத் தமிழர் என்பதை அடையாளப்படுத்தவே விரும்புகின்றனர். மேலும், அவர்கள் ஒரு

அரசியல் இணைப்பை விரும்பவில்லை. 1960 மற்றும் 1970களில் மலைநாட்டிலிருந்து அகதிகளாக வடக்கு கிழக்கு பகுதிகளுக்குச் சென்ற தமிழர்களின் சமூக - கலாச்சார இணைபு ஒரு விதத்தில் முடிந்துள்ளது.

எப்பிரிவினர் இலங்கைத் தமிழர்கள் என்ற வரையில் சேர்த்து கொள்ளப்பட வேண்டியவர்கள் எனும் கேள்வி ஒருபுறம் இருக்க, அதன் பிரதான பிரிவினராக வடக்கு, கிழக்கு மற்றும் வடமேல் மாகாணத்தைச் சேர்ந்த சில கிராமத்தைச் சேர்ந்த தமிழர்களும் உள்ளடக்கப்படுகின்றனர். இலங்கைத் தமிழர்களின் அடையாளப் படுத்தும் பிரதானமான பூகோள அலகாக வடக்கு கிழக்கு மாறியது. மேலும் வடக்கு கிழக்கு பிரதேசமும் எவ்வாறு இலங்கைத் தமிழர் களுக்கு தாயக பூமியோ அதேபோல இலங்கை மூர் (Ceylon Moors) இனத்தின் ஒரு பகுதியினருக்கும் தாயகபூமியாக தற்போது ஏற்றுக் கொள்ளப்படுகிறது.

மாறிவந்த அரசாங்கங்களின் நடவடிக்கைகள் ஆனது இலங்கைத் தமிழர்களை ஓர் தேசிய இனமாக அங்கீகரிப்பதை மறுதலித்தது. இதன் காரணமாக தம்மை இந்நாட்டின் ஒரு இனப்பிரிவாக தேசியமாக நோக்க வேண்டும் என்ற அரசியல் எண்ணம் இலங்கைத் தமிழர்களிடையே உருவானது. இந்த அடிப்படையில் இலங்கைத் தமிழர்களின் தேசப் பற்று ஒரு தற்காப்பு அரசியல் கொள்கையாக இருந்தது. இதுவே மேற்கூறப்பட்ட எண்ணம் வளர்வதற்கு பிரதான காரணமாக அமைந்தது.

ஜாதிக சிந்தனைய என்ற அமைப்பு சிங்கள சமூகத்தில் இலங்கைத் தமிழர்கள் இணைத்துக்கொள்வதன் மூலம் இலங்கை (சிங்கள) தேசியத்தில் அவர்களை உள்வாங்கிக் கொள்ள சிங்களவர்கள் தயாராக இருக்கின்றனர் என வாதிட்டது. இந்த வகையிலேயே சலாகம்ஸ் (தமிழ்நாட்டிலிருந்து கறுவாப்பட்டை உரிப்பதற்காக வந்த தமிழர்கள்) முழு சிங்கள இனக் குலமாக தற்போது காட்டப்படு கின்றனர். எனினும், எல்லைகள் நிர்ணயிக்கப்பட்ட குடியிருப்புகளை வரலாறு ரீதியாகக் கொண்டிருந்த இலங்கைத் தமிழர்கள் இவ்விதமாக இணைப்பை நிராகரித்தனர். இவ்விதமான ஒரு பயம், இலங்கைத் தமிழரின் தமிழ்த் தன்மை சம்பந்தமான அழுத்தத்தை உளரீதியாக அதிகரித்தது. அதேநேரம், தென்னிந்திய தமிழர்களுடனான மொழி வாரியான மற்றும் கலாசார ரீதியான ஒரு நெருக்கம் நன்றாகக் குறிப்பிட்டு காட்டப்பட்டிருந்தது. இலங்கைத் தமிழர்களை பொறுத்த வரை அவர்களின் சமயம் தொடர்பான நம்பிக்கைகளின் அடித்தளம் தமிழ்நாட்டிலிருந்தே பெறப்பட்டது. தென் இந்தியாவின் பிரசித்தி

பெற்ற சைவ ஆலயங்கள் இலங்கைத் தமிழர்களின் சமய வழிபாட்டு நிலையங்களாக இருக்கின்றன. இவ்விடயத்தில் தமிழ்நாட்டு அரசியல் ஆதாரங்களில் இருந்து வந்து கொண்டிருக்கும் அச்சுறுத்தல் பற்றிய விடங்களை ஆராய முற்படத் தேவையில்லை. மாறாக இங்கு தெளிவாக புரிந்துகொள்ளப்பட வேண்டிய விடயம், தமிழர்கள் இந்துசமயத்தை அவர்களின் முக்கிய அம்சமாக அடையாளப்படுத்த முனையவில்லை. தமிழ் கிறிஸ்தவர்களும் தமிழ் இந்துக்களைப் போல தமிழ் கலாசாரத்தின் பகுதியாக இருக்கின்றனர். தமிழ் தரப்பு கோரிக்கையை வெளிக்கொண்டுவருவதில் கிறிஸ்தவத் தலைமையானது முக்கியப் பங்காற்றியுள்ளது. அதுமட்டுமன்றி தமிழ்ப் போராட்ட இயக்கங்களிலும் இந்து, கிறிஸ்தவ இளைஞர்கள் ஒன்றாகச் சேர்ந்து போராடி இருந்தனர். இலக்கியம், சங்கீதம், கட்டிட வடிவமைப்பு போன்ற கலாசாரத் துறைகளுடன் தென் இந்திய தமிழர்களுடனான தொடர்பை இலங்கைத் தமிழர்கள் வேண்டி நிற்கின்றனர். இதே வேளை, தமிழ் இலக்கிய அறிவை ஆழமாக்குவதிலும் பெருக்கு வதிலும் இலங்கைத் தமிழர்களின் உண்மையான சிறந்த பங்களிப்பை தென்இந்தியத் தமிழர்களே ஏற்றுக்கொள்கின்றனர். தமிழ் இலக்கியத்தில் அந்த ஒரு வரலாற்றுப் பகுதியையும் நீக்கிவிட முடியாது. உதாரணமாக 19ஆம் நூற்றாண்டு பெரியோர்களான ஆறுமுக நாவலர், சி.டபிள்யூ. தாமோதரம்பிள்ளை மற்றும் சுவாமி விபுலானந்த மற்றும் வரலாற்று ஆசிரியர்கள் போன்றோரைக் குறிப்பிடலாம்.

தமிழ்நாட்டிற்கும் இலங்கைத் தமிழர்களுக்கும் இடையிலான இந்தக் கலாசார இணைப்பை சிங்களவர்கள் தவறாகப் புரிந்துகொள்ளவோ, தவறாக அர்த்தப்படுத்திக் கொள்ளவோ கூடாது என்பதே இலங்கைத் தமிழரின் எதிர்பார்ப்பு ஆகும். சமஷ்டி கட்சியின் ஆரம்ப காலப் பகுதியில் தமிழர் என்ற உணர்வை உருவாக்க தென்னிந்திய திராவிட இயக்கங்களின் கட்டுரைகள் பாவிக்கப்பட்டன என்பது ஒரு உண்மையான விடயமாகும். எனினும் விரைவில் இந்நடைமுறை கைவிடப்பட்டிருந்தது. இலங்கைத் தமிழர் தொடர்பான ஒரு அனுதாப அணுகுமுறையை புதுடில்லி கொண்டிருந்தது. எனினும் சாதாரண இலங்கைத் தமிழர் தமிழ்நாட்டுடன் எந்தவொரு அரசியல் கூட்டணி சம்பந்தமாகவும் எண்ணம் கொண்டிருக்கவில்லை என்பதை இங்கு வரையறுத்துக் கூறவேண்டும். தமிழ்நாட்டு அரசியலானது இந்திய அரசியலில்' ஒரு பகுதியாகவும் இந்தியத் தேவைகளை தர்க்கரீதியாகக் கொண்ட ஒன்றாகவும் இருக்கின்றது. அதுதவிர திராவிட இயக்கங்கள் அவர்களின் தனிநாடு தொடர்பான எண்ணத்தை எப்பவோ கைவிட்டிருந்தனர்.

இந்தியா - சீனா யுத்தத்தின்போது (1967-68) திரு. அண்ணாதுரை தமிழ்நாட்டை இந்தியாவின் ஒரு பகுதியாக பிரகடனப்படுத்தியதுடன் போரில் இந்தியா சார்பாகச் சண்டையிடவும் விருப்பம் தெரிவித்திருந்தார்.

இலங்கைத் தமிழர், தம்மைத் தமிழர்களாகவும் இலங்கையராகவும் இருப்பதையே எதிர்பார்க்கின்றனர். அத்துடன் சிங்களவர்கள் இதை தெளிவாக விளங்கிக் கொள்ள வேண்டும் என்பதும் அவர்களின் விருப்பமாகும். தமிழ்மொழிநடையில் கூறின் தமிழர்களாகவும் இலங்கையராகவும் இருப்பது இரு கண்களுக்கு ஒப்பானது.

VIII

2002 நவம்பர் காலகட்டத்தில் வரையப்படும் இக்கட்டுரையில் இலங்கை முஸ்லிம்களை எவ்வாறு இலங்கைத் தமிழர்கள் பார்க்கின்றனர்? என்பது பற்றி குறிப்பிட வேண்டும். இலங்கை முஸ்லிம்களைப் பொறுத்தவரை அவர்களின் தாய்மொழி தமிழாகக் காணப்படுகிறது. மேலும் சமூக அமைப்பில் கூட ஒரு நெருங்கிய தன்மை காணப்படுகிறது.

வடக்கு கிழக்கானது இலங்கைத் தமிழர்களினதும் இலங்கை முஸ்லிம்களினதும் தாயகப் பிரதேசம். மேலும் இலங்கை முஸ்லிம் களில் கிட்டத்தட்ட 30 வீதமானோர் வடக்கு கிழக்கு பிரதேசத்தின் பகுதிகளை அடிப்படையாகக் கொண்டோர், அவர்களின் இலக்கியம், பிரதான பங்கு வகிக்கும் கலாச்சாரம், மொழி என்பவற்றை தமிழர் களுடன் பகிர்ந்து கொள்கின்றனர். அத்துடன் தாம் கோரும் உரிமை களையும் முஸ்லிம்களுடன் பகிர்ந்துகொள்ள தமிழர்கள் ஆர்வமாக உள்ளனர்.

IX

தமிழர் போராட்டமானது இந்நாட்டைப் பிரிப்பதற்கான போராட்டமென சில சிங்கள அரசியல்வாதிகளினால் கூறப்படும் முறைப்பாட்டை இலங்கைத் தமிழர்கள் மறுக்கின்றனர். நாங்கள் ஏற்கனவே, எவ்வாறு தமிழர்களின் மனக்குறைகளை சிங்களவர்கள் அக்கறை இல்லாமல் இருந்த நிலை காரணமாக இலங்கைத் தமிழர் இந்த சூழ்நிலைக்கு தள்ளப்பட்டனர் என்பதைப் பார்த்திருந்தோம். எனவே, திரும்பவும் அரசியல் அபிலாஷைகளின் பரிமாணங்களைப் பார்க்காமல், காலத்திற்குக் காலம் ஏற்பட்ட ஒப்பந்தங்கள் மூலம், எவ்வாறு இலங்கைத் தமிழர்கள் ஒன்றுபட்ட இலங்கைக்குள் தீர்வை விரும்பினர் என்பது புலனாகின்றது.

1957இல் திரு. செல்வநாயகம் தனது சமஷ்டி கோரிக்கை ஒரு புறம் இருக்க தமிழை வடக்கு கிழக்கில் நிர்வாக மொழியாகக்

கொண்டு வர பண்டாரநாயக்கவுடன் ஒப்பந்தம் ஒன்றைச் செய்திருந்தார். எனினும் சிங்களத் தரப்பு அதை நிராகரித்தது. 1966இல் திரு. செல்வ நாயகம் மாவட்ட ஆலோசனை சபை முறையையும் ஏற்றுக்கொண் டிருந்தார். இவ் ஒப்பந்தம் கூட பயனற்றதாக்கப்பட்டது. 1981ஆம் ஆண்டு தமிழர் ஐக்கிய விடுதலை முன்னணி தனிநாட்டுக் கோரிக் கையை அது பிரகடனப்படுத்திய பின்பும் மாவட்ட அபிவிருத்தி ஆலோசனை சபையை ஏற்று யாப்பின் அடிப்படையில், இயங்க இணக்கம் கண்டிருந்தது. இதற்குக்கூட ஒரு சந்தர்ப்பம் வழங்கப் பட்டிருக்கவில்லை. 1988ஆம் ஆண்டு புலிகளின் எதிர்ப்பிற்கு மத்தியில் ஈ.பி.ஆர்.எல்.எப். வடக்கு கிழக்கு மாகாண சபை நிர்வாகத்தைப் பொறுப்பேற்றிருந்தது. அன்றைய அரசு இவ் ஒப்பந்தத்திற்குக் கூட விசுவாசமாக இருக்க எந்த முயற்சியும் எடுக்கவில்லை.

அரசிற்கும் புலிகளுக்கும் இடையிலான புரிந்துணர்வு ஒப்பந்தத்திற்குப் பின்னர் முதலாவது பேச்சுவார்த்தை 2001 இல் தாய்லாந்தில் இடம் பெற்றது. இருபக்கமும் ஆயிரக்கணக்கான உயிர்களைப் பலிகொண்ட குரூர யுத்தத்திற்குப் பின்னர் ஏற்பட்ட சமாதான பேச்சுவார்த்தையாக இது அமைந்திருந்தது. இச்சந்தர்ப்பத்தின் போது, தமிழர்களின் சட்ட பூர்வமான உரிமைகள் வழங்கப்படும் எனில் தாம் தனிநாட்டு கோரிக்கையை கைவிடுவதாக புலிகளின் பேச்சாளர் ஒருவர் பகிரங்கமாகத் தெரிவித்தார். இதற்கு பதிலாக சிங்கள கடும் போக்காளர்கள் புலிகளை நம்பமுடியாதென்றும், அவர்களை யுத்த ரீதியாக தோற்கடிக்க வேண்டும் என கூக்குரலிட்டனர். சிங்களவர்களின் இந்த அபிப்பிராயமானது உண்மையில் சாதாரண இலங்கைத் தமிழர்களைத் திகைப்படையச் செய்தது.

யாழ்ப்பாணத்தை விட்டு அகதிகளாக கொழும்பில் தஞ்சம் புகுந்துள்ளமை, பெரும்பாலான தமிழர்கள் பிரிவினையை ஆதரிக்க வில்லை என்பதைக் காட்டி நிற்கின்றது.

இலங்கைத் தமிழர்களின் கருத்துப்படி சிங்கள கடும்போக்காளர்கள் அவர்களுடைய சொந்தப் பொறியிலேயே சிக்கியுள்ளனர். அவர்கள் அதிலிருந்து வெளியே வந்து, தமிழர் கோரிக்கையின் உண்மைத் தன்மையைப் பார்க்க வேண்டும். வடக்கிலிருந்து முஸ்லிம்கள் புலிகளினால் வெளியேற்றப்பட்ட நடவடிக்கையை தமிழ்மக்கள் விரும்பாததுடன் பெரும்பாலான தமிழ் புத்திஜீவிகள் புலிகளை வெளிப்படையாகவே விமர்சித்தனர். அத்துடன் முஸ்லிம்களை அவர்களின் பழைய இடங்களுக்குச் செல்லுமாறும் கேட்டுக்கொண்டனர். சிங்களவர்களிடம் கோரும் அபிலாஷைகளை உரிமைகளை முஸ்லிம் தரப்புடன் பகிர்ந்து கொள்வது தமிழர்களின் எதிர்பார்ப்பாக இருந்தது.

அதுமட்டுமல்லாது மொழிவாரியான, பூகோளரீதியான ஒற்றுமைக்கு முஸ்லிம்கள் தமது பங்களிப்பைச் செய்ய வேண்டும் என்பது தமிழர்களின் உண்மையான அவாவாக இருந்தது. மேலும் இரு சமூகங்களின் பொதுவான தாய்மொழியைத் தொடர்ந்து பாவிக்க வேண்டுமென்பதிலும் தமிழ் தரப்பு அவதானமாக இருந்தது.

X

இப்பிரச்சினைக்கு அரசியல் தீர்வு ஒன்றை அடைய காலதாமதம் ஏற்படுவதற்கு இந்நாட்டில் காணப்படும் கட்சி சார்பாக பிரிந்து நின்றலும், மற்றைய தரப்பைவிட அனுகூலங்களை அதிகம் வைத்திருத்தலுமே பிரதான காரணங்கள் என்ற உண்மையை சிங்களவர்கள் புரிந்துகொள்ள வேண்டும் என்பதே தமிழர் தரப்பின் வேண்டுகோள் ஆகும். 1959இல் பண்டாரநாயக்கா திரு செல்வ நாயகத்துடன் ஒப்பந்தம் ஒன்றைக் கைச்சாத்திட்டபோது ஜே.ஆர். எதிர்ப்பு தெரிவித்து அணிவகுப்பு ஒன்றை கண்டிக்கு ஏற்பாடு செய்தார். 1965இல் டட்லி திரு. செல்வநாயகத்துடன் ஒப்பந்தம் செய்தபோது, அதற்கு சுதந்திரக் கட்சி, சமசமாஜக் கட்சி, கம்யூனிஸ்ட் கட்சி என்பன எதிர்ப்புத் தெரிவித்தன. இவ் இரு ஒப்பந்தங்களையும் சற்று ஆராய்ந்து பார்த்தால் பெரியளவில் ஒன்றும் கொடுக்கப்படவில்லை. இந் நிலைமையை சரளமாகக் கூறின், ஒரு பிரிவானது மற்றைய பிரிவின் பிரச்சினையைத் தீர்ப்பதற்கு விரும்பாமல் இருந்து வந்துள்ளது எனலாம். 1983இல் அனைத்துக் கட்சி மாநாடு, ஒப்பந்தங்கள் எதுவும் இன்றி தோல்வியில் முடிவடைந்தது. இவ்வகையான சிங்கள கட்சிப் பிரிவு களின் காரணமாகவே, மூன்றாவது தரப்பின் மத்தியஸ்தத்தின் தேவை ஏற்பட்டதாகக் கொஞ்சம் புரிந்துகொள்ளக் கூடியதாக இருக்கின்றது. 1987இல் இலங்கை - இந்திய ஒப்பந்தம் கைச்சாத்திட்டபோது இதற்கு சுதந்திர கட்சியும், ஏன் ஐக்கிய தேசியக் கட்சியின் ஒரு சாராரும் எதிர்ப்புத் தெரிவித்தனர். தற்போது 2002இல் ஐக்கிய தேசியக் கட்சி ஒரு முடிவைக் காண முற்படும்போது, மூன்று அல்லது நான்கு பாராளுமன்ற உறுப்பினர் களைக் கொண்ட குழு இந்தியாவிற்குச் சென்று நடைபெற்றுக் கொண் டிருக்கும் அமைதிப் பேச்சுவார்த்தைக்கு எதிராக கதைத்து வருகின்றனர். இந்தியாவில் புலிகளுக்கு எதிரான தடையைப் பயன்படுத்தி இந்தியாவில் புலிகளுக்கு எதிரான பகையுணர்வை மேலும் தொடரச் செய்வது இவர்களின் விருப்பமாக இருக்கின்றது. சமாதானப் பேச்சுவார்த்தையின் பொதுவான போக்கு திருப்தியளிப்பதாக உள்ளதென்று ஜனாதிபதியின் நிலைப்பாட்டையும் மீறி இவ் எதிர்க்கட்சி குழு இந்தியா சென்றிருந்தது. நிறைவேற்று ஜனாதிபதிக்கும் ஆளும்கட்சிக்கும் இடையிலான அரசியல்

வேறுபாடு/பகைமை காரணமாக அரசியல் ரீதியாக எந்தவொரு நடவடிக்கைகளும் மேற்கொள்ளப்படமுடியாத நிலை காணப்படுகின்றது.

எந்த வகையிலாவது மற்றைய அரசியல் குழுவின் நடவடிக்கையை தோற்கடிக்க வேண்டும் என்ற மனநிலையின் காரணமாக நாட்டிற்கு வெளியிலிருந்து ஒரு மூன்றாம் தரப்பின் மத்தியஸ்தம் அவசியமாகின்றது. இலங்கை யாப்பில் இலங்கைத் தமிழர்களின் நிலை பற்றிய ஒருமித்த சிங்கள ஒப்பந்தம் இதுவரைக்கும் ஏற்படுத்தப்படவில்லை என்பது உண்மை ஆகும்.

இலங்கைத் தமிழர்களுக்கு கொடுக்கப்பட வேண்டியது பற்றி முடிவை எடுக்காமல் மற்றைய பிரிவை வெறுமனே ஒத்துழைக்காதவர்கள் என பெயர் சூட்டுவது அர்த்தமற்றதாகும். இலங்கைத் தமிழர்களின் கருத்துப்படி இலங்கையை அவர்களின் தாய்நாடாகக் கருதுகின்றனர்.

யுத்த நிறுத்தத்திற்கு எதிராக மேற்கொள்ளப்பட்ட முயற்சிகள் ஏற்கனவே தோல்வியாக நிரூபணமாகியுள்ளது. சிங்களவர்களும் தமிழர்களும் யுத்தம் மூலம் அதிக களைப்படைந்துள்ளனர். அவர்கள் ஷெல் தாக்குதல்களையும் இராணுவத்தினரின் இறப்பை அல்லது அவர்கள் அங்கவீனமாவதை விரும்பவில்லை. மேலும் எதிர்பாராத இடத்தில் எதிர்பாராத நேரத்தில் இடம்பெறும் குண்டு தாக்குதல் களையும் விரும்பவில்லை. மக்களின் மனநிலையைப் பார்க்கும் இடத்தும் யாரும் யுத்த நிறுத்தத்தை குழப்புவதை விரும்பவில்லை. ஒரு நிரந்தர அரசியல் தீர்விற்கான முன்னேற்றத்தை பயனற்றதாக்க முயற்சிகள் மேற்கொள்ளப்பட்டு வருகின்றன. இங்கு உண்மை நிலை என்னவெனில், இப்பிரச்சினைக்கு ஒரு நிரந்தரத் தீர்வைக் காணும் எந்தக் கட்சியாக இருக்கட்டும். அது தொடர்ந்து 10 வருடங்கள் இந்நாட்டை ஆட்சி செய்யும் நிலை ஏற்படும்.

ஒரு அர்த்தமுள்ள அரசியல் தீர்விலிருந்து ஓடி ஒளியும் தன்மைக்கு பிரதான காரணமாக அரசியல் இலாபம் பெறக்கூடிய தளமாக இது பாவிக்கப்படுவதைக் குறிப்பிடலாம். இது இந்நாட்டின் ஒரு சோகமான நிலைமையாகும்.

இவ்விரு சமூகங்களும் யுத்தம் நடைபெற்றுக்கொண்டிருக்கும் காலப்பகுதியில் தங்களைத் தொடர்புபடுத்திக் கொள்ளும் விதத்தில் பாரிய மாற்றங்கள் ஏற்பட்டுள்ளன. 1956, 60களின் பிற்பாதி மற்றும் 70களின் ஆரம்பம் ஆகிய காலப்பகுதியில் தமிழ்/சிங்கள உணர்வலையானது 'இனவாதமாக' பொருள் கூறப்பட்டது. இப்பதம் இந்தியாவில் இந்து/முஸ்லிம் நிலையை விளக்கவும் பயன்படுத்தப்பட்டிருந்தது. ஒரு அரசியல் தீர்விற்கான தமிழர்களின் போராட்டமும் அதை அடக்க

பயன்படுத்தப்பட்ட அரச பிரயோகமும் ஒரு தேக்க நிலையை அடைந்தவுடன், இலங்கை புத்திஜீவிகள் இனத்துவம் (Ethinicity) என்ற பதத்தை பாவிக்கத் தொடங்கினர். இது மேலை நாடுகளில் வேறு நாடுகளிலிருந்து வேலைக்கு என குடியேறியவர்களைக் குறிக்க பயன்படுத்தப்படும் சொல்லாகும்.

உதாரணமாக அமெரிக்காவில் அந்தாட்டிக்கா, கிரிஸ், ஸ்பானிய பிரஜைகள் 'இனக் குழு' என விபரிக்கப்படுகின்றனர். இப்பதம் இலங்கை அரசியலிலும் இடம்பிடித்தது. இவ் எண்ணக்கரு தமிழ், சிங்கள மொழிகளுக்குப் புதிதாக இருந்ததுடன் இதுபற்றி விளக்க அவர்களின் மொழியிலிருந்து புதிய சொற்களை உருவாக்க வேண்டி இருந்தது. சிங்களவர்கள் இதை 'ஜனவர்க' என மொழிபெயர்த்தனர். இதன் தமிழ் வடிவம் இன வகுப்பு அல்லது இனக் குழு ஆகும். இதை தமிழர்கள் இரு வழிகளில் மொழிபெயர்த்தனர். (1) இனத்துவம் (இன பண்புகள்), (2) இனக்குழுமம் (racial comity) (இன நட்புறவு) சமூகத்தி லிருந்து நாம் இனத்திற்கு வந்திருக்கின்றோம். சமூகங்கள் ஒன்றாக வாழமுடியும். ஆனால் இனங்கள் ஒன்றாக வாழமுடியாது.

தமிழர்களுக்கு எதிராக மேற்கொள்ளப்பட்ட நடவடிக்கைப் பாதையில் ஒருவித உளரீதியான பிரிவை ஏற்படுத்துவதில் சிங்களவர்கள் வெற்றி பெற்றுள்ளனர் என்பது இலங்கைத் தமிழர் களைப் பொறுத்தவரை வருத்தமான விடயமாகும். இதைச் செய்தது மட்டுமின்றி ஒருமைப்பாடு பற்றிப் பேசுவது இந்நாட்டின் வேறு வரலாற்று பின்னணியைக் கொண்ட இனங்களை ஏற்றுக்கொள்ள மறுக்கும் ஒரு அடக்குமுறை ஆகும். இலங்கைத் தமிழர்களைப் பொறுத்தவரை சிங்களவர்கள் எவ்வாறு இந்த நாட்டின் பகுதிகளாக இருக்கின்றனரோ, அதேபோல தாங்களும் இந்நாட்டின் பிரஜைகளாக இருக்கவே விரும்புகின்றனர்.

கடைசியாக டொக்டர் கொல்வின் ஆர். டி சில்வா தெளிவான நோக்கின் பிரகாரம் கூறிய 'ஒரு மொழி - இரு தேசம்', 'இரு மொழி - ஒரு தேசம்' என்பதை நினைவுபடுத்திக் கொள்வோம்.

பின்னிணைப்பு

இக்கட்டுரைக்கு இறுதி வடிவம் கொடுக்கப்படும். (டிசம்பர் மாத கடைசி வாரம் 2003) இந்நேரத்தில் வருந்தக்கூடிய விடயம் யாதெனில் 2001இன் முதல் மாதத்தில் அடையப்பெற்ற வெற்றியாக யுத்த நிறுத்தம் மட்டுமே காணப்படுகிறது. யுத்த நிறுத்தத்திற்குப் பின்னர் செய்யப்பட்ட திட்டமிடப்பட்டவை ஒரு சரியான முன்னேற்றம் இன்றி முடங்கிக் கிடக்கின்றன. வழமை நிலை ஏற்படுத்துவதற்கோ புனர்வாழ்வு

பணிகளுக்கோ எவ்வித திருப்திகரமான ஏற்பாடுகளும் செய்யப்பட்டிருக்கவில்லை. புரிந்துணர்வு ஒப்பந்தமானது, யுத்தத்திற்கு ஒரு முற்றுப்புள்ளியை வைத்துள்ளதுடன், கீழ்வரும் மூன்று விடயங்களை மட்டுமே உறுதிப்படுத்தி உள்ளன.

1. குண்டுதாக்குதல்களையும் ஷெல் தாக்குதல்களையும் நிறுத்தியுள்ளன.
2. வடக்கு மக்கள் கொழும்பிற்கு பயணம் செய்வதற்கான வழியை ஏ 9 பாதை திறப்பு ஏற்படுத்தியுள்ளது.
3. 'பாஸ்' நடைமுறை நீக்கப்பட்டுள்ளது. (வவுனியாவில் இருந்து கொழும்பிற்குப் பயணம் மேற்கொள்ள பல்வேறு வகையான (34) பாஸ் நடைமுறைகள் அன்று இருந்தன.)

புனர்வாழ்வு, புனர்நிர்மாணம் தொடர்பான பிரச்சினைகள் இன்னமும் அணுகப்படவில்லை. யுத்த நிறுத்தத்தினால் ஏற்கனவே இடங்களைவிட்டு வெளியேறியவர்கள் பாரிய அளவில் வடக்கு கிழக்கு சென்று தமது சொத்துக்களைப் பார்வையிட்டு திரும்பினர். 1981களில் 8 லட்சத்திற்கு அதிகமான சனத்தொகையைக் கொண்டிருந்த யாழ்ப்பாணத்தில் தற்போது 3½ லட்சம் வரையானோரே தொடர்ந்து இருந்து வருகின்றனர். அவர்கள் வெளிநாடு செல்ல வசதியற்றவர்கள் என்பதுடன் பெரும்பாலானோர் கஷ்டப்படும் ஏழைகள். 2003 டிசம்பர் வரை ஒரு மிருதுவான நிர்வாக நடைமுறைக்கு தேவையின்கீழ் கட்டமைப்பு இருக்கவில்லை. நகர்ப்புறங்களைத் தவிர மற்ற இடங்களில் கல்வியியல் வலைப்பின்னல் ஒழுங்காக இருக்கவில்லை. இங்கு வாழ்வது என்பது மற்றொரு பிரச்சினை. ஏனெனில் குடியேறிய நிலையில் மீன்பிடித் தொழிலையோ, பயிர்செய்கையையோ, செய்ய முடியாத தன்மை காணப்படுகின்றது. அத்துடன் உயர் பாதுகாப்பு வலயங்களில் குடியேறமுடியாத நிலையும் காணப்படுகிறது. புலிகள் தம்முடைய பலத்தை பாவிக்கும் முறையைப் பற்றி பல்வேறு விடயங்கள் கதைக்கப்பட்டாலும், இப்போரை எதிர்கொண்டவர்கள் என்ற வகையில் மக்களுக்கு பதில்கூறவேண்டிய பொறுப்பு அவர்களுக்கு உள்ளது.

இந்தவகையில், யுத்த நிறுத்தத்தினாலும் அமைதிப் பேச்சுக்களினாலும் எவற்றை சாதித்துள்ளனர் என்பது பற்றி வடக்கு, கிழக்கு மக்களுக்குக் கூறவேண்டிய தேவைப்பாடு/ கடமை புலிகளுக்கு இருக்கின்றது. இதனாலேயே ஒரு இடைக்கால தன்னாட்சி அதிகார சபை தொடர்பான தேவை எழுகின்றது. இது புனர்வாழ்வு மற்றும் புனர்நிர்மாண வேலைகளை உத்தரவாதப்படுத்தக்கூடியதாக இருக்க வேண்டும். ஒரு இறுதி தீர்வு நேர்மையான, உறுதியான முறைகளில்

எடுக்கப்பட வேண்டும் என்பது உண்மையே. எனினும், புனர்வாழ்வு, புனர்நிர்மாண பணிகள், ஒரு இறுதி தீர்வு எட்டப்படும் வரை காத்திருக்கப்பட வேண்டும் என பொருள் கொள்ளக் கூடாது. 2003ஆம் ஆண்டு டிசம்பர் அரச நிகழ்வொன்றில் பங்குபற்றிய அரசாங்கத்தின் முகவரொருவர் யாழ்ப்பாணத்தில் புனர்வாழ்வு, புனர் நிர்மாணத் திட்டங்களுக்கு இதுவரை அரச நிதி நிறுவனங்களிடமிருந்து ஆதரவு எதுவும் கிடைக்கவில்லை என்றும் வெளிநாட்டு உதவிகள் மூலம் இவற்றுக்கு பணம் செலவழிக்கப்பட்டிருப்பதாகவும் கூறியிருந்தார்.

தமிழர்கள் கருத்துப்படி சமாதானத்தை நோக்கிய இரயில் பயணத்தின் போது அவை ஒன்றுக்கொன்று சமாந்திரமான பின்வரும் இரு தண்டவாளங்களில் செல்ல வேண்டும்.

(1) தீர்வு பற்றிய தேடல்

(2) மேற்கூறப்பட்டதன் இசைவாக புனர்வாழ்வு சம்பந்தப்பட்ட திட்டமிடல் நடவடிக்கைகள்.

நாட்டின் நிறைவேற்று ஜனாதிபதிக்கும், ஜனாதிபதி விரோத பிரதம மந்திரிக்கும் இடையிலான ஒரு முரண்பாடு, மீண்டுமொரு முறை தெளிவாகக் காட்டப்பட்டது. தமிழர் தரப்பு பற்றி கொஞ்சம் கூட அக்கறை இல்லாதவையாக இக்கட்சிகள் காணப்படுகின்றன. 1957இல் ஜே.ஆரின் கண்டி அணிவகுப்பு மற்றும் டட்லியின் வயிற்றில் மசாலா வடை போன்ற கோஷங்கள் போல இத்தடவையும் எதிர்ப்புக்கள் கிளம்பியிருக்கின்றன. தமிழர்களின் கோரிக்கைகள் தொடர்பான பிரச்சினை களுக்கு ஏதேனும் முடிவுகள் எட்டப்படும்போது எதிர்க்கட்சியைப் பொறுத்தவரையில் அது ஆட்சி பீடம் ஏறும் வரை பெரிய அக்கறையாக இருக்காது. எதிர்க்கட்சி ஆட்சிக்கு வந்தவுடன் அரசாங்கம் எதிர்க் கட்சியாக மாறுவதுடன் இதற்கு எதிராக கோஷமும் எழுப்பும். இந்நாடு தமக்கும் சொந்தமானது என்ற தமிழர்களின் உணர்வு காலத்திற்குக் காலம் மாறி வந்த அரசாங்கங்களினால் மழுங்கடிக்கப்பட்டு வருகின்றது.

இந்தச் சந்தர்ப்பத்தில் தமிழ் - முஸ்லிம் உறவுகள் மிக மோசமாக பாதிப்பு அடைந்து வருகின்றன. (குறிப்பாக கிழக்கில்) சிக்கலான பிரச்சினையாக உள்ளது. புரிந்துணர்வு உடன்படிக்கையினால் நுணுக்கங்கள், சிக்கல்கள் எழுந்தபோதும் வடக்கு - கிழக்கு தமிழர்களைப் பொறுத்தவரை அவர்களின் உண்மைத் தன்மையையும் விசுவாசத்தையும் சம அந்தஸ்து முஸ்லிம்களின் சமய - கலாசார நீடிப்புத் தன்மை பற்றிய உத்தரவாதம் ஆகியவற்றின் பால் காட்டவேண்டிய கடமை அவர்களுக்கு உண்டு. அதேநேரம், தென் கிழக்கு பிரதேச முஸ்லிம்களின் இருப்பு தமிழர்களின் போராட்டத்தினாலேயே

உறுதிப்படுத்தப்பட்டது என்பதை முஸ்லிம்களும் மறக்கக்கூடாது. (கல்லோயா திட்டத்தினால் முஸ்லிம்களின் இடங்கள் அரசாங்கத்தினால் அபகரிக்கப்பட்டிருந்தது.)

இவ்வகையான பதற்றமான நிலைமை, தேசிய ரீதியில் எல்லா மட்டங்களிலும் உணரப்படுவதுடன், உண்மையில் தீர்வு தொடர்பான ஒரு வரைபின் தேவையை சுட்டிக்காட்டுகின்றது.

பொதுவாக அதிகாலைக்கு முன்னரான நேரம் அதிக இருள் நிறைந்த நேரம். ஆனாலும் இலங்கையைப் பொறுத்தவரை அதிகாலை வேளையானது அதிக மணித்தியாலங்கள், அதிக தாமதமாக பின்போடப்பட்டுக் கொண்டிருக்கின்றது.

குறிப்பு

இக்கட்டுரை வரைபின் முதற்பகுதியை வாசித்துப் பார்த்த எனது நண்பர்களும், நலன்விரும்பிகளும் நான் எனது புலமை அறிவிற்கும் அரசியல் மிகை உரைக்கும் இடையில் அகப்பட்டுள்ளதாகக் குறிப்பிட்டு இருந்தனர். நான் தொழில்ரீதியாக ஒரு புலமைவாதி என்பது உண்மை தான். எனினும், தமிழ் இலக்கியத்தின் மீதான திறமையின் காரண மாகவே இக்கட்டுரையை வரைவதற்கு அழைப்பு கிடைத்தது என்பதை நான் நம்ப மாட்டேன். இலங்கைத் தமிழர்களின் பிரச்சினையின் சில விடயங்கள் சம்பந்தமாக நான் கொண்டிருந்த ஈடுபாடே தூண்டு கோலாக அமைந்தது என்பது என்னுடைய உண்மையான நம்பிக்கை ஆகும். 1934 இலிருந்து 1998 காலப்பகுதியில் புனர்வாழ்வு மற்றும் இடம்பெயர்வு தொடர்பான செயற்குழுவில் சேவை செய்துள்ளேன்.

இலங்கைத் தமிழர்களின் மனநிலையை போதுமானளவு அறிந்த ஒரு புலமைவாதி என்ற வகையில் ஒரு பொறுப்பாக இது இன்று வெளிப்பட்டு நிற்கின்றது. இதன் விளைவாக தமிழர்களின் மனத்தாங்கல்களை உண்மையாகவும், நேர்மையாகவும் சிங்களவர் களுக்கு தெரிவிப்பதற்கான தேவை இருக்கின்றது.

இவ்வரைபை உணரப்பட்ட, அனுபவப்பட்ட விடயங்களின் ஒரு சான்றுப்பத்திரத்தின் வெளிப்பாடாகவும் ஒரு அவசர இணக்கப்பாட்டின் தேவையின் அவசியமாகவும் எடுத்துக்கொள்ள வேண்டும் என்பதே எனது விருப்பம் ஆகும்.

எங்களுடைய சந்ததியில் அதிகமானோர் வேதனைகளின் உணர்வுகள், உண்மையான கஷ்டமான அனுபவமாக இருக்கின்றது. இந்த நிலைமையின் கீழ் உண்மையைச் சொல்வது எமது கடமை ஆகும். இதனைச் செய்வது என்பது கடினமான எளிதில் உணர்ச்சி

வசப்படக்கூடிய காரியம். எனினும் இது செய்யப்பட வேண்டும். இவ் வரைபின் விடயங்கள் பாதிக்கப்பட்ட, பாதிப்பு அடைந்து கொண்டிருக்கும் மக்களிடம் இருந்து எடுக்கப்பட்டவை.

சம்பந்தப்பட்ட எல்லாப் பிரிவினரின் கருத்துக்களும் உள்வாங்கப் பட்டே குறிப்புகள்/ விடயங்கள் எழுதப்பட்டன என்பதை விசுவாசத்துடன் கூறிக்கொள்கிறேன். எமது சமூகத்தை விழுங்கிக் கொண்டிருக்கும் இந்த நோயின் மீதான முழு அளவில் ஒரு நுண்ணிய அவதானம் மேற்கொள்ளப்பட முடியும். இலங்கையைப் பொறுத்தவரையில் வருந்தத்தக்க விடயம் என்னவெனில் இந்த நுண்ணிய அவதானம் செய்தபின் அதற்கான பரிகாரம் பெறுவதற்கு நாம் மறுத்து வருகின்றோம்.

இந்தச் சந்தர்ப்பத்தில் திரு. எஸ். ஜோதிலிங்கம், திரு. டி. சிவராம் மற்றும் எஸ்.கே. விக்னேஸ்வரன் ஆகியோருடன் கலந்துரையாடல் செய்யப்பட்டதுடன் அவர்களுக்கு நன்றியும் தெரிவித்துக்கொள் கின்றேன். அத்துடன் டொக்டர் தேவநேசன் நேசய்யா அவர்கள் என்னுடன் பொறுமையாக நடந்துகொண்ட விதம் குறித்து, என்னுடைய ஆழ்ந்த நன்றிகளைத் தெரிவித்துக்கொள்கின்றேன்.

மேலும், இக்கட்டுரையை வெளியிடுவதற்கான ஆயத்தங்களுக்கு உதவிய வர்தினி, தமிழினி ஆகியோருக்கும் நன்றியைத் தெரிவித்துக் கொள்கிறேன்.

நன்றி.

6

தமிழ்நூற்பதிப்பும் ஆய்வு முறைகளும்

அனைத்திந்திய மட்டத்திலே தமிழ் நாட்டின் வரலாற்றுக்கும் பண்பாட்டுக்குமுள்ள முக்கியத்துவத்தை முதன்முதல் நிறுவியது தமிழின் பண்டை நூற்பதிப்புக்களே. புரூஸ் புட் (Bruce Foote) சென்னைப் பிரதேசத்தைத் தளமாகக் கொண்டு பெற்ற சில முந்து வரலாற்றுத் தொல்லியற் சான்றுகளிலிருந்தனவெனினும் அவை பெரிதும் கணக்கெடுக்கப்படவில்லை. பண்டைய தமிழ் நூல்களின் பதிப்பும் அவை பற்றிய ஆங்கில எழுத்துக்களும் அந்நூல்கள் சிலவற்றின் ஆங்கில மொழிபெயர்ப்புகளும் தமிழகத்தின் வரலாற்றை இந்திய பின்புலத்தில் முக்கியப்படுத்தின. அசோகனுடைய 13வது கல்வெட்டாணை சில முக்கியத்தரவுகளை குறிப்பாக, சேர, சோழ, பாண்டிய பெயர்களை தந்திருந்ததாயினும், தமிழகத்தில் வளர்த்தெடுக்கப்பெற்ற நாகரிகத்தின் செழுமையைக் குறிப்பிடாது போயிற்று என்றே கூறவேண்டும்.

இப்பின்புலத்திலே தான் சிலப்பதிகாரத்தினை இராமச்சந்திர தீட்சிதர் ஆங்கிலத்தில் மொழிபெயர்த்தார். அம்மொழிபெயர்ப்பே 20ஆம் நூற்றாண்டின் இரண்டாவது தசாப்தத்தில் தமிழின் பழமையை வட இந்தியாவுக்குக் கொண்டு சென்றது.

அச்சு முறைமை இந்தியாவில் முதற்தடவையாக தமிழிலேதான் நடைபெற்றது என்பர். அது 1547லிலேயே நடந்தேறியது. ஆனால் சுதேசிகன் அச்சுரிமையை பயன்படுத்தலாமென்ற இணக்கம் 1835ஆம் ஆண்டிலேயே வந்தது. அதன் பின்னரேயே பொதுவில் இந்திய நிலைப்பட்ட, சிறப்பாக தமிழ்நிலைப்பட்ட நூல்கள் வெளிவந்தன. ஆயினும் தமிழ்நாட்டு கிறிஸ்தவ போதனைகளினூடே திருக்குறளும் நாலடியாரும் பயன்படுத்தப்பட்டன என்றும் அவற்றுள் சிலவற்றிற்கான மொழிபெயர்ப்புகள் ஆங்கிலத்திலேயே இருந்ததாகவும் கூறப்படுகின்றது. ஆனால் வரன்முறையான பண்டைய நூற்பதிப்பு 1835இன் பின்னரே ஏற்பட்டது.

தமிழில் இலக்கிய வரலாறு என்ற எனது நூலில் இந்த பிரசுர அட்டவணைகள் தரப்பட்டுள்ளன. அவற்றைப் பின்வருமாறு கால வரிசைப்படுத்தியுள்ளேன். 1835-1929, 1930-1948, 1950-1979, 1980-2000. இவ்வாறு பகுத்துத் தரப்பட்டதன் மேலே பண்டைய இடைக்கால

இலக்கியங்கள் சிலவற்றின் அச்சுப்பதிப்புப் பற்றிய ஒரு பட்டியலுண்டு. அது இக்கட்டுரைகளின் தேவைகளுக்கு அப்பட்டியல் முற்றுமுழுதாக தரப்படுவது அவசியமாகிறது.

1846 தொல்காப்பியம் எழுத்ததிகாரமும் நச்சினார்க்கினியருரையும்

1850 நச்சினார்க்கினியர் (பதிப்பு) மழவை மகாலிங்கையர்

1860 திருக்கோவையாரும் ஆறுமுகநாவலருரையும்

1868 தொல்காப்பியம் சொல்லதிகாரம், சேனாவரையம் (பதி) சி.வை. தாமோதரம்பிள்ளை.

1869 தொல்காப்பியம் எழுத்ததிகாரம் இளம்பூரணம் சுப்பராயச் செட்டியார் பதிப்பு

1881 வீரசோழியம் சி.வை. தாமோதரம்பிள்ளை பதிப்பு

1883 இறையனார் களவியலுரை, சி.வை. தாமோதரம்பிள்ளை பதிப்பு

1885 தொல்காப்பியம் பொருளதிகாரம், நச்சினார்க்கினியம், பேராசிரியர் சி.வை. தாமோதரம்பிள்ளை பதிப்பு

1887 கலித்தொகை சி.வை. தாமோதரம்பிள்ளை பதிப்பு

1887 சீவகசிந்தாமணி நச்சினார்க்கினியர் உரை உ.வே.சா. பதிப்பு.

1889 பத்துப்பாட்டு நச்சினார்க்கினியருரை உ.வே.சா. பதிப்பு

1892 சிலப்பதிகாரம் உ.வே.சா. பதிப்பு

1894 புறநானூறு பழைய உரை உ.வே.சா. பதிப்பு

1898 மணிமேகலை உ.வே.சா. பதிப்பு

1903 ஐங்குறுநூறு உ.வே.சா. பதிப்பு

1904 பதிற்றுப்பத்து உ.வே.சா. பதிப்பு

1914 நற்றிணை, பின்னத்தூர் அ.நாராயணசாமி ஐயர் பதிப்பு

1915 குறுந்தொகை டி.எஸ். அரங்கசாமி ஐயங்கார் பதிப்பு

உரையாக்கப்பட்ட பிரதான மதநூல்கள்

பெரியபுராணம்

திருவிளையாடற் புராணம்

பெரியபுராண வசனம் (ஒரு பகுதி)

பதிப்பித்த நூல்கள்

உரையுடன் பதிப்பித்தவை
கோயிற்புராணவுரை
திருவள்ளுவர் பரிமேலழகர் உரை
நன்னூல் விருத்தியுரை
திருமுருகாற்றுப்படையுரை
திருச்செந்தில் நிரோட்டகயமக அந்தாதி உரை
பிரயோக விவேக உரை
திருச்சிற்றம்பலக் கோவையாருரை
தொல்காப்பியம் சொல்லதிகாரம்
சேனாவரையர் உரை
மருதூரந்தாதியுரை
நன்னூற்காண்டிகையுரை
சூடாமணி நிகண்டுரை
உபநிடதவுரை

பதிப்பித்த பிற நூல்கள்

சிவாலய தரிசன விதி
குளத்தூர் அமுதாம்பிகை பிள்ளைத்தமிழ்
கந்தரலங்காரம்
கந்தரனுபூதி
ஏரெழுபது
திருக்கை வழக்கம்
புட்பரிதி
மறைசையந்தாதி
திருக்கரைசற் பதிற்றுப் பத்தந்தாதி
பட்டணத்துப் பிள்ளையார் பாடல்
அருணகிரிநாதர் விருப்பு
திருச்செந்தூரகவல்
விநாயக கவசம்
சீவகவசம்
சக்தி கவசம்

சேது புராணம்
தருக்க சங்கிரகம்
இலக்கணக் கொத்து
கந்தபுராணம்
பதினோராந் திருமுறை
நால்வர் நான்மணிமாலை
இரத்தினச் சுருக்கம்
சிதம்பர மான்மியம்

வாதப்பிரதிவாத எழுத்துக்கள்

சைவதூஷண பரிகாரம்
யாழ்ப்பாணச் சமயநிலை
(தகவல் வெ. கனகரத்தின உபாத்தியாயரின் ஸ்ரீலஸ்ரீ ஆறுமுக நாவலர் சரித்திரம்)

ஆறுமுகநாவலரை அடுத்து முக்கியத்துவம் பெறும் பதிப்பாசிரியர்களாக இருவரைக் கொள்ளல் வேண்டும். ஒருவர் சி.வை.தா. இன்னொருவர் உ.வே.சா.

சி.வை.தா பதிப்பித்த நூல்கள் பின்வருமாறு.

வருடம்	நூலின் பெயர்
1853	நீதிநெறி விளக்கம், சி.வை.தா. உரையுடன்
1867	விவிலிய விரோதம் ஒரே பதிப்பு
1868	தொல்காப்பியம் - சொல்லதிகாரம் சேனாவரையம்
1881	வீரசோழியம் - பெருந்தேவனாருரை
1883	தணிகைப் புராணம்
1885	தொல்காப்பியம் - பொருளதிகாரம் - நச்சினார்க்கினியம்
1887	கலித்தொகை - நச்சினார்க்கினியருரை
1889	இலக்கண விளக்கம்
1891	தொல்காப்பியம் - எழுத்ததிகாரம் - நச்சினார்க்கினியம்
1892	தொல்காப்பியம் - சொல்லதிகாரம் - நச்சினார்க்கினியம்
1897	அகநானூறு (முற்றுப்பெறாதது)
1898	வசன சூளாமணி (அ) திவிட்ட குமாரன் கதை

ஆண்டு விவரம் தெரியாதவை

நட்சத்திரமாலை

ஆதியாகம கீர்த்தனம்

கட்டளைக் கலித்துறை (இலக்கணம்)

ஆறாம் வாசகப் புத்தகம்

ஏழாம் வாசகப் புத்தகம்

காந்தமலர் (அ) கற்பின் மாட்சி (நாவல்)

உ.வே.சா. பதிப்பித்த நூல்களின் பட்டியல் அவரின் 'என் சரித்திரம்' எனும் நூலில் புதிய பதிப்பிலே வந்துள்ளது. அதன் விரிவு கருதி அது இங்கு பிரதி செய்யப்படவில்லை. சி.வை.தா.வின் பதிப்பிலே சி.வை.தா. தன் பதிப்பு முறைமை பற்றி வீரசோழிய பதிப்புரையிலே கூறியுள்ளார். தான் பல்வேறு இடங்களுக்குச் சென்று பல்வேறு பிரதிகளைப் பெற்றதாகவும் அவற்றிலே சில பாட வேறுபாடுகள் காணப்படுகின்றன என்றும் தனது கலித்தொகை பதிப்பு முன்னுரையிலே விரிவாகக் கூறியுள்ளார். இவரின் கலித்தொகை பதிப்புரையின்படி இவர் உண்மைப்பாடம் எனக் கொள்ளும் சொல் தேர்வு பற்றியதற்கான காரணங்கள் விளக்கப்படவில்லை.

இவரோ அல்லது உ.வே.சா.வோ தாங்கள் கிடைத்த பிரதிகளுள் எதனை சிரேஷ்ட பிரதியாகக் (Master copy) கொண்டனர் என்பது பற்றியோ, ஏன் அவ்வாறு கொண்டனர் என்பது பற்றியோ எழுத வில்லை. இது ஒரு முக்கிய குறைபாடாகும்.

இதைவிட இன்னொரு முக்கிய குறைபாடு யாதெனில் இவர் களுக்குக் கிடைத்த பிரதிகளுள் பெரும்பாலானவை மீட்டெழுதப் பட்ட படிகளே. இவர்கள் ஏடுகளிலிருந்து நேரடியாகப் பதிப்பித்தனர் என்று சொல்வது சிரமமாகவேயுள்ளது. ஏனெனில் ஏடு என்பது அதன் பனையோலை காரணமாக ஆகக் கூடியது 50, 60 வருடங்களுக்கு மேலே பாவிக்க முடியாது. சில வேளைகளில் 100 வருடங்கள் இருக்கலாம். எனினும் அப்படியானவை குறைவு. மீட்டெழுதியவர்கள் பிழைவிட்டு எழுதினார்களா என்பது தெரியாது. இத்தகைய பிழைகள் உள்ளன என்பதற்கு இளம்பூரணர், தொல்காப்பியப் பொருளதிகார உரையில் கூறும் 'விழ எழுதினார்' போலும் என்ற கூற்று நல்ல சான்றாகும். கிரேக்க நூல்கள் எழுதப்பட்ட தோல், மரப்பட்டைகள் போன்று இங்கு யாரும் பயன்படுத்தவில்லை.

மேலும் எழுத்துருவம் தரப்படுத்தப்பட்டது அச்சின் வருகைக்குப் பின்னரே. ஏட்டு நிலையில் இவை எவ்வாறு போற்றப்பட்டன என்றோ

அல்லது பாரம்பரியத்துக்கு பாரம்பரியம் கையளிக்கப்பட்டன என்றோ நமக்குத் தெரியாது. வைஷ்ணவத்துக்கு பெரிய வாச்சான்பிள்ளை வரையிலான ஒரு கையளிப்பு பாரம்பரியமுள்ளது என்பது தெரிகிறது. சைவத்துக்கும் அவ்வாறானதொன்று இருந்திருத்தல் வேண்டும் என்று சோழர் காலத்தில் அது மீட்டெடுக்கப்பட்டது என்பதற்கும் ஒரு வரலாற்றுச் சான்றுண்டு. ஆனால் கையளிப்பு முறை பற்றிய தெளிவில்லை.

எனினும் இறையனார் களவியலுரையிலே உரை மரபு கையளிக்கப்பட்டதைப் பற்றி அறிகிறோம். அதன் நடைமுறை யாது? என்பது அங்கும் தெளிவில்லை. அச்சுப்பதிப்புக்கு முந்திய நிலையில் மடங்களிலே அல்லது புகழ்பெற்ற தமிழ்ப் பண்டிதர்கள், புலவர்கள் வீடுகளிலேதான் ஏடுகள் கிடைக்கப்பெற்றன. மேலும் ஏடு எழுதும் முறையிலோ கையளிப்பிலோ பிரதேச வேறுபாடுகள் இருந்தன என்றும் கூறமுடியாதுள்ளது. அச்சுப்பதிப்பு வந்ததன் பின்னரே நியமமான கையளிப்பு முறை தொடங்குகின்றது.

நூற்பதிப்பு மரபு பற்றிப் பேசும்பொழுது நாவலர், சி.வை.தா., உ.வே.சா. பற்றியே தான் பேசும் வழக்க முண்டெனினும் இவர்களைத் தவிர நூற்பதிப்பிலே நவீன காலத்துக்கு முந்திய நூல்களைப் பதிப்பித்த வர்கள் என்ற வகையில் பின்னத்தூர் நாராயண ஐயர், ரா. ராகவையங்கார். ஐ. ராகவையங்கார், மு. அருணாச்சலம் ஆகியோரும் முக்கியப்படுவர். முதலில் சென்னைப் பல்கலைக்கழகமும் பின்னர் அண்ணாமலைப் பல்கலைக்கழகமும் பண்டைய நூற்பதிப்பிலே ஈடுபட்டிருந்தன. இதை விட சைவசித்தாந்த நூற்பதிப்புக் கழகம் ஏறத்தாழ 21.09.1920களிலிருந்து நவீன காலத்துக்கு முந்திய நூல்களை வெளியிடும் வழக்கத்தினை மேற் கொண்டிருந்தது. இப்பொழுது அவை மிகப் பிரபலமாக கழகப் பதிப்புக்கள் என்று குறிப்பிடப்படுகின்றன.

கழகப் பிரசுர நூல்களை பதிப்பித்தோர்களுள் அவ்வை துரைசாமிப் பிள்ளைக்கு முக்கிய இடமுண்டு. இடைக்கால நூல்கள் சிலவற்றைப் பதிப்பித்தலில் மு. அருணாசலம் முக்கிய இடத்தைப் பெறுபவராவார். பின்னர் குறிப்பாக சங்க இலக்கியங்களைப் பொறுத்தவரையில் மலிவுப் பதிப்புக்கள் எனப் பல வெளியீட்டு நிலையங்கள் சங்க இலக்கிய நூல்களை வெளிக்கொணர்ந்தன.

1918 பரிபாடல் உ.வே.சா. பதிப்பு

1920 அகநானூறு ரா. ராகவையங்கார்

இவை பண்டைய தமிழ் நூற்பதிப்பின் காலவரன்முறையாகும். இந்தப் பதிப்புக்கள் எத்தகைய ஆய்வினடிப்படையில் நிகழ்ந்தன என்பது தெளிவற்றதாகவேயுள்ளது.

இவ்விடயத்தில் வையாபுரிப்பிள்ளை அவர்கள் சி.வை. தாமோதரம்பிள்ளை பற்றி எழுதியுள்ள கட்டுரையிலே (தமிழ்ச் சுடர் மணிகள்) தரும் ஒரு குறிப்பு முக்கியமாகிறது. ஸ்ரீலஸ்ரீ ஆறுமுகநாவலர் சைவசமய நூல்கள், குறள் பாரதம் வெளியிடுவதோடு அமைந்து விட்டார்கள். வித்துவான் தாண்டவராய முதலியார் திவாகர முதலிய நூல்களையும் பள்ளி மாணவர்களுக்கு வேண்டும் வசன நூல்களையும் அச்சியற்றுவதில் ஒடுங்கி விட்டார்கள். மழவை மகாலிங்கையர் தொல்காப்பியம் எழுத்ததிகாரத்தை நச்சினாக்கினியர் உரையோடு பதிப்பித்து, வேறு சில நூல்களையும் வெளியிட்டு அத்துடன் நின்று விட்டார்கள். களத்தூர் வேதகிரி முதலியார் நாலடி, நைடதம் முதலிய நூல்களை வெளியிட்டு அவ்வளவில் திருப்தியுற்றார்கள். திருத்தணிகை விசாகப் பெருமாளையர் முதலியோர் குறளுக்குத் தெளிபொருள், பிரபுலிங்கலீலை, சூடாமணி, நிகண்டு முதலியவற்றைப் பிரசுரித்து அவ்வளவில் தங்கள் முயற்சியைச் சுருக்கிக் கொண்டார்கள். திருவேங்கட முதலியார், இராச கோபாலப்பிள்ளை முதலானவர்கள் இராமாயணம் வெளியிடுவதிலும் நாலடி முதலியன பதிப்பித்தலிலும் ஈடுபட்டு நின்றனர். ஸ்ரீ உ.வே. சாமிநாத ஐயரவர்கள் அப்பொழுது தான் சீவகசிந்தாமணிப் பதிப்பு முயற்சியில் போராடிக்கொண்டிருந்தார்கள். ஆகவே நமது பிள்ளையவர்கள் தன்னந்தனியராய்ப் பண்டைத் தமிழ்ச் செல்வப் புதையலைத் தமிழ்மக்களுக்கு அகழ்ந்தெடுத்து உதவும் பெருமுயற்சியை மேற்கொண்டனர்.

இக்குறிப்புரையின் படி ஆறுமுகநாவலர் உ.வே. சாமிநாத ஐயர், சி.வை.தாமோதரம்பிள்ளை ஆகியோரே முதன்மைப்படுகின்றனர். உண்மையில் நாம் இந்தப் பட்டியலில் வையாபுரிப்பிள்ளை அவர்களின் பெயரையும் சேர்த்துக்கொள்ள வேண்டும். இனி முக்கிய மைற் கல்லாகவுள்ள நாவலர் பதிப்பு, உ.வே.சா. பதிப்பு, சி.வை.தா. பதிப்பு, வையாபுரிப் பிள்ளைப் பதிப்பு ஆகியன பற்றி மிகச் சுருக்கமாக நோக்குதல் வேண்டும்.

ஆறுமுகநாவலர் 37 நூல்களைப் பதிப்பித்துள்ளார். இவற்றுள் மதநிலை முக்கியத்துவத்துக்கு அப்பாற்பட்டனவாக அவரது தொல் காப்பியம் சொல்லதிகாரம், நன்னூல், காண்டிகையுரை ஆகியன ஒட்டு மொத்தமான முக்கியத்துவமுடையவை. நாவலரின் பதிப்பு முறைமை பற்றிய விரிவான விளக்கங்கள் தரப்படவில்லையெனினும், அவர் பாட (Text) நிர்ணயத்திலே மிகுந்த கவனம் செலுத்தினார் என்பது தெரிகிறது. நாவலர் பதிப்பு முறைமை பற்றிக் குறிப்பிடும்பொழுது (ஈழத்துப்) பண்டிதமணி சி.கணபதிப் பிள்ளை அவர்கள் உரையாட லொன்றின் பொழுது கூறியது மிக முக்கியமானதாகும்.

நாவலரின் பதிப்புக்களில் அவராலேயே செய்யப்பெற்ற கடைசிப் பதிப்பையே பார்க்க வேண்டும். ஏனெனில் அவர் பதிப்புக்குப் பதிப்பு பாடங்களைத் திருத்தியுள்ளார். இதற்குக் காரணம் தொடர்ந்தும் பல்வேறு ‘பிரதிரூபச்’ சான்றுகளைப் பார்த்தமையேயாகும்.

நாவலர் பதிப்பித்த நூல்களைப் பார்க்கும்பொழுது அவர் அடிப்படையில் தமிழ் அறிவுத்தாகமுடையவர் என்பது மறுக்க முடியாமல் மேற்கிளம்புகின்றது. நாவலர் பதிப்பித்த நூல்களைப் பின்வருமாறு பட்டியற்படுத்தலாம்.

நாவலரது நூல்கள்

பாடப்புத்தகங்கள்

இலங்கைப் பூமி சாத்திரம்

சைவ வினாவிடை - முதற் புத்தகம்

சைவ வினாவிடை - 2ஆம் புத்தகம்

முதற்பாலபாடம்

இரண்டாம் பாலபாடம்

நான்காம் பாலபாடம்

இலக்கணச் சுருக்கம்

இலக்கண வினாவிடை

மலிவுப் பதிப்பு என்ற சொற்றொடரை பயன்படுத்த முடியா தெனினும் நியூ செஞ்சுரி புக் ஹவுஸினர் வெளியிட்டுள்ள சங்க இலக்கியத் தொகுதிகள் மிக முக்கியமானவையாகும். பாடல்களின் கருத்துக்கள் தரப்படவில்லையெனினும் பாடத்தில் (Text) வரும் சொற்கள் பிரித்து எழுதப்பட்டுள்ளன. இது அப்பாடல்களின் யாப்பமைதி பற்றிய ஒரு பெரும் பிரச்சினையை கிளப்புகின்றது. எனினும் ஏற்கனவே சங்க நூற்பரிட்சயமுள்ளவர்களுக்கு இத்தொகுதி பெரிதும் பயன்படுகின்றது.

ஈழத்தைப் பொறுத்தவரையில், தி. சதாசிவ ஐயர், சி. கணேசையர், நவநீத கிருஷ்ண பாரதியார், பண்டிதர் அருளம்பலவனார் ஆகியோர் முக்கியமானவர்கள். கணேசையரின் தொல்காப்பியப் பதிப்பு மிகச் சிறந்தது என்பது தமிழகத்திலும் ஏற்றுக்கொள்ளப்படும் விடயமாகும். ஆனால் துரதிஷ்டவசமாக கணேசையர் பதிப்பு தமிழகத்திலே அதிகம் பிரபல்யப்படவில்லை. நவநீத கிருஷ்ண பாரதியாரின் திருவாசக விளக்கவுரை மிகச் சிறப்பானதொன்றாகும். அது இப்பொழுது மீளச்சுப் பெறாமலேயே போய்விட்டது.

நீதி நூல்களின் பதிப்பு, தமிழ் நூற்பதிப்பு, வரலாற்றில் முக்கிய விடத்தைப் பெறுவனவாகும். குறிப்பாக திராவிட கருத்துநிலை, முதநிலை எய்தத் தொடங்கிய 60களில் முதல் திருக்குறள் பரிமேலழகர் உரை, பின்னர் வரதராசனின் உரை பெரிதும் பதிக்கப் பெற்றன. தமிழ் நூல்களிலே திருக்குறளே அதிகம் பதிக்கப்பெற்ற நூலெனலாம். இந்திய நூல்களுள்ளும் திருக்குறளுக்கு அதன் அச்சுப்பதிப்பு நிலையில் முக்கிய இடமுண்டு. கம்பராமாயணம் பதிப்புப் பற்றி வையாபுரிப் பிள்ளை 'கம்பன் காவியம்' என்ற தனது கட்டுரைத் தொகுப்பில் மிக விரிவாக ஆராய்ந்துள்ளார். கோயிலிலே (ஸ்ரீரங்கத்திலே) கம்பராமாயணம் பதிக்கப்பெற்று வந்தது என்ற மரபுமுண்டு.

திராவிட இயக்கத்தினர் குறிப்பாக அண்ணா அவர்களே 'கம்பரசம்' என்ற நூலில் கம்பரை காமச் சார்புள்ள ஒரு புலவனாகக் காட்ட முனைந்தார். இது கம்பரைப் பற்றிய மீளாய்வுக்கும் அவர் மேதாவிலாசப் போற்றுகைக்கும் இடமளித்தது. கம்பராமாயணத்தில் பாலகாண்டத்தை தி.த.கனகசுந்தரம்பிள்ளை பதிப்பித்திருந்தா ரெனினும், கம்பராமாயணம் முழுவதையும் கிருஷ்ணமாச்சாரியார் என்பவரே பதிப்பித்தார். திருமுறைப் பதிப்புக்களும் முக்கியமாக தேவாரத் தொகுதிகளும் பெரியபுராணமும் பல பதிப்பு நிலையங் களினாலே வெளிக்கொணரப்பட்டன. அவற்றுள் முக்கியமானது சைவ சித்தாந்த மகாசமாஜ பதிப்பாகும். தொல்காப்பியம், நன்னூல் பதிப்புக் களுக்கு வரும்பொழுது நாவலர், சி.வை.தா. முக்கிய இடம்பெறத் தொடங்குவர்.

ஆங்கிலக் கல்வி முறை வழியாக வந்த கல்வி முறையில் பாடப் புத்தகங்கள் (Text Books) முக்கிய இடம்பெறத் தொடங்குகின்றன. இப் பாடப்புத்தகங்களிலே சங்க இலக்கியங்கள், திருக்குறள், காப்பியங்கள் ஆகியனவற்றிலிருந்து பாடப்பகுதிகள் தேர்ந்தெடுத்துப் போடப் பெற்றன. இவ்வாறு பாடப்புத்தகங்களுக்கு தெரிந்தெடுக்கும்பொழுது முக்கியமான பகுதிகள் தேர்ந்தெடுக்கப்பெற்றன. பாடப்புத்தகங்களிலே காணப்பெறும் இத்தெரிவு முறைமை பண்டைய தமிழிலக்கியம் பற்றிய ஒரு மேலோட்டமான மனப்பதிவினை மாணவர்களிடையே ஏற்படுத்திற்று எனலாம். ஆங்கிலக் கல்வி முறைமை காரணமாக வெளிவந்த பாடப்புத்தகங்கள் மாணவர்களுக்கு அவர்தம் நிலையில் தமிழிலக்கியம் பற்றிய நல்ல மனப்பதிவினை ஏற்படுத்தியுள்ளது எனலாம். தமிழ் நூல்களில் அச்சுமுறைமை பெருக்கத்துக்கும் பண்பாட்டு மீள்கண்டுபிடிப்புக்கும் ஒரு தொடர்புண்டு. அதன் காரணமாகவே தமிழ் பற்றிய தமிழ் நூல்கள் குறைந்த விலையில் விற்கப்பெறும் வழக்கமுண்டாயிற்று எனலாம்.

ஆங்கிலக் கல்வி வழியாக வந்த முக்கிய மரபுகளென இரண்டினை அடையாளம் காணலாம். ஒன்று, உரைநடையிலேயே முழு நூலும் எழுதப்பெறுகின்ற தன்மை. இரண்டாவது, கட்டுரை (Essay, Article) எனும் வடிவம். கட்டுரை எனும் சொல் முன்னர், பொருள் பொதித்த உரை (பேச்சு) என்ற கருத்தினையும் உரைநடையில் எழுதப்பெற்றது என்ற கருத்தினையும் கொண்டிருந்தது. ஆங்கிலக்கல்வி முறைமையினூடே அது Essay என்ற கருத்தில் வருகிறது. கட்டுரை எனும் சொல்லை கட்டமைவுள்ள உரை வடிவ எழுத்துருவம் என்று கூறலாம். சஞ்சிகைகள், புதினப்பத்திரிகைகளின் வளர்ச்சியுடன் கட்டுரை வடிவத்துக்கு இலக்கிய அந்தஸ்தொன்று கிடைத்தது. கல்கி, தினமணி சிவராமன் போன்ற பத்திரிகையாளர்களின் எழுத்துக்களும் கல்வி நிலையில் நின்று எழுதப்பெற்ற ஆய்வுகளும் கட்டுரை என்ற பொதுப் பெயரால் அழைக்கப் படத் தொடங்கின. கட்டுரையாசிரியர்களாக நவீன கால தமிழிலக்கியத்தில் முக்கிய இடம்பெறுபவராக திரு. வி. கல்யாணசுந்தரம் முதலியாரைக் கூறலாம். மறைமலையடிகளின் சிந்தனைக் கட்டுரைகள் இத்துறையில் மிக முக்கியமான ஒரே நூலாகும்.

உரை எனும் சொல் முதலில் பாடல்களுக்கு எழுதப்பெறும் உரை வடிவ விளக்கங்களேயாகும். பேச்சு நிலையிலுள்ள பயன்பாட்டையும் உரை எனும் சொல் குறித்திருக்க வேண்டும் போல் தெரிகிறது. கட்டுரைகள் தொகுதிகளாகவோ அல்லது தனித்தோ நூல்வடிவில் வரும் மரபு இன்று நிலையாகிவிட்டதெனலாம். பிரதானமாக சஞ்சிகைகள் வழியாக தொடர்கதை முறைமை தமிழில் வளர்ந்து வந்தது. தமிழில் நாவலுக்கும் தொடர்கதைகளுக்குமுள்ள உறவு பற்றி ‘நாவலும் வாழ்க்கையும்’ என்ற எனது நூலிலே குறிப்பிட்டுள்ளேன். தொடர்கதைகளை நாவல்களாக வெளியிடும் வழக்கம் 10 வருடங் களுக்கு முன்னர் பெருமளவில் நிகழ்ந்தது. ஜானகிராமன், ஜெயகாந்தன் ஆகிய முக்கிய நாவலாசிரியர்களின் ஆக்கங்கள் இவ்வாறுதான் வெளி வந்தன.

ஒரு ரூபா நாவல் என்ற விலை மலிவு, தரமலிவு நாவல் களிடையே ஜெயகாந்தன், ஜானகிராமன் போன்றோரது நாவல்களும் வெளிவரத் தொடங்கின. 20ஆம் நூற்றாண்டின் கடைசித் தசாப்தத்தி லிருந்தே சிறுகதையின் மேலாண்மை குறைந்துவிட்டதெனலாம். இப்பொழுது நாவல்களே பெரிதும் வெளிவருகின்றன.

பாடப்புத்தக அச்சிடுகை மரபை இப்பொழுது இலங்கையிலும் தமிழ்நாட்டிலும் அரசாங்கங்களே செய்கின்றன.

பழந்தமிழ் நூற்பதிப்பினை நோக்கும் பொழுது தமிழின் நவீன காலத்துக்கு முந்திய இலக்கிய நூல்கள் யாவும் பதிப்பிக்கப்பெற்று

விட்டன என்றே கூறலாம். ஆனால் இசை, கூத்து பற்றிய நூல்கள் இன்னும் பிரசுரிக்கப்படவில்லை. கூத்து நூல் போன்ற சில பதிப்புக்கள் வந்துள்ளனவெனினும் அடியார்க்கு நல்லார் உரையில் பேசப்படும் இசை, நாடக நூல்கள் யாவும் மீளக் கண்டுபிடிக்கப் பெற்றுள்ளன வென்றோ எல்லாம் பிரசுரிக்கப்பட்டுவிட்டதென்றோ கூறமுடியாதுள்ளது.

19ஆம் நூற்றாண்டின் நடுக் கூற்றிலிருந்து எழுதப்பெற்ற முக்கிய புனைகதை நூல்களிற் சிலவே அச்சிடப்பெற்றுள்ளன. இக்கட்டுரையில் தமிழ்நூற்பதிப்புக்களின் சராசரி அச்சுத்தொகை பற்றிக் கூறவேண்டும். ஆனால் அவை பற்றிய போதிய தகவல்கள் இல்லை. பாடப் புத்தகங் களைத் தவிர்த்த எழுத்து வகைகளுக்கு வரும் பொழுது மு. வரதராசனின் நாவல்களே பெரிதும் அச்சிடப்பெற்றன என்று கூறலாம். ஆனால் இப்பொழுது (கடந்த 10 வருடங்களாக) அத்தகைய ஓர் இலக்கியச் சந்தை வலுவிழந்து விட்டது என்றே கூறவேண்டும்.

இலங்கையின் போர்ச்சூழல் காரணமாக பொது வாசிப்புக்கான தமிழ் நூல்கள் பெரிதும் அச்சிடப்பெறுவதில்லையெனலாம். ஆனால் தமிழகத்தில் நிலைமை வேறு. அவர்களுக்கு இந்தியச் சந்தை மாத்திர மல்லாது இலங்கையிலிருந்து வெளிநாடுகளுக்குச் சென்றுள்ள புகலிடத் தமிழர் வலுவான ஓர் இலக்கியச் சந்தையாக அமைகின்றன. மணிமேகலை பிரசுரம் போன்ற நிறுவனங்கள் சில இவர்களின் தேவைகளுக்கான பதிப்புக்களை வெளியிடுகின்றன.

தமிழ் நூற்பதிப்பின் தொகையளவு பற்றி நோக்கும்பொழுது ஒரு அச்சுப்பதிப்பில் பெரும்பாலும் 1000 நூல்களே அச்சிடுவர். மிகப் பிரசித்தமானவர்களின் நூல்களே பதிப்புக்கு 2000, 2500 எனச் செல்லும்.

இவ்விடயம் தொடர்பான தகவல்களை சேகரிப்பதிற் சிரமங்கள் பல உள்ளமையால் இக்கட்டுரை அதன் இலக்கு முழுமையைப் பெறவில்லையென்ற உண்மையைப் பதிவுசெய்ய விரும்புகின்றேன்.

7

ஈழத்து இலக்கியம் : ஒரு முகவுரைக் குறிப்பு

ஈழத்து இலக்கியம் எனும் தொடர் இலங்கையில் எழுதப் பெறும் தமிழ் எழுத்துக்களைக் குறிப்பதாகும். ஒரு நிலையில் படைப் பிலக்கியங்களை மாத்திரமே சுட்டும் இத்தொடர் இன்னொரு நிலையில் இலங்கையில் தமிழில் எழுதப்பட்ட எழுத்துக்களையும் குறித்து நிற்கின்றது. ஈழம் எனும் சொல் இலங்கையைக் குறிப்பதற்கான பண்டைய பெயராக விளங்கிற்று. சங்க இலக்கியங்களுள் ஒன்றான பட்டினப்பாலையில் தமிழகத்திற்கு 'ஈழத்துணவு' வந்ததாகக் குறிப்பிடப் படுகின்றது. 'ஈழத்துப் பூதந்தேவனார்' என்ற பெயர் சங்க இலக்கிய புலவர்கள் வரிசையிலே இடம் பெறுகின்றது. ஆராய்ச்சியாளர்கள் இப்பெயரை ஈழத்துப் பூதந்தேவனார் என வெவ்வேறாகவே குறிப்பிடுவர். அஃது எவ்வாறாயினும் பண்டைய காலங்களிலேயே ஈழத்துக்கும் தமிழகத்துக்குமிடையே இலக்கியத் தொடர்பு நிலவிற்று என்பதனை இப்பெயர் வழக்கு மூலம் அறியலாம்.

தமிழகத்தின் புராதன பிரஹ்மி கல்வெட்டு ஒன்றில் 'ஈழக் குடும்பிகள்' என்ற பதப் பிரயோகம் காணப்படுகின்றது. (பிற்காலச் சோழக் கல்வெட்டொன்றில் இலங்கையை ஈழ மண்டிலம் எனக் குறிப்பிடும் ஒரு மரபு காணப்படுகின்றது. 'முதற்றொழிற் சிங்கல ஈழமண்டிலம்')

ஈழத்து இலக்கியம் என பேணப்பட்டுள்ள இலக்கியங்களை நோக்கும்பொழுது வரன்முறையான ஆக்க இலக்கிய எழுத்துக்கள் யாழ்ப்பாண அரசுக் காலம் முதலே முதனிலைப் படுவதை இலக்கிய வரலாற்று ஆசிரியர்கள் குறிப்பிட்டுள்ளனர். அந்நிலையில் இவற்றினை ஈழத்திலே தோன்றிய தமிழிலக்கியங்கள் என்றே பொதுப்படையாகக் கொள்ளல் வேண்டும்.

ஈழத்தின் இலக்கியப் பாரம்பரியம் பற்றிய பிரக்ஞையை இரண்டு முக்கிய வரலாற்றுக் கால கட்டங்களிலே காணக்கூடியதாக உள்ளது. முதலாவது ஆறுமுகநாவலர் காலத்திலாகும். ஈழத்து இலக்கிய நிலைப் பாரம்பரியத்தையும் அதன் சைவ மதச் சார்பையும் வற்புறுத்த வேண்டிய தேவை ஆறுமுகநாவலருக்கு இருந்தது. வீராசாமி செட்டியார் என்பவர் ஈழத்தின் இலக்கியப் பாரம்பரியம் பற்றி மிகக் குறைவாக எழுதியதற் கெதிராக ஈழத்தின் இலக்கியத்தின் சிறப்பையும், முக்கியத்துவத்தையும்

வற்புறுத்தி நாவலர் எழுதியுள்ள மறுப்பு ஆறுமுகநாவலர் பிரபந்தத் திரட்டில் இடம் பெற்றுள்ளது. அதன் பின்னர் 1950களின் பிற்கூற்றிலும் 60களிலும் ஈழத்து இலக்கியம் என்ற கோட்பாடு பிரக்ஞை பூர்வமாக முன் வைக்கப்பட்டது. இவ்விடயத்தில் இலங்கை முற்போக்கு எழுத்தாளர் சங்கம் மிக முக்கியமாக தொழிற்பட்டது. 1950களின் பிற்கூற்றில் முற்போக்கு எழுத்தாளர் சங்கம் தன்னுடைய இலக்கிய இயக்க நடவடிக்கையின் முதற்கட்டமாக 'ஈழத்து இலக்கியம்' என்ற கோட்பாட்டை முன் வைத்து தென்னிந்தியாவிலிருந்து வருகின்ற வணிக நிலைப்பட்டனவான சஞ்சிகைகளின் போக்கிலிருந்தும் தாக்கத்திலிருந்தும் விடுபட்டு இலங்கையின் பிரச்சினைகள் பற்றிப் பேசுகின்ற ஓர் ஆக்க இலக்கியத் தொகுதி ஊக்குவிக்கப்படவேண்டும் என்ற நிலைப்பாட்டினை முன் வைத்தது. இந்த பின்புலத்திலேயே ஈழத்து இலக்கியம் என்ற கோஷம் அக்காலத்தில் முன் வைக்கப் பட்டது. இதற்கு ஆதரவாக நாவலர் வழிவந்த இலக்கிய மரபினர் குறிப்பாக பண்டிதமணி C. கணபதிப்பிள்ளை போன்றோர் முற்போக்கு எழுத்தாளர் சங்க கோஷத்துக்கு ஆதரவு வழங்கினர். தமிழகத்தின் முற்போக்கு எழுத்தாளர்களும் ஆதரவு வழங்கினர்.

60களின் முற்கூற்றில் தமிழகத்திலுள்ள இலக்கிய சஞ்சிகைகள் ஈழத்து இலக்கியம் என்ற எண்ணக்கரு நன்கு ஸ்தாபிதம் ஆவதற்கும், தமிழகத்தில் அது பற்றிய ஒரு பிரக்ஞை ஏற்படுவதற்கும் உதவின. ரகுநாதனின் 'சாந்தி' இலங்கை எழுத்தாளர்களது ஆக்கங்களை வெளியிட்ட தெனினும் விஜயபாஸ்கரன் நடத்திய 'சரஸ்வதி' சஞ்சிகையே இத்துறையில் முதன்மையான பணியாற்றிற்று எனலாம். ஈழத்து எழுத்தாளர்களின் புகைப்படங்களை முன்புற அட்டையில் பிரசுரித்து அவர்களது ஆக்கங்கள் பற்றி சஞ்சிகையினுள் எழுதியிருந்தார். காத்திரமான இலக்கிய ஆர்வலர்களிடத்து 'சரஸ்வதி' அக்காலத்தைய ஈழத்து இலக்கிய வளர்ச்சி பற்றி வேண்டிய இக்கட்டுரைகள் தரவுகளை வழங்கிற்று. 1957 முதல் 1961 வரை கைலாசபதி தினகரன் ஆசிரியராகக் கடமையாற்றியபொழுது இலங்கையின் பல்வேறு பிரதேசங்களிலும் காணப்படுகின்ற பிரச்சினைகளைத் தளமாகக் கொண்டு கதைகள், கவிதைகள் வெளிவந்தன. இந்நடவடிக்கைமூலம் ஈழத்தின் நவீன தமிழ் எழுத்தாளர்களின் திறமை வெளிக்கொணரப் பட்டவுடன் அத்தகைய ஆக்கங்கள் சம்பந்தமாக வாசகர் ஈடுபாடும் வளர்ந்தது. இதனால் ஈழத்து இலக்கியம் எனும் கருதுகோள் இலங்கை முழுவதற்கும் பொதுவான அநுபவங்களை எடுத்துக் கூறும் இலக்கியம் எனும் கருத்து மேலோங்கத் தொடங்கிற்று.

நா. பார்த்தசாரதி நடத்திய 'தீபம்' சஞ்சிகையிலும் ஈழத்திலக்கியம் பற்றிய பிரக்ஞை காணப்பட்டது. 1960களில் ஈழத்து இலக்கியத்தின்

வளர்ச்சி பற்றிய ஒரு மதிப்பீட்டைப் பெற்றுக் கொள்வதற்கு பகீரதன் என்பவர் கூறிய ஒரு கூற்றொன்று பெரிதும் உதவிற்று. 'ஈழத்து இலக்கியம் தமிழகத்துக்கு 10 வருடங்கள் பின்தங்கியே உள்ளது' என்ற கருத்துப்பட அவர் ஒரு குறிப்பினை கொழும்பில் நடந்த கூட்டம் ஒன்றில் குறிப்பிட்டிருந்தார். இது ஈழத்து எழுத்தாளர்களிடையேயும் வாசகர்கள் இடையேயும் பெரிய சலசலப்பை ஏற்படுத்திற்று. இவ்விவாதம் பற்றிய கட்டுரைகள் தினகரனிலே இடம்பெற்றன. அப்பொழுது பேராசிரியர் தில்லைநாதன் தினகரனிலே கடமை யாற்றினார். அவர் இந்த விவாதத்துக்கு முக்கியத்துவம் கொடுத் திருந்தார். 1960களிலும் 1970களிலும் தமிழகத்திலே ஈழத்து எழுத்தாளர் களின் ஆக்கங்கள் வெளியாகின. செ. கணேசலிங்கன், டானியல் போன்றோரது எழுத்துக்களுக்கும், டொமினிக் ஜீவாவின் 'மல்லிகை'ச் சஞ்சிகைக்கும் தமிழகத்தில் நல்ல வரவேற்பிருந்தது. 80களிலிருந்து ஈழத்து இலக்கியத்திலே இனக்கலவரம், தமிழர் எழுச்சி ஆகியன காரணமாக பல மாற்றங்கள் இக்காலத்தில் ஈழத்தின் பல எழுத்தாளர்கள் மேற்கு நாடுகள் பலவற்றிலே புகலிடம் தேடினர். புகலிட இலக்கியத் தொகுதியை ஈழத்திலக்கியத்தின் விஸ்தரிப்பாகவே கொள்ளல் வேண்டும். பிரான்ஸ், நோர்வே, கனடா போன்ற நாடுகளில் வாழ்ந்த ஈழத்து எழுத்தாளர்கள் இத்துறையிலே பெரிதும் தொழிற்பட்டனர் எனலாம். இவர்களின் எழுத்துக்களும் தமிழகத்திலேயே பிரசுரமாகின.

20ஆம் நூற்றாண்டின் இறுதியிலும் ஈழத்துத் தமிழிலக்கியம் முழுத் தமிழிலக்கியத்தினதும் செழுமைசார் தொகுதியாக ஏற்றுக் கொள்ளப் பெற்றதெனலாம்.

இதிலே காணப்பட்ட மிக முக்கிய அம்சம் யாதெனில் 1980கள் முதல் ஈழத்திலே தமிழர்களுக்கு ஏற்பட்ட அநுபவங்கள் தமிழர் வரலாற்றிலே முன் உதாரணம் காட்டப்பட முடியாதனவாகும். இதனால் 1980களிலிருந்து ஈழத்திலே தோன்றும் ஆக்க இலக்கியங்கள் தமிழின் இலக்கிய அநுபவத்தை விஸ்தரித்தன எனலாம். இனக் கலவரம், புலப்பெயர்வுகள் போன்றவை தமிழிலக்கியத்திலே முன்னர் இடம்பெறாத அநுபவங்களாகும். 80களிலிருந்து வருகின்ற ஈழத்துத் தமிழிலக்கியம் இவை பற்றியே பேசலாயிற்று. இந்த அநுபவங்களை இலக்கிய வலுவுடன் எடுத்துக் கூறும் எழுத்தாளர்களுக்குத் தமிழகத்திலே வரவேற்பிருந்தது. சேரன் இதற்கு நல்ல உதாரணமாவார். விமர்சனத் துறையிலும் ஈழத்தின் பங்களிப்பு முக்கியமானதாக கணிக்கப்பெற்றது. இன்று ஈழத்திலக்கியம் முற்றுமுழுதான தமிழிலக்கியத்தின் ஒரு பிரதான அலகாக உள்ளது.

(இக்கட்டுரை செல்வி. றிக்காஸா சாஹுல் ஹமீடினாற் படியெடுக்கப் பெற்றது.)

8
தமிழ்நாட்டில் இசை

தமிழின் மூன்று முக்கிய பயில்பு நிலைகளாக இயல், இசை, நாடகம் என்பவற்றை எவ்வாறு தமிழின் பயில்நிலையை வகுப்பது தேவார காலத்திலிருந்தே பிரித்துப் பேசப்படுகிறது என்பர். அதாவது இவை ஒவ்வொன்றும் தனித்துறைகளாக முக்கியப்படுத்தப்படுவது பிற்காலத்திலேயே நிகழ்ந்திருக்கும் என்பர். ஏனெனில் சங்ககாலத்தில் நாடகம் எனும் சொல்லிலும் பார்க்க கூத்து என்பதே பெருவழக்காக இருந்தது.

இதிலும் பார்க்க முக்கியமான உண்மை 'இயல்' எனக் கூறப்படும் இலக்கியம் தொடக்க நிலையில் பா உரை என நின்றது. 'பா' என்பது 'பாடப்படுவது' என்பதாகும். பா என்பது பாடப்படும் ஓசையமைதிக் கேற்ப வகுத்துக் கொள்ளப்பட்டது என்பதனை தொல்காப்பியம் செய்யுளிலிருந்து அறிகின்றோம். பாவின் ஓசையென்பது அந்தப் பாவின் ஓசை முறைமையை (Sound Pattern) குறிக்கும். பாடப்படும் ஓசையமைதிக்கு ஏற்பவே பாவின் வகைகள் தீர்மானிக்கப்பட்டன அந்த ஓசைகள் பின்வருமாறு

1. அகவல் - மயில் அகவுகின்ற ஓசையினை ஒத்தது. மயிலின் கூவுதல் அகவுதல் எனப்படும்.

2. வஞ்சி - இதனை தூங்கலோசையென்பர். தூங்கல் என்பது ஊஞ்சலில் ஆடுவது போன்றது அதாவது (அந்த ஓசை ஒரு குறிப்பிட்ட எல்லைக்குள் ஒரு நியம நிலையிலே போய்ப் போய் வரும்.)

3. செப்பல் - ஒன்றை 'எடுத்துக் கூறல்' எடுத்துக் கூறலுக்கான ஓசையழுத்தம் இந்தச் செப்பல் முறையில் உண்டு.

4. துள்ளல் - துள்ளலென்பது குதித்தல் (Sprinting) ஐக் குறிக்கும். நடனமொன்றிலே ஆடுவது போன்ற இசையமைதியை துள்ளல் எனலாம். (மலையாளத்தில் இன்றும் நடனத்தை துள்ளலென்பர்.) மேலே சொன்ன பாடுகை

முறைக்கும் பாடப்பட்ட பாக்களுக்குமான உறவு பின்வருமாறு.

ஆசிரியப்பா - அகவலோசையில்
வஞ்சிப்பா - தூங்கலோசையில்
வெண்பா - செப்பலோசையில்
கலிப்பா - துள்ளலோசையில்

இதிலிருந்து தெரிய வரும் உண்மை மிக முக்கியமாகும். அதாவது புராதன தமிழ் 'இயல்' (இலக்கியம்) இசையோடு சம்பந்தப்பட்டே யிருந்தது. உண்மையில் அது இசையிலிருந்து பிரிந்து நிற்கவில்லை.

இசையென்ற சொல்லே மிக முக்கியமானவொன்றாகும். இசையென்னும் சொல்லை ஒரு வினைச் சொல்லாகக் கொண்டால் அதன் கருத்து இணங்கிநில் என்பதே ஆகும். ஆங்கிலத்தில் To be harmonious with என்ற கருத்துடையது. harmony என்பது எல்லா இசைக்கும் அடித்தளமாவதாகும்.

மேலும் தமிழின் கூத்தை இசை, ஆட்டம், பாடப்படும் பாடல்களில் சொல்லமைதி ஆகியனவற்றிலிருந்து பிரித்துப் பார்க்க முடியாது.

மேலே கூறிய கலையிலக்கிய ஒருங்கு நிலை எல்லா மொழி களிலும், எல்லா பண்பாடுகளிலும் காணப்படும் அம்சமாகும். இதனை விட சங்க காலத்தில் பாடுதல் (இசைத்தல்) என்பது தனியான முயற்சியாக இருந்து வந்தது. பண்டைய தமிழ் நாட்டுப் பாடுநர்களை பாணர் எனக் கூறினர். பாணர் சமூகத்தை பாண்குடி என்றனர்.

பாண் எனும் சொல் 'பண்' எனும் சொல்லோடு தொடர்புடையது. பண் என்பது பாடப்படும் ஓசையமைதியாகும். (Mode of Singing) இராகம் கூட ஒரு mode தான்.

தேவாரம் எனும் சொல்லை தே+வாரம் என்று கொள்ளலாம். தெய்வங்களின் மீதான 'வார'ப் பாடல் தேவாரம் எனப்பட்டது. பாசுரம் என்பது தெய்வப் பாடலென்றே பொதுவில் கருதப்படினும் அது மொழியெனும் அடிப்படைக் கருத்தை உடையது. பாசுரம் என்பதற்கு உயர்ந்தோர் அனுப்பும் ஓலை என்றதொரு கருத்தும் உண்டு.

பாடுதல் சிறப்புப் பயிற்சியுள்ள ஒரு நடவடிக்கையாக படிப்படியாக மேற்கிளம்புகிறது. பாடப்படுவது 'பாணி' எனப்படுவது. தொல்காப்பியர் காலத்தில் ஆடிப்பாடி ஆற்றுகை செய்யுமிடத்தை பண்ணை என்றனர். இச்சொல் 'பண்'ணை அடிப்படையாகக் கொண்டே தோன்றியிருத்தல் வேண்டும். கலைகளின் வரலாற்றில் ஒரு முக்கிய அம்சம் அவை படிப்படியாக சாஸ்திரீய மயப்படுவதாகும்.

அதாவது அந்த அந்தக் கலைகள் ஒரு கலை வடிவமாக இருக்குமதே வேளையில் அதன் அமைப்பு, அந்த அமைப்பு பற்றிய விளக்கம் மிகுந்த அறிவியல் பூர்வமாக ஒரு சாஸ்திரமாக வளர்க்கப்பட்டிருக்கும்.

இசை தமிழ் நாட்டில் சாஸ்திரீய மயப்படுவதன் முதலாவது முக்கிய பெருங்கட்டம் சிலப்பதிகார காலமாகும். சிலப்பதிகாரத்தில் குறிப்பாக இசை, நடனம் இரண்டும் விவரிக்கப்பட்டுள்ள முறையில் அவை தனிநிலைச் சாஸ்திரங்களாகி விட்டன என்பது தெரிகிறது. இங்கும் பண்முறையே பிரதானப்படுத்தப்பட்டிருத்தல் வேண்டும்.

தமிழிசை வளர்ச்சியின் முதல் பிரதான வளர்ச்சிக் கட்டமாக அமைவது தேவார, பாசுர காலமென குறிப்பிடப்படும் பல்லவர் காலமாகும். தேவாரம், பாசுரம் என்ற சொற்களே அவற்றின் இசை நிலையைக் காட்டுகின்றன. சோழர் காலத்தில் இவையிரண்டும் தொகுக்கப் பெற்றபொழுது இவற்றுக்கு இலக்கிய அந்தஸ்து கிட்டிற் றெனினும் சைவ, வைஷ்ணவ மரபுகளில் இவை அடிப்படையில் இசைப் பாடல்களாகவே கருதப்பட்டன. தேவாரங்கள் தொகுக்கப் பட்ட பொழுது ஒரு தொகுப்பு முறையில் பண்களையே பிரதானப் படுத்தியிருப்பர். பாசுர பாடல் மரபு அரையர் இசை மரபிலே போற்றப்பட்டது என்பர்.

ஆனால் பண் முறையானது மதப் பாடல்களுக்கு மாத்திரம் உரியதொன்றல்ல மத, இசை தவிர்ந்த மகிழ்வு நிலை இசையும் பண் வழியாக பயிலப்பட்டு வந்துள்ளது. அரசவையும், பிரபுத்துவமும் முக்கியம் பெற்றிருந்த கால கட்டங்களில் மகிழ்வுக்கான இசை (Entertainment music) நிச்சயமாக வளர்ந்திருத்தல் வேண்டும்.

சிலப்பதிகாரத்துக்கு அடியார்க்கு நல்லார் எழுதிய உரையில் இந்த வளர்ச்சி நிலையைக் காணலாம். 14/15ஆம் நூற்றாண்டுக் காலப் பகுதியில் வாழ்ந்த அடியார்க்கு நல்லார் ஏறத்தாழ கி.பி. 450/550 காலப் பிரிவைச் சேர்ந்த சிலப்பதிகாரத்துக்கு எழுதிய உரையிலே குறிப்பாக அரங்கேற்று காதைக்கு எழுதிய உரையில் சோழர் காலத்தில் நிலவிய இசைமுறையினை நன்கு விவரித்துள்ளார். சிலப்பதிகார உரையை தளமாகக் கொண்டு நோக்கும் பொழுது ஏறத்தாழ மதச்சார்பற்ற ஒரு இசைப் பாரம்பரியமும் வழங்கிற்று என்பது தெரிகிறது. அந்த இசை மரபின் அடிப்படைகள் தனித்தமிழ் சொற்களிலேயே குறிப்பிடப் பட்டிருப்பது ஆச்சரியம் தரும் உண்மையாகும். உதாரணமாக பாடுகின்ற பொழுது பாடப் பெறும் தாளத்தை தூக்கு என்றனர் என்பது தெரிகிறது.

கி.பி. 7-12ஆம் நூற்றாண்டு வரையுள்ள வரலாற்றில் பல்லவ, சோழ அரசுகள் மாத்திரமல்லாது சாளுக்கியர், இராட்டிரகூடர் பின்னர் ஒய்சலர் என்னும் அரச பரம்பரைகள் தெலுங்கு கன்னடப் பகுதிகளிலும்

பெருமாள் அரச குடும்பத்தினர் கேரளத்திலும் ஆண்டு வந்தனர். இந்த அரசவைகளிலே எத்தகைய சங்கீத மரபு பயிலப்பட்டது என்பது பற்றிய தெளிவான விளக்கம் தமிழில் கிடைக்கவில்லை.

'கர்நாடக சங்கீதம்' என்று இன்று போற்றப்படும் சங்கீத முறைமை பற்றிய இரண்டு முக்கிய அம்சங்களை முதனிலைப்படுத்தி எடுத்துக் கூறவேண்டியுள்ளது. முதலாவது கர்நாடக எனும் சொல்லாகும். இது உண்மையில் தமிழ் நாட்டுக்கு வடக்கேயுள்ள குறிப்பாக விந்தியத்திற்கு தெற்கே உள்ள (தென் மேற்கே உள்ள) கன்னட மொழிப் பிரதேசத்தையே குறிக்கும். கருநாடர் எனும் வழக்கு சிலப்பதிகாரத்திலே வருகிறது. கர்நாடகத்தில் வழங்கும் இசைமரபு என்கின்ற கருத்தையுடைய இச் சொற்றொடர் உண்மையில் வட இந்திய நிலை நின்று வைக்கப்பட்ட ஒரு பெயரே ஆதல் வேண்டும். இப்படிக் கூறும்பொழுது இன்றைய கர்நாடக இசை மரபின், முதற் பிதாமகராகக் கொள்ளப்படுபவர் கன்னட பிரதேசத்தைச் சார்ந்த புரந்தரதாஸராவார். இவர் 12ஆம் நூற்றாண்டைச் சார்ந்தவர். இவர் பாடல்கள் கன்னட மொழியிலேயே உள்ளன.

இரண்டாவதாக முக்கியத்துவம் பெறும் அம்சம் கர்நாடக இசையின் சாஸ்திரீய அம்சங்களை தெளிவுபடுத்தும் நூல்களாகும். அவை 'சதுர்த்தண்டிப் பிரகாசிகை', 'சங்கீத ரத்திநாகரம்' என்பன வாகும். இவை இரண்டும் சமஸ்கிருத மொழியிலுள்ள நூல்களாகும். இவை தென்னிந்தியாவில் எழுதப் பெற்றன என்றும் ஏறத்தாழ கி.பி. 12-14க்கு இடைப்பட்டனவென்றும் கூறப்படுகிறது.

கர்நாடக சங்கீதம் என்பது தமிழ் நாட்டில் முன்னர் நிலவிய பண்ணிசை முறைமையை அமைத்துக் கொண்ட முயற்சியேயாகும் என்று தமிழர்கள் நிலையில் வலுவாகவே கூறப்படுகின்றது. ஆனால் இதற்கான சான்று மேற்கூறிய இரண்டு நூல்களிலும் உண்டா என்பது மிக முக்கியமான கேள்வியாகும்.

அதற்கும் மேலே பின்வருவன முக்கியமாகின்றன

(அ) இராகம் பற்றிய கோட்பாடு (இராகம் என்ற சொல்)

(ஆ) பல்லவி, அனுபல்லவி, சரணம் எனும் அமைப்பு

இவை இரண்டுக்குமான கி.பி. 12க்கு முற்பட்ட நேரடித் தமிழ்ச் சான்றுகள் இல்லையென்றே கூற வேண்டும். ஆயினும் ஏற்கனவே நிலவிய இசைமரபுகளை கணக்கிலெடுக்காமற் புதிய இசை முறைமை ஒன்றினை வகுத்திருக்க முடியாது என்பது உண்மையே. ஆனால் இந்த இசைமரபு தென்னிந்தியா முழுவதற்கும் பொதுவான ஒரு இசை மரபாகும்.

மேலும் பண்களின் ஓசையமைதியினை இனங் காண்பதற்கு இன்று இராகங்களையே வழிமுறையாகக் கொள்கின்றனர். இந்த நிலைமை கர்நாடக இசை மரபு வளரத் தொடங்கிய காலத்தில் ஏற்கனவே தமிழிசை மரபு சனரஞ்சக வலுவின்றி குன்றியிருத்தல் வேண்டும். இதற்கான சான்றும் உண்டு. தேவாரங்கள், பாசுரங்கள் ஆகியன பாடப்படும் முறைமையினை அறிய முற்பட்டபொழுது அப்பணி சிரமமாக இருந்ததென அறிகிறோம். தேவாரங்களைப் பொறுத்த வரையில் அந்த இசை மரபினை, பாணர் குடும்பத்தைச் சார்ந்த முதிய பெண் ஒருவரிடத்திருந்தே பெற்றுக் கொண்டதாகக் கேள்வி. இதிலுள்ள சுவாரஸ்யம் என்னவென்றால் அந்த சாதியினருக்கு அக்காலத்திலே கோயில்களுக்குள்ளே செல்வதற்கான அனுமதி கிடையாது. அந்த அளவுக்கு பண்ணிசை மரபு குன்றிப் போயிருத்தல் வேண்டும்.

கோயில்களிலே பஞ்ச புராணத்தை (தேவாரம், திருவாசகம், திருவிசைப்பா, திருப்பல்லாண்டு, புராணம்) பாடும் மரபு ஓதுவார் களிடத்தேயே இருந்தது. பிற்கால சோழர் கோயில்களிலும் விஜயநகர மன்னர்கள் காலத்துக்கும், நாயக்கர் மன்னர்கள் காலத்துக்கும் உரிய கோயில்களிலும் தேவதாசியினரும் 'மேளக்காரர்களும் கர்நாடக இசை மரபையே போற்றினர் என்பதும், இவர்களுக்கிருந்த ஆதரவு ஓதுவார் களுக்கிருக்கவில்லை என்பதும் வரலாற்று பிரசித்தமான தகவலாகும்.

கர்நாடக இசை மரபிலே கையாளப்படும் பல்லவி, சரண முறைமை படிப்படியாக தமிழிலக்கியத்தினுள்ளும் வருகின்றது. ஏறத்தாழ 17ஆம் நூற்றாண்டைச் சார்ந்த திருக்குற்றாலக் குறவஞ்சியில் வரும் சில பாடல்களில் பல்லவி, சரணம் முறைமையிலேயே அமைந்துள்ளன.

பல்லவி, அனுபல்லவி, சரணம் என்ற சொற்களின் கருத்து யாவை என்பதும் தெரியவில்லை.

இந்நிலையில் இத்தரவுகள் குறிப்பிடப்பட வேண்டிய அத்தியாவசியத்தினை தெளிவுபடுத்துதல் அவசியமாகும். தமிழிசை வரலாற்றினைப்பற்றி பேசும் பலர் கர்நாடக இசையென்பது தமிழிசையே என்றும், பண்ணிசையிலிருந்து வந்தது என்றும் மிகச் சுலபமாக கூறிச் செல்வதைக் காணலாம். அப்படிக் கூறுவதிலுள்ள புலமைநிலை இடர்பாடுகள் சிலவற்றை மேலே குறிப்பிட்டுள்ளேன். தமிழிசை எவ்வாறு கர்நாடக இசைக்கு தளமாக உள்ளது என்பது பற்றிய விடயத்தினையும், விவரத்தினையும், வரலாற்று பூர்வமாக தெளிவுபடுத்தல் வேண்டும். அத்துடன் மிக மிக முக்கியமாக நாம் கூறுவதை கன்னடக்காரர்களும், தெலுங்கர்களும், மலையாளிகளும் ஏற்றுக் கொள்கின்றனரா என்று அறிதல் வேண்டும்.

இக்கட்டத்தில் தென்னிந்தியாவை மாத்திரம் மையமாகக்கொண்டு இசை மரபொன்றினது விளக்கத்தைத் தரவேண்டியதற்கான வரலாற்றுத் தேவையை அறிந்துகொள்ளவேண்டும்.

இந்திய வரலாற்றினை நோக்கும் பொழுது ஏறத்தாழ கி.பி. 8ஆம் நூற்றாண்டு முதல் கங்கை நதிப் பள்ளத்தாக்கில் முஸ்லிம்களின் அதிகாரம் வலுவடையத் தொடங்குகிறது. இஸ்லாம் அரபு நாட்டிலே தோன்றி பாரசீகத்தில் செழுமையுடன் வளர்ந்து அதன் பின்னர் வடமேற்கு கணவாய்கள் வழியாக இந்தியாவுக்குள் வந்தது. இந்தியாவுக்குள் வந்த முஸ்லிம்கள் தமது ஆட்சியை வடஇந்தியாவில் நிறுவியபொழுது முக்கிய பண்பாட்டு பிரச்சினைகளை எதிர் நோக்கினர். விக்கிரக வழிபாட்டினை அடிப்படையாகக்கொண்ட இந்து மத நடைமுறைகளுடனோ, பண்பாட்டுடனோ இணைவது மிகச் சிரமமாக இருந்தது. இந்து மதப் பண்பாட்டு வழியாக வருகின்ற சிற்பம், கட்டடக்கலை, ஓவியம் ஆகியவற்றையும் ஓரளவுக்கு இலக்கியப் பாரம்பரியத்தையுங் கூட ஏற்றுக் கொள்ள முடியவில்லை.

இதனால் ஒரு பண்பாட்டுப் பிரிநிலை காணப்பட்டது. ஆனால் ஒரேயொரு துறையில் மாத்திரம் இந்தப் பிரிநிலை தொழிற்பட வில்லை. முஸ்லிம்கள் படிப்படியாக இந்திய இசையுடன், இணைய முற்பட்டனர். ஆனால் இந்த இணைவு சில தனித்துவங்களை ஏற்படுத்துவதாக அமைந்தது. அவற்றுள் மிக முக்கியமானது இராக ஆலாபன முறையாகும். இந்த முறைமையிலே 'சாஹித்திய' கட்டிருக்கம் கவனிக்கப்படவேயில்லை. இதன் காரணமாக வடஇந்திய இசை மரபு படிப்படியாக மாற்றம்பெற்றுவந்தது. இதுவே இந்துஸ்தானி இசை முறைமையின் தோற்றமாகும். இந்துஸ்தானி இசை முறைமையில் முஸ்லிம்கள் பேரார்வம் காட்டினர். இன்றுங் கூட பிஸ்மில்லாக்கான் (ஷேனாய்) அல்லாரக்கா (தபுலா) மிகப்பெரிய விற்பன்னர்களாவர். மேலே கூறிய மாற்றம் ஏறத்தாழ கி.பி. 9ஆம் நூற்றாண்டு முதல் படிப்படியாக ஏற்படத் தொடங்கிற்று. இது ஏற்கனவே நிலவிய இந்து இசை மரபிலிருந்து விலகத்தொடங்க தென்னிந்தியாவில் இந்த மாற்றம் ஏற்படவில்லை. சதுர்த்தண்டிப் பிரகாசிகை, சங்கீதரத்திநாகரம் என்பவை மேற்கூறிய மாற்றத்திற்குட் படாத இசை மரபினை சமஸ்கிருத நிலைநின்று பேணுவதற்கு எடுத்துக் கொள்ளப்பட்ட முயற்சிகளாகவே சில அறிஞர்கள் கூறுவார்கள். இது பற்றி விரிவான விளக்கங்களுக்கு OXFORD பல்கலைக்கழகம் வெளியிட்டுள்ள (The Cultural Legasey of India என்ற நூலை புதிய பதிப்பில் பார்க்கவும்.) (Cultural History of Inida என பெயர் மாற்றப் பெற்றுள்ளது.)

(மேலே கூறிய முஸ்லிம் வருகைக்கு தென்னிந்தியா நிலைப்பட்ட ஒரு பரிணாமமும் உண்டு. முஸ்லிம் வர்த்தகர்கள் கடல் மார்க்கமாக தென்னிந்தியாவின் கேரள கரையோரத்துக்கும் பின்னர் கிழக்கு கரையோரத்தில் உள்ள காரைக்கால், நாகப்பட்டினம் ஆகிய பிரதேசங்களுக்கும் வியாபாரிகளாக வந்தனர். இவர்கள் தமிழகத்தின் கிழக்கு கரையோரப் பட்டினங்களில் வாழ்கின்றனர். காயல்பட்டினம், அம்மாபேட்டை, நாகப்பட்டினம், காரைக்கால் போன்ற இடங்களிலே குடியேறினர். இவர்கள் காலவோட்டத்தில் தமிழையே தனது தாய்மொழியாகக் கொண்டு, பிரதேசப் பண்பாட்டுடன் இஸ்லாத்துக்கு முரண்படாத வரையில் இணைந்தனர். இவர்களுக்கும் இந்துஸ்தானி இசை மரபுத் தொடக்கத்துக்கும் சம்பந்தமில்லை.)

மேலே கூறிய சதுர்த்தண்டிப்பிரகாசிகை, சங்கீதரத்நாகரம் மரபிலே தமிழ் நாட்டில் பண் மரபு எத்தகைய இடத்தைப் பெற்றுள்ளது என்பது பற்றிக் கூறும் ஆராய்ச்சிகள் எதுவும் பிரசித்தமாக இல்லை. தமிழ் நாட்டின் மராட்டியர்களின் வருகையுடனே கீர்த்தனை மரபு வருகிறது. 'கீர்த்தன்' என்பது புகழைக் கூறுவது என்ற கருத்தை உடையது. கீர்த்தனை எனும் சொல் கீர்த்தன் என்பதன் தமிழ் வடிவமாகும்.

தமிழில் அருணாசலக் கவிராயர், கோபாலகிருஷ்ண பாரதி ஆகியோர் முறையே இராம நாடக கீர்த்தனை, நந்தனார் சரித்திரக் கீர்த்தனை ஆகியவற்றினைப் பாடியுள்ளனர். இவர்களைவிட மாரிமுத்தா பிள்ளை என்பவரும் கர்நாடக இசை மரபிலேயே தமிழ் பாடல்களை எழுதியுள்ளார். ஆனால் தஞ்சாவூரில் 18ஆம் நூற்றாண்டில் வாழ்ந்த தியாகையர் எனப்படும் தியாகராஜ சுவாமிகளே மையமாகக் கொண்டு ஷியாமா சாஸ்திரி, முத்து சுவாமி தீட்சிதர் ஆகிய மூவரையுமே இன்றைய கர்நாடக இசை மரபின் கொடுமுடிகளாகக் கொள்ளும் மரபு உள்ளது.

இவர்களது கீர்த்தனங்கள் தெலுங்கு, சமஸ்கிருதமாகிய மொழிகளிலேயே உள்ளன. இவர்களின் பின்னர் கர்நாடக இசை பாரம்பரியத்தை முற்றிலும் தெலுங்கு, சமஸ்கிருத நிலையிலே போற்றும் பண்பு வளரத் தொடங்கிற்று. இதன் காரணமாக 1920, 30 களில் தமிழில் கர்நாடக சாஸ்திரீய சங்கீதத்தைப் பாடும் மரபு மிகக் குறைவாகவே காணப்பட்டது. இதற்கு எதிராக கல்கி கிருஷ்ணமூர்த்தி, D.K. சிதம்பரநாத முதலியார் போன்றோர் ஒன்றிணைந்து 'தமிழிசை இயக்கம்' எனும் இயக்கத்தினை ஆரம்பித்தனர். இவ்வியக்கம் கர்நாடக இசையில் தமிழ் பாடல்கள் இடம்பெற வேண்டும் என்பதனை வற்புறுத்திற்று. தமிழிசை இயக்கத்துக்கும் பண்ணிசையியக்கத்துக்கும் அதிக தொடர்பு இருக்கவில்லை.

9
நவீன காலத்துக்கு முன்னர் தமிழரிடையே நிலவிய 'அறிவு முறைமை' பற்றிய சில குறிப்புக்கள்

I

தமிழ்நாட்டில் 'காலனித்துவக்' காலத்துக்கு முந்திய அதாவது தமிழர்கள் அந்நிய நாடொன்றின் பொருளாதாரச் சூறையாடலுக்கு (சுரண்டலுக்கு) ஆட்பட்ட காலத்துக்கு முந்திய காலப் பிரிவில் நிலவிய 'ஆராய்ச்சிப் பாரம்பரியம்' பற்றியும் அதன் பிற்காலத் தொடர்ச்சி, தொடர்ச்சியின்மை பற்றியும் இக்கட்டுரை ஆராய்கின்றது.

தமிழரிடையே நிலவி வந்துள்ள அறிவு முறைமை என்பது உடனடியாக ஒரு முக்கிய வினாவைக் கிளப்புகின்றது.

தமிழ்நாட்டுச் சிந்தனை மரபினை இந்தியச் சிந்தனை மரபிலிருந்து எந்த அளவுக்கு நாம் தூரப்படுத்திப் பார்க்கலாம் என்பதுதான் அவ்வினா.

உண்மையில் இவ்விடயம் தொடர்பாக மிகப் பெரிய புலமை ஊட்டம் ஒன்று நிலவி வந்துள்ளது. தமிழ் நாட்டைத் தளமாகக் கொண்டு கிளம்பிய சிந்தனை மரபுகள் வடமொழிகளில் இடம் பெற்றுள்ளமையும் (சைவசித்தாந்தம்), வடமொழிகளிலுள்ளவை, (பாலி சமஸ்கிருதம்), தமிழுடன் இணைந்து, தமிழகத்திற் புதிய சிந்தனை மரபுகளுக்கு இடமளித்துள்ளமையும் (பக்திப் பாரம்பரியம்), வட மொழிக்கும் தமிழுக்கும் பொதுவான அறிவுத் துறைகள் (மருத்துவம், சோதிடம் முதலியவை) உற்று நோக்கப்பட்டுள்ளமையும் இந்திய தமிழ்ப் புலமைச் சிந்தனை ஊட்டத்துக்கான உதாரணங்களாகும்.

மேலும் 'சுரண்டல்' (exploitation) எனும் பொருளியற் காரிய சித்திக்கு மேனாட்டார் வருகைக்கு முன்னரே தமிழ்நாட்டில் குறிப்பாக இடைக்காலத்தில் சாதி அடிப்படையிலான உயர்வு தாழ்வு கோட்பாடு பயன்படுத்தப்பட்டு வந்துள்ளதென்பதையும் நாம் மறந்து விடக்கூடாது.

இக்கண்ணோட்டத்தில் நோக்கும் பொழுது தமிழ்நாட்டின் புவியியலமைப்பும் வரலாற்று ஊடாட்டங்களும் தமிழ்நாட்டை

இந்திய உபகண்டத்தின் இன்றியமையாத ஒரு பகுதியாக்குகின்றன. இமயத்துக்குக் கீழ்வரும் குமரிமுனை வரையிலான 'தீபகற்ப'ப் பகுதியின் அதாவது தீபகற்ப இந்தியாவின் (Peninsular India) ஒரு முக்கிய கூறாகத் தமிழ்நாடு அமைகின்றமையைக் காண்கின்றோம்.

மொழியியல் நிலை நின்று நோக்கும் பொழுதும் கூட திராவிட மொழிகளின் தனித்துவங்களுக்கும் அம்மொழிகளின் அனைத்திந்திய பண்பாட்டு ஏற்பமைவுக்கும் (acculturation) உரிய ஓர் உதாரணமாக தமிழ்மொழி விளங்குகின்றது என்பது ஒரு முக்கிய விடயமாகும்.

இவ்விடயங்களை மனதிலிருத்திக் கொண்டு தமிழில்/ தமிழ்நாட்டில் 'நிகழ்ந்தேறிய' ஆராய்ச்சிகள் பற்றிச் சிந்திக்கத் தொடங்கும் பொழுது கீழ்க்காணும் வினாக்களுக்கு விடை கண்டறிவது அத்தியாவசியமாகின்றது.

1. 'ஆராய்ச்சிகள்' நிகழ்ந்தேறிய துறைகள்/விடயங்கள் யாவை?
2. அவற்றைச் செய்தவர்கள் (ஆற்றியவர்கள், நிகழ்த்தியவர்கள்) யார்? அவர்கள் எத்தகைய சமூகப் பின்புலத்தினர்
3. அவர்கள் அத்துறைகளைத் தெரிந்தெடுத்ததற்கான உந்துதல்கள் யாவை?
4. அவர்கள் இவ் ஆய்வுகளை எவ்வாறு நிகழ்த்தினர்?
5. இவ்வாய்வுகளின் ஒட்டுமொத்தமான சமூகத் தேவை தாக்கம் யாது/யாவை?

இவ்வினாக்கள் நம்மைத் தமிழ்நாட்டில் அறிவின் சமூகவியல் (Seciology of Knowledge) எவ்வாறு தொழிற்பட்டது என்ற வினாவுக்கு ஆற்றுப்படுத்துகின்றன.

எனவே தொடக்கத்திலிருந்தே தொடங்க வேண்டிய ஒரு புலமை நிர்ப்பந்தம் நமக்கு ஏற்பட்டு விடுகிறது.

அந்தத் தொடக்கத்துக்கான ஆரம்பமாகத் தமிழில் அறிவு எவ்வாறு விளங்கிக் கொள்ளப்பட்டது? அறிவு என்னும் சொல்லின் புழக்கம் வரலாறு யாது? என்பன பற்றி நோக்க வேண்டுவது அவசியமாகிறது.

இந்த வினா இன்னொரு வினாவைத் தவிர்க்க முடியாததாக்கு கின்றது. எனவே எவை யார் யாரால் எப்படி அறியப்பட வேண்டும் என்று கருதப்பட்டன.

இந்த வினா தமிழ்நாட்டின் கல்வி வரலாற்றுடன் தொடர்பு பட்டது. கல்வி என்னும் சொல்லின் தாய் வழி யாது என்பது உடனே

முக்கியமாகிறது. அதன் பயன்பாட்டின் அர்த்தங்கள் முக்கியமாகின்றன. கல்வியும் கல்லாமையும் சங்க இலக்கியத்தில் அழுத்திக் கூறப் படுகின்றன. கல்வி என்ற பயன்பாட்டிலும் பார்க்க கல்லா என்ற பதமே சங்க இலக்கியத்தில் பயன்படுத்தப்பட்டுள்ளமை ஒரு சுவாரசியமான விடயமாகும். உதாரணமாக

கல்லாக் குறள்
கல்லாக் கோவலர்
கல்லா வாய்ப்பான் (பாட்டும் தொகையும்)

இந்த மூன்று தொடர்களிலும் கல்லா என்பதற்கு விதிமுறையான (Formal) பயிற்சியற்ற என்ற கருத்தே தொனிக்கின்றது.

கல்விக்கான நிறுவனமயமாக்கம் - பள்ளிக்கூடம் - சமண பௌத்தத் தொடர்புகளை முக்கியமாக்குகின்றது. கற்றல் என்பது சுய முயற்சியென்றும், கேட்டல் (கல்விக்கான) முக்கிய அம்சம் என்றும் பேசப்பட்டுள்ளது.

மேலும் ஆராய்ச்சி என்பது ஏதோ ஒரு வகையில் கல்வியின் நிறுவன மயப்பாட்டுடன் சம்பந்தப்பட்டது என்பதையும் நாம் மறந்து விடக்கூடாது.

II

அறிவு முறைமை பற்றிய உசாவல் முதலில் அத்துறைக்கான சொற்கள் வருவழி பற்றிய ஆய்வினை அத்தியாவசியமாக்குகின்றது.

'அறிவு' என்பது திராவிடச் சொல் என பறோ எமனோவால் அறுதியிட்டுக் கூறப்படுகின்றது.[1] 'வரலாற்று முறைத் தமிழ் இலக்கியப் பேரகராதி' 'அறி' என்ற அடியிலிருந்து இருநூற்றுக்கும் மேற்பட்ட சொற்கள் 18 ஆம் நூற்றாண்டு வரை வழக்கிலிருந்தன என்பதைப் பதிவு செய்துள்ளது.[2] அறிவு பற்றிய அவ்வகராதியில் வரும் விளக்கம் அறிவு பற்றிய எத்துணை ஆழமான சிந்திப்பு நிலவியது என்பதைப் புலப்படுத்துகின்றது.

அறிவு -

1. பொருள்களை உணரும் தன்மை
2. புத்தி
3. அறிய வேண்டுவன
4. அறிவு இல்லாமற் கூறும் சொல்லைப் பொறுத்தல்.

என்ற பொருள்களில் பண்டைய, இடைக்காலங்களில் வழங்கி வந்துள்ளது.

நன்கு அறிந்தவர்களை 'அறிவர்' எனக் குறிப்பிடும் வழக்கு இருந்துள்ளது.[3] அறிவன் என்பது திருக்குறளில் தெய்வம் பற்றிய குறிப்பாகிறது.[4]

'அறி' என்னும் வினையடியுடன் 'எண்' எனும் பெயர் வினைச் சொல்லும் வழக்கிலிருந்து வந்துள்ளதென்பது அறிவு வருவதற்கான சிந்தனை முறையைப் பற்றிய தெளிவுமிருந்துள்ளது என்பதைப் புலப்படுத்தும் (எண் எண்ணம்) தமிழில் 'கணக்கிடு'தலும் (Count) "சிந்தித்"தலும் (think) ஒரே சொல்லாற் குறிக்கப்பட்டுள்ளன என்பதும் கருத்திற் கொள்ளப்பட வேண்டிய ஒன்றாகும்.

திருக்குறள் அதிகார வைப்பு முறைமையில் 'அறிவுடைமை' என்பது 'கல்வி' 'கேள்வி'க்குப் பின்னரே வருகின்றது. தானே கற்றலும் பிறர் சொல்லக் கேட்டலும் அறிவுடைமையை ஏற்படுத்துகின்றது என்பது இதன் மூலம் நன்கு புலனாகின்றது.

அறிவு என்பது ஆங்கிலத்திற் கூறப்படும் Knowledge, wisdom ஆகிய இரண்டையும் இணைத்தே குறிக்கின்றது என்பதும்; படிப்படியாக அறிவு என்னும் இச்சொல் தமிழ் மரபில் Knowledge இலும் பார்க்க knowledge (அறியப்படுவது) இனால் வரும் புத்தி முதிர்வையே குறிக்கின்றது என்பதும் அறிவுடைமை பற்றிய திருக்குறள் அதிகாரத்தால் நன்கு புலனாகின்றது. 'அறி'தலின் பயன் 'அறிவு' (wisdom) ஆகிறது. இது கல்வி பற்றிக் கொள்ளப்பட்டிருந்த கருதுகோளையும் வெளிக்கொணர்கின்றதெனலாம்.

இவ்விடத்தில் ஒரு விடயம் மிக முக்கியமாகின்றது. 'அறிவு' என்பது எதைப் பற்றியதாகக் கருதப்பட்டது? அக்காலத்தில் நிலவிய அறிவு முறைத் தொழிற்பாடுகள் எல்லாம் 'அறிவு' அறிவுடைமை என்பதைக் குறித்தனவா? என்பது மிக முக்கியமான வினாவாக மேற்கிளம்புகின்றது.

'அறிவர்' 'அறிவுடைமை' பற்றி வரும் குறிப்புக்கள் அறிவு என்பது ஒழுக்கநெறி சார்ந்த (Moral) ஒன்றாக நோக்கப்படும் தன்மையைக் காட்டுகின்றது. உண்மையில் திருக்குறளில் வரும் 'அறிவுடைமை' என்பது பொருட்பால் அரசியலிலேயே பேசப்பட்டுள்ளது என்பது மிக மிக முக்கியமான ஓர் உண்மையாகும். இல்லறவியலில் ஒழுக்கமுடைமை, ஒப்புரவு ஆகியன பேசப்பெற்று 'மெய் உணர்தல்' துறவறவியலில் வற்புறுத்தப்பட்டுப் பின்னர் அரசியலிலேயே 'கல்வி' 'கேள்வி' 'அறிவுடைமை' ஆகியன விதிமுறையான நியமங்களாகப் (norms) பேசப்படுகின்றன என்பதை மனங்கொள்ளுதல் அவசியமாகும்.

ஏனெனில் வரன்முறையான கல்வி அதனால் வரும் புத்திமை (அறிவு) சமூகத்தின் எந்த மட்டத்தில் முக்கியமாகின்றது என்பதை அறிந்து கொள்வது மிக முக்கியமான ஓர் சமூக வரலாற்றுத் தேவையாகும்.

இந்தப் பின்புலத்திலேயே சமூக அதிகார பலமற்ற விடயங்கள் (தொழில்சார்) பற்றிய பயில்பு எவ்வாறு பண்டைய இலக்கியங்களிற் குறிப்பிடப்பட்டுள்ளது என்பதை அறிவது முக்கியமாகின்றது.

சங்க இலக்கியத்திலும் அதற்குப் பின்னரும் (ஏறத்தாழ கி.பி.600 வரை) உடற் செயல்பாட்டைக் (physical activity) குறித்த சொல் யாது என்பது மிக முக்கியமானதாகும். அதற்கும் 'அறிவு' என்று கொள்ளப் படுகின்ற எண்ணக் கருவுக்கும் எத்தகைய இயைபு காணப்பட்டது என்பதை அறிவதும் முக்கியமானதாகும்.

சங்க இலக்கியத்தில் 'வினைஞர்' 'வினைவலர்' என்ற இருபதங்கள் வருகின்றன.

'வினைஞர்' என்பதற்குத் தமிழ் லெக்சிகன் தரும் அர்த்தங்கள் முக்கியமானவை.

1. Workers, artisans artificery - தொழில் வல்லோர்
2. Agriculturists - மருதநில மக்கள் (நிலவுடைமையாளர் அன்று)
3. Smiths - கம்மாளர்
4. Dancers - கூத்தர்
5. Sudras - சூத்திரர் (பிங்கலந்தை நிகண்டு தரும் பொருள்)
6. Vaisiyas - வைசியர்
7. Velalas - வேளாளர்

இவற்றுள் 4,5,6,7 பிற்காலத்துக் கருத்துக்களாகும்.

எட்டுத்தொகை மற்றும் பத்துப் பாட்டில் வரும் தொடர்களின் அடிப்படையில் 'பாட்டும் தொகையும்'[5] பின்வரும் பயன்பாடுகளைத் தருகின்றது. வினை, தொழில், ஏவல், போர், காரியம், தீவினை.

வினைக்கெட்டு	- தொழில் கெட்டு
வினைக்கொண்டு	- தொழிலாக ஏற்றுக் கொண்டு
வினைஞர்	- உழவர்
வினைவர்	- சந்து செய்விப்பவர் அமைச்சர்

வினைவலம்படுத்தல்	- எடுத்துக் கொண்ட செயலை வெற்றி பெறச் செய்தல்
வினைவன்	- கம்மியன்
வினைவாங்குதல்	- காரியத்தைப் புலப்படுத்தல்
வினைவளர்த்து	- தான் போன காரியம் வாய்த்து வந்து.
வினைவெஃகுதல்	- பொருள் தேடுதலை விரும்புதல்
வினைவேட்டல்	- வினைமேற்சேறலை விரும்புதல்

வினைவலர் என்னும் சொல் நெற்செய்கையில் ஈடுபட்டிருந்த தொழிலாளர்களைக் குறிக்கிறது.[6] நிலத்துக்குரியோர் கிழார் எனப்பட்டனர். வினைவலரைத் தொல்காப்பியம் அடியோருடன் (அடிமைகள் அடிநிலையிலுள்ளவர்) இணைத்துக் கூறும்.

வினைஞர் வினைவலர் என்போர் உடற்றொழிலில் ஈடுபட்டுள்ள வராக இருத்தல் வேண்டும். சிலப்பதிகாரம் கண்ணுள் வினைவரும் மண்ணீட்டாளரும் எனக் குறிப்பிடுவது ஓவியரையும் வீடுகளுக்குச் சுவர் வைப்போரையும் குறிப்பதாகக் கூறுவர்.

அரச கருமமாக அனுப்பப்படுதல் வேந்துவினை என்று தொல்காப்பியத்தில் குறிப்பிடப்பட்டுள்ளது (அகத். 34).

உடல் சம்பந்தப்படும் தொழில் வினை எனக் குறிப்பிடுகின்ற சூழல் படிப்படியாக உருவாவதைக் காணலாம். இப் பின்புலத்தில் தான் இலக்கணத்தில் பெயர் வினை என வரும் சொல் வகைப் பாட்டின் தொழில் நிலைப்பாட்டை விளங்கிக் கொள்ளல் வேண்டும். வினை என்பது உடல் சம்பந்தப்பட்ட செயல் (செய் அல்) ஆகிறது.

(இது பின்னர் திருக்குறளில் செயற்பாடுகள் (activities) பற்றி சுட்டு ஆகின்றது. அமைச்சியலில் வரும் வினைத் தூய்மை வினைத்திட்டம், வினை செயல்வகை எனும் அதிகாரங்களிற் பேசப்படும் வினை என்பது மக்களைப் பாதிக்கும் செயற்பாடுகள் ஆகும். (குறிப்பாக வினை செயல் வகை 5).

அறிவு என்னும் எண்ணக்கரு வினை என்னும் கருதுகோளுடன் இணைத்துப் பேசப்படவில்லை என்றே கூறல் வேண்டும். இதுவரை கூறியவற்றை ஆதாரமாகக் கொண்டு ஓர் உண்மையை முன்மொழியலாம்.

அறிவு என்பது சிந்தனை நிலையிற் பெறப்படுவது. வினைத்திறன் என்பது தொழில் செய்நிலையிற் காணப்படுவதாகும். வினைகள் பற்றிய அறிவு பொதுவான அறிவுடைமைக்குள் வரவில்லை. அறிவுடைமை நிலையிற் பேசப்படும் அறிவு முற்றிலும் புலமை நிலைப்பட்ட அறிவாகும்.

இந்த அறிவு நிலையிலேயே நூல் புலமை என்ற பதங்களும் இவற்றோடு சம்பந்தப்படும் புலவர் என்ற பதமும் வரும். புலவர் என்போர் புலமையோடு சம்பந்தப்பட்டவர்களாவர். (புலமை - கல்வி மெய்த்தகமை செய்யுளியற்றும் ஆற்றல்) அறிவு, புலமை என்பவை கற்றலோடு (கல்வியோடு) சம்பந்தப்பட்டவையாகும்.

இது ஒரு முக்கியமான வினாவைக் கிளப்புகிறது. கல்விக்குரிய நிறுவனங்களில் கற்பிக்கப்பட்டவை யாவை?

அதற்கு முன்னர் நானிலப் பகுப்பு நிலையில் எந்நிலத்தில் வரன் முறையான கல்வி பயிற்றப்படுவதற்கான சூழல் இருந்தது என்பதை நோக்குதல் வேண்டும். நிச்சயமாக மருதநிலப் பண்பாடே இது வரை பேசப்பட்ட கல்விக்கான சூழலை வழங்கியதாகும். நெய்தலில் வணிக மட்டத்திலும் இதற்கான வாய்ப்பு இருக்கிறது.

அறிவைக் குறிக்கும் புலம், புலன் என்னும் சொல் முதலில் நிலத்தைக் குறித்தது. புலன் என்னும் சொல் சங்க இலக்கியத்தில் அறிவு வயல் எனும் பொருளில் வந்துள்ளது. புலவர்களைப் புலன் அறிஉழவர் எனக் கூறும் மரபு இருந்துள்ளது (பாட்டும் தொகையும்). இதனை இன்னொரு வகையிலும் எடுத்துக் கூறலாம். உபரிச் செல்வம் உடைய ஒரு பொருளாதாரச் சூழலில் சமூக நியமங்கள் நிலைபேறு உடையனவாகக் கருதப்படும். சமூக அமைப்பில் மேல்நிலைப் பட்டோரின் சமூக அதிகாரம் கல்வியால் ஸ்திரப்படுத்தப்படும் சூழலிலேயே ஒழுக்கம் புலமை ஆகியனவற்றை வற்புறுத்தும் கல்வி முறைமை தோன்றும் என்பது சமூக பொருளாதார உண்மையாகும்.

இத்தகைய நிறுவனங்கள் தோன்றுவதற்கான சூழல் தமிழ் நாட்டில் சமண பௌத்தப் பள்ளிகளிலேயே முதலில் ஏற்பட்டதென்பது வரலாறு சுட்டும் உண்மையாகும். இதனாலேயே சற்று முன்னர் சுட்டியபடி தமிழிற் கல்வி நிறுவனங்களுக்கான ஒரு முக்கியப் பெயராய் பள்ளிக்கூடம் (சமண பௌத்த துறவிகள் இரவில் துயிலுவதற்கும் பகலிற் பாடம் சொல்லிக் கொடுத்தற்கும் பயன்படுத்திய இடம்) என்பது அமைகின்றது. பாடசாலை என்பது சமஸ்கிருத வழி வருவது (பாட சாலா). அரசு நிறுவனத்தால் வருங்கால அரசர்களுக்கு கல்வி புகட்டும் முறைமையானது தமிழ் நாட்டிற் சங்க காலத்திலேயே தோன்றுவதற்கான அரசு நிலை ஸ்தரப்பாடு (Strength of the state as an institution) இருக்கவில்லை எனலாம்.[7] மேலும் பிராமணியச் சிட்சைக்கான வைதிக வளர்ச்சியும் சங்க காலத்தில் நிலவிற்று எனக் கூறமுடியாது.

இந்தச் சாத்தியப்பாடுகள் பல்லவ ஆட்சியுடனேயே தமிழ் நாட்டில் ஏற்படுகின்றன. பின்னர் சோழர் ஆட்சிக் காலத்தில் கணிசமான முன்னேற்றத்தைப் பெறுகின்றன.

எனவே தமிழ் நாட்டிற் கல்வி புலமை என்பன ஒழுக்கம் அறம் என்பனவற்றை வலியுறுத்தும் சமூக மதச் சூழலிலேயே தோன்றுகின்றன.

அந்நிலைமை சங்க காலத்துக்குப் பிந்தியதான திருக்குறளிலேயே பேசப்படுவதில் ஆச்சரியமில்லை. திருவள்ளுவர் சமணர் எனும் கருத்து இதனால் மேலும் வலுவடைகின்றது.

சமணம் - பௌத்தம் மேலாண்மையுடைய மத நிறுவனங்களாகத் தொழிற்பட்ட சூழலிலேயே தமிழ்நாட்டில் வரன்முறையான கல்வி முக்கியப்படத் தொடங்குகிறது.

தொல்காப்பியரும் சமணப் பின்புலத்தினரே. தமிழ் நாட்டினுள் வாழ்ந்து தொழிற்பட்ட தமிழ் மரபை அறிய விரும்பிய ஒரு மாணவக் குழாத்தை இலக்காகக் கொண்டே தொல்காப்பியம் எழுதப்பட்டுள்ளது என்பது ஏற்கனவே வலியுறுத்தப்பட்டுள்ளது.[8]

இப் பின்புலத்திலேயே ஆராய்ச்சி என்ற சொல் வழக்குக்கு வருகின்றது.

தொல்காப்பியம் மெய்ப்பாட்டியலில் 12ஆம் சூத்திரத்தில் எண்வகை மெய்ப்பாடுகளுக்கு மேலே வரும் மெய்ப்பாடுகளும் உள எனக் கூறி அவற்றை நிரைப்படுத்தும் பொழுது

....

முனிதல் நினைதல் வெரூஉதல் மடிமை
கருதல் ஆராய்ச்சி விரைவு உயிர்ப்பு
எனா அ........

என ஆராய்ச்சி என்பது குறிப்பிடப்படுகின்றது.

இதற்கு இளம்பூரணர் (கி.பி.11 ஆம் நூற்றாண்டு) தரும் உரை மிக முக்கியமானது.

ஒரு பொருளைக் குறித்து அதன் இயல்பு எத்தன்மைத்தென ஆராய்தல் .... ஆராய்தல் எனினும் தெரிதல் எனினும் தேர்தல் எனினும் நாடல் எனினும் ஒக்கும் (தொல். இளம்பூரணார்).

தொல்காப்பிய காலத்தில் திராவிட சங்கம் போன்ற சமண நிறுவனங்களில் மேற்கொள்ளப்படக் கூடியதான ஒரு முயற்சிக்கு சோழர் காலப் பின்புலத்தில் வாழ்ந்த இளம்பூரணர் தரும் விளக்கம்

நம்மை ஆராய்ச்சியின் உண்மையான தளத்துக்குக் கொண்டு வருகின்றது. ஆராய்ச்சி என்பது ஒரு மனோநிலை முறைமை என்பது இளம்பூரணர் விளக்கத்தால் நன்கு புலனாகின்றது.

இதற்கான எழுத்து நிலைச் சான்று இலக்கியம் மெய்யியல் தவிர்த்த மற்றைய துறைகளிலிருந்ததா என்பது அடுத்து நோக்கப்பட வேண்டிய ஒன்றாகும்.

III

கல்வி அறிவு தொழில் செயற்பாடுகள் ஆகியன தமிழ்ச் சமூகத்தில் எவ்வாறு நோக்கப்படுகின்றன எவ்வாறு புலப்பிரிவு (Percival) செய்யப்படுகின்றன என்பது பற்றி நோக்கிய நாம் அடுத்து தமிழ் நாட்டில் 'அறிவு' 'வினைத்' தளங்களில் நிகழ்த்தப் பெற்ற செயற்பாடுகள் யாவை என்பதை நோக்குவோம்.

இவ்வாறு நோக்க முனையும் பொழுது,

(அ) விரிவான பிரசித்த ஆராய்ச்சிகளுக்கு உட்படுத்தப்பட்டவை அதாவது புலமைப் பாரம்பரியத்தில் பிரதானமாக எடுத்துப் பேசப்படுபவை.

(ஆ) புலமைப் பாரம்பரியத்தில் பிரதானப்படுத்தப்படாத ஆனால் ஆழமும் நுண்மையு முள்ளவாய் தமிழ் நாட்டின் சமூகப் பொருளாதார இருப்புக்கும் அசைவியக்கத்துக்கும் தளமாய் அமைந்த துறைகள்.

என இரண்டு நிலைகள் உண்டு என்பதைக் காணலாம்.

இதில் (அ) வுக்கான உதாரணங்கள் பற்றி ஏற்கெனவே பேசி யுள்ளோம். அவையாவன:

1. இலக்கிய இலக்கண நூல் விளக்கங்கள்
2. மத மெய்யியல் விளக்கங்கள்

முதலாவதற்கு உதாரணமாக பத்துப்பாட்டு, எட்டுத்தொகை, சிலப்பதிகாரம், சீவகசிந்தாமணி ஆகியனவற்றுக்குரிய விளக்கங் களையும் மத மெய்யியல் விளக்கங்களுக்கான உதாரணங்களாக விசிஷ்டாத்வைதம், சைவ சித்தாந்தம் ஆகியன பற்றி எழுதப்பட்ட விளக்கங்களையும் எடுத்துக் கூறலாம். ஆனால் (ஆ) பிரிவில் குறிப்பிடப்பட்டுள்ளவை இங்கு நமக்கு மிக முக்கியமாகின்றன.

தமிழகத்தின் இருப்பு நிலைத் தேவைகளுக்காக எழுந்த தொழில்நுட்பப் புலமையைத் தளமாகக் கொண்ட பயில்துறைகள் சில உள்ளன. அவை பின்வருமாறு:

1. மருத்துவம்
2. சோதிடம்
3. கப்பலோட்டம் (கப்பல் சாஸ்திரம்)
4. கட்டடக்கலை - கோயிற் கட்டடம், மனைக் கட்டடம்
5. சிற்பம், ஓவியம்
6. இசை
7. நடனம் (கூத்து)

இவை ஒவ்வொன்றும் பல்வேறு தனித்தனித் துறைகளைக் கொண்டவை.

உதாரணமாக மருத்துவத்தின் கீழ் மனித வைத்தியம், மிருக வைத்தியம் என்றும், நோய் அறிதல் என்றும், உணவு பதார்த்தங்களின் தன்மை என்றும் பலப்பல விடயங்கள் வரும். சோதிடத்தில் கிரக குணங்கள், தசாபுத்தி பலன்கள் எனத் தனித்தனியே பேசும் மரபு உண்டு. சோதிடத்தில் வாக்கிய மரபு, கணித மரபு என இரண்டு மரபுகள் இன்று வரை போற்றப்படுகின்றன. கணித மரபு என்பது சோதிட அறிஞர்கள் ஏற்கெனவே இவை பற்றிப் பரம்பரையாக எடுத்துச் சொல்லப்பட்டு வந்தனவற்றின் தொடர்ச்சியைக் குறிக்கும். கணித மரபும், வாக்கிய மரபும் பெரும்பாலும் இணைந்து செல்லும். ஆனால் வேறுபடுவதுமுண்டு. அந்த வேறுபாடு கிரகப் பெயர்ச்சிகள் பற்றியவையாகவல்லாது அவற்றின் பெயர்ச்சிக்காலம் பற்றியன வாகவே பெரும்பாலும் இருக்கும்.

இவற்றின் பிரதான அம்சமாக எடுத்துக் கூறப்படத்தக்க உண்மை இவை மத நம்பிக்கை வட்டத்தினுள் வைத்து நோக்கப்படுவதாகும். சோதிடம் பிரதானமாக மத நிலைப்பட்டது. மத நம்பிக்கையே மற்றைய பாரம்பரிய சாஸ்திரப் பயில்வுகளுக்கும் தளமாக அமைகின்றது.

அறிவு ரீதியாக இத்தொழில் நுட்பங்கள் ஒவ்வொன்றையும் நோக்கும்பொழுது இவை திட்டவட்டமான விதி முறைகளைக் கொண்டவை என்பது தெரிகின்றபொழுதும் இவற்றின் பயில்வு, மத நம்பிக்கை வட்டத்தினுள்ளேயே நின்றுள்ளது. இதற்கான சமூகவியற் காரணத்தினைப் பின்னர் நோக்குவோம்.

இவ்வேளையில் (ஆ) பிரிவில் வரும் துறைகள் எவ்வெப் பயில் நிலையிலுள்ளன என்பது பற்றி மேலோட்டமாக நோக்குவோம்.

மருத்துவம் நவீன காலத் தொடக்கத்தின் பொழுது ஏறத்தாழ முற்றிலும் புறக்கணிக்கப்பட்டதாயிருந்து (மேனாட்டுச் சிகிச்சை முறை மேலோங்கிய பின்னர்) இப்பொழுது இந்த மருத்துவ முறைமைகள் பற்றிய மீள் கண்டுபிடிப்புகள், முயற்சிகள் மேற்கொள்ளப் படுகின்றன. ஆயுள்வேதம் என்ற அனைத்திந்தியப் பொதுவான சிகிச்சை முறைமை மாத்திரமல்லாது தமிழ்நாட்டுக்கே சிறப்பானது என்று கருதப் படுவதாகிய சித்த வைத்திய முறைமையும் இப்பொழுது மீளக் கண்டு பிடிக்கப் பெற்றுள்ளது. ஆயுள்வேத சித்த வைத்திய மரபுகள் நவீனப் பல்கலைக்கழகப் பாடவிதானத்துக்குக் கொண்டு வரப்பட்டுள்ளன. காலனித்துவத்தின் தாக்கம் காரணமாக இது நாட்டு வைத்தியம் என்றே பேசப்பட்டது. ஆனால், இன்று இம்முறைமை முக்கியமான ஒன்றாகக் கொள்ளப்படுகின்றது.

கப்பல் சாஸ்திரம் என்பது ஏறத்தாழ முற்றிலும் மறக்கப்பட்ட ஒரு சாஸ்திரமாகவே உள்ளது. பாரம்பரியமாகக் கப்பல் செய்து வந்தவர்களிற் சிலர் இந்தச் சிதைவுக்கு காரணம் பாய்க்கப்பல் முறைமையை (காற்றின் திசையைப் பயன்படுத்தி ஓடுபவை) ஸ்கூனர் (Schooner) முறைமை (இது இயந்திர இயக்கத்தை நம்பி இருப்பது) ஒதுக்கியதே காரணம் என்பர். வைத்திய நூல்கள் பற்றிய மீளாய்வு வந்துள்ளது போன்று கப்பல் சாஸ்திரம் பற்றிய மீளாய்வு இல்லை எனலாம்.

சோதிடம் உண்மையில் இந்திய மரபை ஒட்டியதே (சோதிடம் - ஜோதிஷ்ய) வடமொழி நூல்களிலுள்ள மரபுகளே தமிழிலும் எடுத்துக் கூறப்பட்டுள்ளதாகக் கூறுவர். ஆயினும் நாடி சாஸ்திரம் என்பது தமிழகத்தில் சிறப்பாகப் பயிலப்படும் ஒரு முறைமை என்ற நம்பிக்கை உண்டு. நாடி சாஸ்திரத்தில் வரும் பாடல்களின் யாப்பு மரபையும், மொழி மரபையும் நோக்கும்பொழுது இப்பாடல்கள் கி.பி. 15, 16 ஆம் நூற்றாண்டுகளுக்கு உரியனவாக அல்லது அவற்றுக்கும் சற்றுப் பிந்தியனவாகவே கொள்ள வாய்ப்புண்டு.

கட்டடக்கலை இரண்டு நிலைகளிற் செய்யப்படுகின்றன. கோயில்கள், மனைகள் இவை இரண்டுக்கும் வெவ்வேறான மரபுகள் உள. கோயில்கள் கட்டப்பட வேண்டிய முறைமைகள் பற்றி ஆகமங்கள் பேசும். மனை கட்டல் வாஸ்து சாஸ்திரத்துக்கு ஏற்ப இருக்க வேண்டும் என்பர். பண்பாட்டு மீள் கண்டுபிடிப்போடு கோயில்களைக் கட்டும் ஸ்தபதிகள் மிகுந்த செல்வாக்கு உடையவர் களாக மேற்கிளம்பியுள்ளனர். குடும்ப நிலையில் மனையடி சாஸ்திரம் முக்கியமானதாகும். மேனாட்டார் வருகையுடன் பெரும் முக்கியத்துவம் பெறும் பொது நிலைக் கட்டட அமைப்பு முறைமை சந்தைகள்,

அலுவலகங்கள், பாடசாலைகள், ஆஸ்பத்திரிகள் ஆகியன - நமது பாரம்பரிய கட்டட அமைப்பு முறைமையில் முக்கியத்துவம் பெறவில்லை. அத்துடன் புராதன நகர மயமாக்கத்துக்கு கட்டட மரபு பற்றிய அறிவு இப்பொழுது நம்மிடையே இல்லை எனலாம். இதற்கு ஒரு காரணம் நகரமயமாக்கத் தன்மை மேனாட்டார் வருகைக்குப் பின்னர் மாற்றமடைந்துள்ளமையே. மதுரை, கும்பகோணம் ஆகிய நகரங்களில் நடந்தேறிய நகர மயமாக்க முறைமை பற்றிப் பேராசிரியை ஆர். செம்பகலஷ்மி மிக விரிவாக எழுதியுள்ளார்.[9]

இசை, நடனம் பற்றிய நூல்கள் பண்பாட்டு மீள் கண்டு பிடிப்போடு (19 ஆம் நூற்றாண்டின் பிற் கூற்றிலிருந்து) மீளாய்வு செய்யப்பட்டுள்ளன. கர்நாடக இசை, தமிழிசை (பண்ணிசை) பரதக் கலை, கூத்து ஆகியன பற்றிய பல ஏடுகள் நூலுருவம் பெற்றுள்ளன. இவற்றின் பொதுப் பண்புகளை நோக்கும்பொழுது இவை பயிலப்பட்ட சமூகச் சூழல் அறிவுக் கையளிப்பு முறைமை ஆகியன புலனாகத் தொடங்கும். தமிழ் நாட்டின் மற்றைய எழுத்துப் பாரம்பரியம் போன்றே இவையும் பனையோலை ஏடுகளில் எழுதப்பட்டுள்ளவையே.

தமிழகத்தைப் பொறுத்தவரையில் இந்தச் சுவடிகள் அரசுக் கீழைத்தேயச் சுவடிக் காப்பு நிலையத்தில் பேணப்பட்டு வருகின்றன. பிரித்தானிய உத்தியோகத்தர்கள் (மக்கென்சி போன்றவர்கள்) இந்த ஏடுகளின் சேகரிப்பில் மிகுந்த அக்கறை காட்டினர்.[10]

அரசுச் சுவடிச்சாலையை விட தஞ்சை சரபோஜி நூல் நிலையத்திலும் அடையாறு உ.வே. சாமிநாதையர் நினைவு நூலகத்திலும் ஏட்டுச் சுவடிகள் பேணப்பட்டு ஆராயப்பட்டு வருகின்றன.

இந்தச் சுவடிகளின் எழுது முறை பெரும்பாலும் இப்படி இப்படிச் செய்ய வேண்டும் என விதி முறையைக் (Prescriptive) கூறுவனவாக உள்ளன. தொழிலின் தொடர்ச்சியைப் பேண முனையும் தொனி இவ்வெழுத்து முறையிலே காணப்படும்.

இச்சுவடிகள் பற்றிய மிகச் சுவாரசியமான உண்மையென்ன வெனில் பெரும்பாலானவை தமிழிலே எழுதப்பட்டுள்ளமைக்கும் இசை, தாவரவியல், சமையல்கலை, சோதிடம் அகராதிகள், மருத்துவம் ஆகிய விடயங்கள் பற்றித் தமிழர்கள் சமஸ்கிருதத்தில் சுவடிகள் (நூல்கள்) எழுதியுள்ளமையை சி.எஸ். சுந்தரம் விவரித்துள்ளார்.[11]

இந்த எழுதுமுறைமை ஏன் பின்பற்றப்பட்டது என்பதற்கான விடையை இவ் அறிவுத் துறைகளின் சமூகப் பின்புலம் நமக்குத் தெரிகின்றன.

IV

(அ) இந்த அறிகைமுறையும் அறியப்பட்டனவற்றின் கையளிப்பு முறைமையும் இந்திய சமூக ஒழுங்கமைப்பின் பிரதான கூறுகளான,

1. சாதியமைப்பு (குல முறைமை)
2. குடும்ப முறைமை (கோத்திர முறைமை)

ஆகியனவற்றுடன் மிக இறுக்கமான - ஒன்று மற்றையதைத் தீர்மானிப்பதாக அமையும் தொடர்பினைக் கொண்டிருந்தன.

இந்திய மரபில் - தமிழ்நாட்டு மரபில் - இந்தத் தொழில்நுட்பப் பயில்வாளர்கள் சாதிக் குழுமங்களாகவே கொள்ளப்பட்டனர். கூத்தர், நட்டுனர், தச்சர், கொல்லர், கப்பல் கட்டுநர் (ஓடாவியார்) என்ற சாதிக் குழுமங்களாகவே கொள்ளப்பட்டனர்.

ஆனால் சில தொழிலின் முறைகள் வைத்தியம், சோதிடம் போன்றவை அவ்வாறு கொள்ளப்படவில்லை. பதிலாக அத்தொழில்கள் குடும்ப நிலையில் சில பிதா வழிகளில் தொடர்ந்து செய்யப்பட்டு வந்தன. வைத்தியம் பெரும்பாலும் குடும்ப முறைமையிலேயே பேணப்பட்டும் போற்றப்பட்டும் வந்தது.

சோதிடம் போன்ற பயில்நெறிகள் மாணவ பரம்பரைசார் வழியாகக் கையளிக்கப் படுவதுண்டு.

குடும்ப சிஷ்ய மரபில் வருபவர்கள் கால ஓட்டத்தில் உப சாதிக் குழுக்களாக அமைந்து விடுவதுண்டு.

இத்தகைய ஒரு சூழலில் அறிவுக் கையளிப்பு ஆராய்ச்சி முறையிலும் பார்க்க விதிப்பு (Prescriptive) முறையாகவே இருக்கும்.

மேலும் இவை பாரம்பரியச் சமூகச் செயற்பாடுகளாதலின் மதத்தோடும் அவ்வம் மதங்கள் வழி வரும் ஐதீகங்கள் சடங்கு களோடும் சம்பந்தப்பட்டவையாக இருக்கும்.

அத்துடன் இவை குடும்ப ரகசியங்களாகவும் பேணப்பட்டு வரும் நிலைமையும் உண்டு. ஒரு குறிப்பிட்ட வைத்தியர் குடும்பத்தின் சிகிச்சை முறைமை (மூலிகை அளவுகளை) மற்றைய வைத்திய குடும்பங்களுக்குத் தெரியாது பேணும் ஒரு மரபும் உண்டு. இதனால் குடும்பத்தில் ஒருவர் அத்தொழிலை மேற்கொள்ளாத விடத்து அக்குடும்பத்திலிருந்து சுவடிகளை எரித்து விடும் மரபு ஒன்றும் இருந்தது என்பதை நாம் அறிவோம்.

உண்மையில் இப் பயில்வுகளின் சிறப்பு (இவை நடனமாயினும் சரி மருத்துவமாயினும் சரி) ஒரு குறிப்பிட்ட வட்டத்துள்ளிலிருந்து எடுக்கப்

பெற்று பொதுவான தேசிய/இனப் பெறுபேற்றின் ஓரங்கமாக ஆக்கும்பொழுது மிகுந்த சிறப்புறுகின்றன. இது நடனத்துறையில் நடந்தேறி விட்டது. வைத்தியத் துறையில் நடைபெற்றுவிட்டதாகக் கூற முடியாது.

இவற்றின் சமூக ஒழுங்கமைப்பையும் அவ்வறிவின் கையளிப்பையும் கூர்ந்து கவனிக்கும் பொழுது, இவை முன்னர் தொழிற்பட்ட சமூகத்தில் அந்தச் சமூகத்தின் இருப்பு நடைமுறைகளை ஊறுபடுத்தாமல் ஆனால், தங்களுக்குள் தாங்கள், தங்கள் தொழிலைச் செம்மைப்படுத்திக் கொண்டே வந்தனர் என்பது புலனாகின்றது.

உண்மையில் இத்தொழிற்பாடுகள் உழைப்பின் சிறப்பு நிலையாக்கமாகவே (Specialisation of labour) அமைந்தன. அதாவது அச்சமூகத்தின் அமைப்புகள் இக்குழுமத்துக்கு அல்லது குடும்பத்துக்கு இது தான் தொழில் (வினை) என்றால் அந்த வட்டத்தினுள் அவர்கள் அத்தொழிலில் ஒரு நுண்மைத் தன்மையை (வளர்ச்சியை) ஏற்படுத்திக் கொள்வர். அச்சமூக இருப்பினுள் தங்கள் நிலையைப் பலப்படுத்தவும் தங்கள் தொடர்ச்சியைப் பேணவும் (தமது வாழ்முறையின் மீள் உற்பத்திக்காக (re-production) அவ்வத் தொழிலில் வளர்ச்சிகளை ஏற்படுத்துவது அவசியமே. ஆனால் அந்த வளர்ச்சியைக் கையளிக்கும் முறைமை வாதவிவாத (argumentative) முறைமையாக அமையாமல் இப்படி செய் என்ற விதிப்பு முறையாகவே (prescriptive) அமைந்தன.

அச்சமூகத்தின் ஒட்டுமொத்தமான கல்விப் பாரம்பரியத்திலிருந்து இந்தத் தொழிலில் முறைமைக்கான கல்வி முறை வித்தியாசப்பட முடியாது.

V

உழைப்புத்திறன்களின் சமூக நிலை ஒழுங்கமைப்பு இவ்வாறாக அமைய மறுபுறத்தில் பிரசித்தியும் பிரதானமும் பெற்று அறிவு முறைமையின் முதனிலைக்கான காரணத்தை அறிய முற்படல் அவசியமாகும்.

இலக்கிய, இலக்கண, மத, மெய்யியல் விளக்கங் கூறும் வியாக்கியானங்கள் முக்கியமான இடத்தைப் பெறுவதை ஏற்கெனவே நோக்கினோம். இளம்பூரணர் எடுத்துக் கூறும் ஆராய்ச்சி தேர்தல், தெரிதல், நாடுதல், இவ்விளக்க முயற்சிகள் உள்ளங்கை நெல்லிக்கனி போல் தெளிவாகத் தெரிகின்றன.

இந்த விளக்கங்கள் யாவுமே அவ்வக்காலத்தில் நிலவிய நிலவும் மேலாட்சியுடைய கருத்து நிலையுடன் (Hegemonic Idealogy)

நூற்பொருளையோ மதக் கருத்தை இணைத்துக் கூறுவதிலேயோ முக்கிய கவனத்தைச் செலுத்துகின்றன.

இதனை இன்னொரு வகையாகவும் எடுத்துக் கூறலாம். அக்காலத்தில் நிலவும் மேலாட்சிக் கருத்து நிலையின் மீள் உற்பத்திக்கு (reproduction) அந்த மேலாண்மைக் கருத்து நிலையை மேலும் பலப் படுத்தி உறுதிப்படுத்துவதற்கு இந்த விளக்கங்கள், வியாக்கியானங்கள், ஆராய்ச்சிகள் உதவுகின்றன. இதன் காரணமாக அந்த விளக்க உரைகள் முற்றிலும் புலமை நிலைப்பட்ட ஒரு முயற்சியிலேயே ஈடுபட்டிருக் கின்றாரெனினும் அப்பாரம்பரியத்தின் தொடர்ச்சிக்கு வேண்டிய புலமை நிலை வலுவை அவர் அளிக்கின்றார். இப்பொழுது அறிவு முறைமையின் சமூகவியல் தெட்டத் தெளிவாகின்றது.

VI

அறிவின் சமூகவியல் (Sociology of Knowledge) என்பது சமூகவியல், சமூகசிந்தனை மரபில் மிக முக்கியமான இடத்தைப் பெறுவது. அறிவின் வளர்ச்சிகளை அவற்றுக்கான காரணங்களை நியாயப்பாடுகளை இத்துறை ஆராய்கின்றது. றொபேட் மேர்ட்டன் (Robert K.Mertion) கார்ள் மான்ஹயிம், கார்ல் மார்க்ஸ் முதலியோர் இத்துறையில் முக்கியமானவர்கள்.

நாம் இதுவரை பார்த்ததன் புலமைப்பிழிவாக அமையும் மார்க்சினது கூற்று ஒன்றுடன் இவ்வெத்தனிப்பை நிறைவு செய்து கொள்ளலாம்.

பௌதீக வாழ்க்கையில் நிலவும் உற்பத்திப் பாங்கு வாழ்க்கையின் சமூக அரசியல் புலமை முறை வழிகளின் பொதுப் பண்பைத் தீர்மானிக்கிறது. மக்களின் இருப்பைத் தீர்மானிப்பது அவர்களின் பிரக்ஞை அன்று. மாறாக அவர்களின் சமூக இருப்பே அவர்களின் பிரக்ஞையைத் தீர்மானிக்கின்றது.

அதாவது உற்பத்தி உறவுகளே கருத்து என்ற மேல் தளத்துக்கான உண்மையான அத்திவாரமாகும் (றொபேட் மேர்ட்டன்).

தமிழ்நாட்டின் அறிவுமுறைப் பிரதானப்படுத்துகைகளும் தமிழ்நாட்டில் நிலவி வந்துள்ள தொழில் முறைகளின் தொடர்ச்சியும் மேற்சொன்ன உற்பத்தி உறவுகளின் தொழிற்பாட்டை உண்மையாக்கு கின்றன.

ஒவ்வொரு சமூகமும் தனக்கு செய்ய வேண்டிய அறிவினை அதன் சமூக பண்பாட்டு நியமங்களுக்கியையத் தோற்றுவித்துக் கொள்கின்றது. அவற்றின் வளர்ச்சிகள் எவ்வாறு அச்சமூக அமைப்பின் தொடர்ச்சிக்குத் தேவைப்பட்டனவோ அதே போன்றே மாற்றங்களும் தேவைப்படுகின்றன.

அடிக்குறிப்புகள்

1. T.Burrow and M.B.Emeneau, A.Dravidian Etymological Dictionary, alarendon Press, Oxford, 1961.
2. வரலாற்று முறை தமிழ் இலக்கிய பேரகராதி, சாந்தி சாதனா சென்னை - 2001.
3. அகநானூறு, 98
4. திருக்குறள் 000
5. பாட்டும் தொகையும், NCBH, சென்னை, 1981.
6. குறுந்தொகை, 309, நற்றிணை, 604, பெரும்பாணாற்றுப்படை 196-202.
7. பார்க்க K.Sivathamby, Studies in Ancient Tamil Society, 1998.
8. தொல்காப்பியத்தின் கவிதையியல், சங்க இலக்கியக் கருத்தரங்குகள் உலகத் தமிழாராய்ச்சி நிறுவனம், சென்னை, 1999.
9. R.Champakalashmi, Trade, Ideology and Urbanization is South India: BC 300 to AD 1300, Oxford, 1999.
10. இந்தச் சுவடி நிலையத்திலுள்ள ஏடுகள் பற்றி முனைவர். மா. இராசேந்திரன் செய்துள்ள ஆய்வு முக்கியமானதாகும். இப்பொழுது உலகத் தமிழாராய்ச்சி நிறுவனத்தைச் சேர்ந்த திருமதி. பகவதி, திரு.கு. தசரதன் போன்றோர் இத்துறையில் ஆர்வம் காட்டி வருகின்றனர்.
11. C.S.Sundaram, Contribution of Tamil Nadu to Sanskrit, Institute of Asian Studies, Chennai, 1999.

10
தமிழர் சிந்தனை மரபில் ஆன்மீகமும் நாத்திகமும்

மேலே தரப்பட்டுள்ள தலைப்பினிற் கட்டுரை ஒன்று எழுதப்படல் வேண்டுமென்பதே எனக்குள்ள பணியாகும். இத்தலைப்பினை வாசிக்கும் போது கிளம்பும் வினாக்கள் தமிழர் சிந்தனை மரபு பற்றிய அடிப்படைத் தெளிவினை வேண்டி நிற்கின்றன. இவை சில முக்கியப் பிரச்சினைகளைக் கிளப்புவதாகவே எனக்குப்படுகிறது. கட்டுரைத் தலைப்பினைச் சொல்லோடு பொருளாக எடுத்து தமிழகத்தில் ஆன்மீகம், நாத்திகம் என்பவற்றைப் பற்றிய ஒரு தரவுத் தொகுப்பினை செய்ய முனைவதிலும் பார்க்க இத்தகைய ஒரு தலைப்பு தோன்றுவதற்கான கருத்து நிலைப் பின்புலம் (Ideology) இந்த வினாக்கிளப்பும் உள்நிலைப்பட்ட எழுவினாக்கள் (Issues) ஆகியன பற்றிச் சிறிது ஆழமாக நோக்க வேண்டியது அவசிய மாகிறது. முதலில் என் சிரத்தையைக் கவருவது இந்த வினாக்கிளப்பும் நிலைப்பாடாகும். பிற பண்பாட்டுச் சூழல்களில் தமது அறிவு, ஆற்றல் திறன் காரணமாகத் தம்மை வலுவுடன் நிலை நிறுத்திக் கொண்டுள்ள, அதே வேளை தமது தமிழ் அடையாளத்தைப் பேணுவதிலும் வளர்ப்பதிலும் அதேயளவு சிரத்தை கொண்ட ஒரு புலமைசார் தொழின்மைக் குழுவினரின் சமூக நிலையிலும், கற்றறி கலையிலும் (Academically) இது ஒரு முக்கிய பிரச்சினையாக அவர்களால் மனங் கொள்ளப்படுகிறது.

இது ஒரு முக்கியமான விடயமாகும். இந்த விடயம் எவ்வாறு இந்திய மட்டத்தினரின் புலமைச் சிரத்தைக்குள் வருகின்றது என்பது நோக்கப்பட வேண்டியது, மேலும் இரண்டு முக்கியமான விடயங்கள் உள்ளன.

1. ஆன்மீகம், நாத்தீகம் என்ற இரு நிலைப்பாட்டுப் பின்புலம் தமிழ் அடையாளம் பற்றிய பிரச்சினை உணர்வோடு எவ்வாறு பிணைந்து கொள்கிறது என்பதாகும்.
2. தமிழர் சிந்தனை மரபு என்ற எண்ணக்கரு (Concept) பற்றியது.

இரண்டாவதனை முதலில் எடுத்துக் கொள்வோம். தமிழர் சிந்தனை மரபு என ஒன்றினை இந்தியப் பின்புலத்தில் எவ்வாறு

இனங்கண்டு கொள்வது என்பது சிக்கல்கள் நிறைந்த வினாவாகும். முதலாவதாகக் கிளம்புவது இந்திய மரபிலிருந்து பிரித்து வைத்துப் பார்க்கத் தக்கதான தமிழர் சிந்தனை மரபு என ஒன்று உண்டா என்பதாகும். இரண்டாவதாக ஒட்டு மொத்தமான இந்திய சிந்தனை மரபில் தமிழரின்/தமிழ் நாட்டில் உள்ளவர்களின் சிந்தனை எப்பொழுது இந்தியச் சிந்தனை ஒருமைக்குள் வரும்/வந்தது என்பதாகும். இவை முக்கியமான வினாக்களாகும்.

தமிழரின் சிந்தனை வெளிப்பாட்டுத் தளமாக அமைவன பிரதானமான இலக்கியங்களே. ஆனால் தமிழ் இலக்கியத்தை மாத்திரம் தனியே எடுத்தல் கூடாது. இந்திய முக்கியத்துவம் வாய்ந்த தமிழர் சிந்தனைகள் தமிழ் மொழி அல்லாத பிறமொழிகளில் குறிப்பாக இந்திய மொழிகளில் இருப்பின் அவற்றை உள்வாங்குதல் அவசியம். உதாரணமாக முற்றிலும் தமிழ்ச் சூழலில் வளர்த்தெடுக்கப்பட்டதான ஆழ்வார்கள் பக்தி நெறியைத் தளமாகக் கொண்டு இராமானுஜர் தமது விசிஸ்டாத்துவைதக் கொள்கையினை எடுத்துக் கூறியுள்ளார். இதனைக் கணக்கில் கொள்ளாமல் நாம் தமிழர் சிந்தனை மரபு பற்றிக் கூற முடியாது.

அது மாத்திரமல்லாமல் ஏறத்தாழ 13, 14ஆம் நூற்றாண்டு வரை தென்னகத்தவர்கள் இந்துமத வியாக்கியானங்களிற்கு செய்துள்ள பங்களிப்புக்கள் முக்கியமானவையாகும். உதாரணமாக 9ஆம் நூற்றாண்டில் வாழ்ந்தவராகக் கொள்ளப்படும் சங்கரர் தமிழ் பரிச்சயமுடையவராக இருந்தார் என்பது நமக்குத் தெரிந்த ஒன்றாகும். மேலும் அத்வைதம் பற்றிய அவரது விளக்கம் அவரை பிரசன்ன பௌத்தராக சிலர் கண்முன் நிறுத்தியது. இது முக்கிய தடயமாகும். ஏனெனில் பௌத்தத்தைப் பற்றிய மிக ஆழமான மெய்யியற் சிந்தனைகள் தமிழ் நாட்டில் நிலவியுள்ளன என்பதும், அதுவும் 9, 10, 11ஆம் நூற்றாண்டுகளில் முக்கியத்துவம் பெற்றது என்பதும், நமக்குத் தெரிந்ததே. சங்கரரை எதிர்த்த மாணிக்கவாசகரே பௌத்தருடன் வாதிட்டதாக அறிகிறோம். இது ஒரு புறமாக, மறுபுறத்தில் பக்தி நிலைப்பட்டனவாகக் கொள்ளப்பட்ட சைவம், வைஷ்ணவம் ஆகிய மதங்கள் நிலைப்பட்ட மெய்யியல் வளர்ச்சிகள் முக்கியமானவை யாகும். இவ் விடயம் சம்பந்தமாக திருமந்திரம் (ஏறத்தாழ 7ஆம் நூற்றாண்டு) முக்கியமான இடத்தை வகிக்கிறது. ப. அருணாசலம் அவர்கள் திருமந்திரக் கருத்து பற்றிய தமது நூலில் (தமிழ் புத்தகாலயம், சென்னை) எடுத்துக் கூறியுள்ளது போன்று திருமந்திரமானது அக்காலத்து இந்து மதம் பற்றிய பல சிந்தனைப் போக்குகளை காட்டுவதாகவே கொள்ளப்படல் வேண்டும். சைவ சித்தாந்த மரபு கூறுவது போன்று அதனைச் சித்தாந்த சாத்திரமாக மாத்திரம்

கொள்ளுதல் கூடாது. திருமந்திரத்தை கி.பி. 7-9ஆம் நூற்றாண்டுகளில் மேலோங்கிய பக்திநெறி எழுச்சியின் பின்புலத்திலே தொழிற்பட்ட மெய்யியற் சிந்தனை மரபுகள் பற்றி அறிந்து கொள்வதற்கான ஒரு தடயமாகவே அதனைக் கொள்ளுதல் வேண்டும். தேவாரங்களில் மனவெழுச்சி (Emotive) நிலையில் வெளிப்படுத்தப்படும் பல சிந்தனைகள் எண்ணக் கருக்களாக (Concepts) வளர்த்தெடுக்கப்படுவதைத் திருமந்திரத்தில் காணலாம். சிவ-தாண்டவம் பற்றிய எண்ண உருவாக்கத்திலும், அன்பு பற்றிய எண்ண உருவாக்கத்திலும் இதனைக் காணலாம்.

இன்னொரு நிலையில் நால்வருக்குப் பின் பக்திப் பாடல் மரபு படிப்படியாக மறைஞானச் செல்நெறியினைப் (Mystic trends) பெற்றுக் கொள்வதனைத் திருவிசைப்பா மூலம் நன்கு கண்டு கொள்ளத்தக்கதாக இருக்கின்றது. இது தொடர்பாகக் கருவூர்த்தேவரின் இசைப்பாக்கள் மிக முக்கியமானவையாகும்.

தமிழ்நாட்டின் சிந்தனை மரபில் சித்தர் மரபு மிக முக்கிய மானதாகும். இவர்களை மறைஞானிகள் (Mystics) என்று கொள்ளுதல் மரபு. அது உண்மையே. ஆனால் அந்த மரபுடன் தான் தமிழர் மருத்துவ மரபும் இணைத்துக்கொள்ளப்படுகிறது. சித்த வைத்தியம் தமிழுக்கேயுரிய வைத்திய முறைமை என்று இன்று கொண்டாடப் பெறுகின்றது.

சித்தர்களைப் பற்றிய குறிப்பு சம்பந்தர் காலம் முதலே இருந்து வருகிறது. ஆனால் அது பற்றிக் கிடைத்துள்ள பாடல் மரபு அதனிலும் பார்க்க சற்றுப் பிந்தியதாகவே காணப்படுகிறது. பிராமணியம் சாராத பிரதான ஆதீனங்களில் ஒன்றாக விளங்கும் தருமபுர ஆதீனம் திருமூலரையே இப்போக்கின் பிதாமகராகக் கொள்ளும்.

துரதிர்ஷ்டவசமாக சித்தர் பாடல்கள் பற்றிய ஆய்வு இலக்கிய நிலைக்கு அப்பாலே கொண்டு செல்லப்பட்டு ஒட்டுமொத்தமான தமிழர் சிந்தனை மெய்யியலின் வெளிப்பாடுகளிலொன்றாகவோ அன்றேல் ஒட்டு மொத்தமான இந்திய மெய்யியற் சிந்தனை மரபின் ஓர் அங்கமாகவோ பார்க்கப்பட வேண்டும். உண்மையில் நம்மிடையே இன்னும் சித்தர் பாடல்களைப் பற்றிய ஆழமான ஆய்வுகள் தோன்ற வில்லை. கமில் சுவெலபில் எழுதியுள்ள The Poets of Power (London) என்ற நூல் நல்ல அறிமுகமாகும்.

சித்தர் பாடல்கள் யாவுமே ஒரே பண்பிற் பாற்பட்டவை என்று நிச்சயமாகக் கூற முடியாவிட்டாலும் அவை பெரும்பாலும் தமிழ் நாட்டின் உத்தியோக பூர்வமான கோயிற் பண்பாட்டை (அரண்மனை,

ஆலயம்) நிராகரித்தவை எனக் கொள்ளலாம். ஆனால் அவை ஆத்மாவையோ ஆன்ம உயிர்ப்பையோ நிராகரித்தவையாகக் கொள்ள முடியாது. ஆனால் அதே வேளையில் ஆன்மீகம் என்பது வாழ்வுலகுக்கு அப்பாற்பட்டதொன்றாகவோ அந்த வாழ்வுலகை நிராகரிப்பதாகவோ அமையவில்லை என்பதும் உண்மையாகும்.

இவ்வாறு நோக்கும் போது பக்திப் பாடல்களின் ஆன்மீகத் தன்மையின் ஆணிவேரான ஓர் அம்சத்தைக் குறிப்பிடல் வேண்டும். அது கடவுளை, வழிபடு தெய்வத்தை ஆள்நிலைப்படுத்தி (Personalise) கூறுவதாகவேயுள்ளது. அதாவது பக்தியின் ஆன்மீகம் மானுடத்துக் குள்ளேயே மையங்கொண்டு நிற்கிறது என்பது புலனாகும்.

இதுவரை கூறிய மரபுகளை விட இன்னும் இரண்டு முக்கிய தமிழ்ச் சிந்தனை மரபுகள் பற்றிக் குறிப்பிடல் வேண்டும்.

1. சமண, பௌத்த, ஆசீவகம் வழியாக வருகின்ற நிலைப் பாடாகும். இவற்றினுள் ஆசீவகம் பற்றிய போதிய அளவு அறிவு நம்மிடையே இல்லை. (ஆசீவகம் பற்றி A.L. பாஷாம் எழுதிய A Short History of Ajivikas என்ற நூலைப் பார்க்கவும்.) கி.பி. 600க்கு முன் குறிப்பதாகத் தமிழ்நாட்டில் மத்திய பகுதிகளில் கோயமுத்தூர் முதல் கன்னியாகுமரி முனை வரையுள்ள பகுதிகளில் சமணமே முதன்மை பெற்றிருந்தது. பௌத்தம் கிழக்குக் கடற்கரையோரத்தில் மேன்மைப்பட்டிருக்கலாம். தமிழ்நாட்டின் இலக்கிய மையங்கள் சமணத்தின் செல்வாக்குக்கு உட்பட்ட அளவு பௌத்தத்துக்கு உட்பட வில்லை. இதனால் இன்றும் கொள்ளுகின்ற அறநூல்கள் என்பன வற்றுள் பல சமணச்சார்பு உடையனவாகவே காணப்படுகின்றன. வைதீகச் சார்புடையனவும் சில காணப்படுகின்றன. சமணப் பள்ளிகள் காரணமாக இந்த அறப் போதனைப் பாடல்கள் முக்கியத்துவம் பெற்றிருக்கலாம்.

மணிமேகலையை மத விவாதிப்புக்களை நோக்கும்போது தமிழ் மொழியின் பண்பாட்டுத் தளம் பற்றிய ஒரு முக்கிய உண்மை நன்கு தெரிய வருகிறது. அதாவது ஒன்றுக்கொன்று முரண்பட்ட மத மெய்யியற் கருத்துக்களை தமிழிற் புலமைத் தெளிவுடன் எடுத்துக் கூறுவதற்கான சொற்களஞ்சிய மரபு ஒன்று இருந்ததென்பது புலனாகின்றது.

கி.பி. 600-900 காலப்பகுதியில் சைவம், வைஷ்ணவம், தமிழை தமதாகக் காட்டும் முயற்சியில் ஈடுபட்டிருந்தனவெனினும் தொடர்ந்தும் அவ்வைதீக மதங்கள் தமிழில் எழுந்திருக்க வேண்டுமென்பது

ஏறத்தாழ 13ஆம் நூற்றாண்டைச் சார்ந்த சிவஞான சித்தியார் பரபக்கத்திலிருந்து தெரிய வருகிறது.

இவ்விடத்தில் தமிழ்நாட்டின் மதப்புவியியற் கருத்தொன்றினை குறிப்பிடல் வேண்டும். சமண பௌத்த மதங்கள் பட்டினங்களில் முதன்மைநிலை எய்துவதைக் காணலாம். சமணத் துறவிகளின் வதிவிடங்களை ஒதுக்கு நிலைப்பட்ட மலைப் பிரதேசங்களில் காணப்பட்டனவெனினும் இம்மதங்கள் வாழ்வியற் செழுமையுடன் விளங்கியமை முதலில் பட்டினங்களிலேயெனலாம். பெரும்பாலும் வணிகர்கள் சமணர்களாகவும் பௌத்தர்களாகவுமிருந்தனர் என்பது ஒப்புக் கொள்ளப்பட்ட உண்மையாகும் (கோவலன், கண்ணகியின் பெற்றோர்).

சைவ வைணவ எழுச்சியைப் பொறுத்தவரையில் ஆற்றுப் படுகைகள் குறிப்பாகக் காவேரிப்படுகை மிக முக்கியமானதாகும்.

கொள்ளிடத்திலிருந்து காவேரி நதியோரம் வழியாக இந்த வரைகோடு மிகுந்த பலத்துடன் சென்றது என்பதும் நமக்குத் தெரிந்ததே. இச் செல்நெறி வைதீக மதவெழுச்சிக்கு விவசாயப் பிரதேசங்கள் களமாக அமைந்தன என்று கொள்ளத் தூண்டுகின்றது. பாண்டிய நாட்டு கோயில்களிலும் இந்த விவசாயத் தொடர்பு நன்கு புலனாகிறது என்பர். இது பற்றிய ஒரு நல்ல விளக்கத்தினை பற்ரன் ஸ்ரெயின் தமது கட்டுரையொன்றில் எடுத்துக் கூறியுள்ளார்.

கோயில் வளர்ச்சி நிறுவனமயப்படுவதற்கு இந்த விவசாயப் பின்புலம் முக்கியமாகிறது. இவற்றைவிடத் தமிழர் சிந்தனையின் முக்கிய எடுத்துக்காட்டாக விளங்கும் திருக்குறளை நோக்க வேண்டுவது அவசியமாகிறது.

திருக்குறள் நிச்சயமாக ஒரு குறிப்பிட்ட மதத்துக்குரிய நூல் அல்ல. அதே வேளையில் அது தெய்வ நம்பிக்கையை நிராகரிக்க வில்லை. அது கூறும் 'தெய்வம்' எண்ணக்கரு நிலைப்பட்டது. (Conceptual) அதில் ஆள் நிலைப்பாடே இல்லை.

திருக்குறளின் மத நிலைப்பாட்டுக்கான திறவுகோலை, கடவுள் வாழ்வதிலும் பார்க்க, அறத்துப்பாலில் பார்ப்பது பயன் தரும் முயற்சியாகும். திருவள்ளுவர் அறத்துக்கான வாழ்நிலைக் களமாகக் கொள்ளும் சமூகத்தில் இல்லறம், துறவறம் என்பன அங்கீகாரமுடைய நிறுவன அமைப்பினைக் கொண்டவையாகக் காணப்படுகின்றன. திருவள்ளுவரின் துறவி சந்நியாசி அல்லர். அவர் ஒரு நீத்தாரே (Renouncer) ஆனால் சமூகத்தினுள் வாழ்பவர். அருள் அவர் பற்றித்தான் பேசப்படுகிறது. அன்பு இல்லறத்தோருக்குரியது.

திருவள்ளுவருடைய சமூக அமைப்பில் குடும்ப வாழ்வும் நீத்தார் இருப்பும் ஒரு வட்டத்தினுள்ளேயே இருப்பதாகக் கொள்ளல் வேண்டும். பின்னர் இந்த சமூக வட்டம் நாடு என்ற வட்டத்தினுள் வருகிறது.

இப்பொழுது நம் முன்னேயுள்ள முக்கிய வினா யாதெனில் இத்தகைய சமூக ஒழுங்குள்ள மதம் யாது? அல்லது மதங்கள் யாவை? என்பதேயாகும். தமிழ் நாட்டு வரலாற்றுப் பின்புலத்தை நோக்கும் போது அந்த வரலாற்றுக் காலகட்டத்திலே இந்த நிலைப்பாட்டினைக் கொண்டிருந்தவை இரண்டு மதங்களாகும். ஒன்று சமணம் மற்றையது பௌத்தம். இந்த மதங்களிலே தான் 'குடும்பி'களும், நீத்தாரும் உடன் உறைபவர்களாகின்றனர். ஆனால் இந்தச் சமூகக் கட்டுக் கோப்புக்குள் அவர் அக்காலச் சமூக அமைப்புக்கியைந்த தெய்வ நம்பிக்கைகளைக் கொண்டு வருகிறார்.

திருக்குறளை உலக யதார்த்தத்தைக் காணமறுக்கும் ஓர் ஆன்மீக வலியுறுத்தலாகக் கொள்ளவே முடியாது. மதநிலை வாழ்க்கை யென்பது அந்தச் சமூகத்துடன் இயைந்துள்ள ஒன்றாகும். தமிழின் அற, போதனை நூல் மரபிற்கு அப்பாலான ஓரளவுக்கு இந்த நூல்கள் தரும் கருத்து நிலைத்தளங்களிலிருந்து வேறுபடுகின்ற ஒரு சிந்தனை உலகினை பத்துப்பாட்டு எட்டுத் தொகை நூல்கள் காட்டுகின்றன. திருமுருகாற்றுப்படை, பரிபாடல் ஆகியன வைதீக மரபுச் சூழலினுள்ளிலிருந்து வெளிவருவதைக் காணலாம். பரிபாடலில் செவ்வேள், திருமால் வழிபாடு முக்கியமாகும். வையை கூட வழிபாட்டுக்குரிய ஒன்றாகவே அங்கு இடம்பெறுகின்றதென நான் பிறிதோரிடத்தில் வாதிட்டுள்ளேன். பரிபாடல், திருமுருகாற்றுப்படை சங்க இலக்கியங்களுள் காலத்தாற் பிந்தியவை என்பதை ஏற்றுக் கொண்டு அவற்றினுள் முந்தியவை எனக் கொள்ளப்படத்தக்க நற்றிணை, குறுந்தொகை, புறநானூறு, பதிற்றுப்பத்து என்பவற்றை நோக்கும் போது அவை மத நிலைச் சிந்தனை அடிப்படையில் இரண்டு தளங்களைக் காட்டுபவையாகக் கொள்ளலாம்.

1. வணிக உறவாடல், உபரிச் செல்வம் மிகுதியற்ற சூழல்களில் பெரும்பாலும் குறிஞ்சி, முல்லை, நெய்தலில் மானுட வியலாளர் பூர்வீக மதம் என்று விவரிக்கும் ஒரு நிலை யினையே காணலாம். தொல்காப்பியம் இந்த நிலங்களுக்கு மாயோன், சேயோன், வேந்தன், வருணன் ஆகிய கடவுள்கள், பெருந் தெய்வங்கள் என்று கூறும். எனினும் உண்மையில் வருணன், இந்திரன் (வேந்தன்) பற்றிய குறிப்புக்கள் அதிகம் இல்லை. முருகன் பற்றி நிறைய உண்டு. மாயோன் பற்றிய

குறிப்புக்கள் சங்க காலத்தை அடுத்து வருகின்ற காலப் பகுதியிலேயே மேல் நிலைப்படுகின்றன.

2. திணை நிலை வாழ்க்கையில் பூர்வீக மதங்களுக்குரிய சடங்குகள் பல உள்ளமையைக் காணலாம். உதாரணமாக வெறியாட்டு என்னும் சடங்கு ஒருவரைத் தெய்வம் பிடிக்கும் என்ற நம்பிக்கையினடியாகத் தோன்றுவதாகும். இந்த நம்பிக்கை (Possession) இன்றும் கிராமங்களிலுண்டு. இவற்றை விட நீர்நிலைகள் போன்ற இடங்களில் சூர் எனப்படும் அபௌதிக தெய்வங்கள் உறையும் எனக் கொள்ளப்பட்டது. பிற்காலத்தில் தமிழ்நாட்டில் வந்த சூரன் பற்றிய நம்பிக்கையினுள் சூர் உள்ளது போலத் தெரிகிறது. ஏனென்றால் இந்தச் சூரினை வேல் (முருகன்) 'தடிந்தான்' என்ற குறிப்புக்கள் உள்ளன. முருக வணக்கத்தில் பின்னர் சூரன் மாமர வடிவத்தில் வந்தபோது முருகனால் கொல்லப்பட்டான் என்ற ஐதீகம் உண்டு.

புறத்திணையில் வருகின்ற நம்பிக்கை நிலைகளில் பேய் என்பது பற்றிய நம்பிக்கை மிக முக்கியமானதாகத் தெரிகிறது. போர்க் களங்களிற் கொல்லப்பட்ட உடல்களைப் பேய் தின்னுமென்றும், அவ்வுடல்களைக் கூழாகச் சமைத்துப் படையலிட்டுப் பகிர்ந்து சாப்பிடும் எனக் கூறும் புறநானூற்றுப் பாடல்கள் பல உள்ளன. போர்க்களத்திற் கொல்லப்பட்ட உடல்களுக்காக அவற்றைக் கொன்ற வீரனை அப்பேய்கள் வாழ்த்தும் என்ற நம்பிக்கையும் இருந்தது. யாக முறைமை வருவதன் முன்னம் முற்சொன்ன நம்பிக்கையில் அடியாகத் தோன்றிய கள வேள்வியே முக்கியப்பட்டது போலத் தெரிகிறது.

திணை மரபின் அக, புற வாழ்க்கைகளில் இத்தகைய நம்பிக்கைகள் பல காணப் பெற்றன. அவற்றுள் முக்கியமானவைகளுள் ஒன்று தெய்வங்கள் மரங்களில் உறையும் என்பது. இந்த நம்பிக்கைகளை ஆன்மீகம் என்ற சொல்லால் குறிப்பிட முடியாது. ஆனால் இவைதாம் அம்மக்களுடைய அடித்தள நம்பிக்கைகளாக அமைந்தன. இத்தகைய தொரு சூழல் தீர்மானித்த வாழ்க்கையினூடாகவே முருகன், வள்ளி, ஐதீகம் தோன்றியிருத்தல் வேண்டும் போலத் தெரிகிறது. வள்ளி என்பது கிழங்கு வகைக்கான பெயர். நிலத்தின் கீழ் விளைவது. எனவே நிச்சயமாக கருவளச்சார்பு (Fertility) உடையது என்று துணிந்து கூறலாம். உண்மையில் வள்ளி திருமணக் கதை இத்தகைய ஒரு கருவளச் சடங்காகவே தொடங்கியிருத்தல் வேண்டும்.

இன்னொரு புறத்தில் திணைமரபின் முக்கிய உளவியற் பண்புகளிலொன்றாக விளங்குவது காஞ்சி எனக் குறிப்பிடப் படுவதாகும். காஞ்சிக்கு தொல்காப்பியர் தரும் விளக்கத்தின்படி அது உலக நிலையாமை தான். அதாவது உலகம் நிலையற்றது. எனவே ஆடம்பரமற்ற நிலையில் வாழ வேண்டுமென்ற உட்குறிப்பும் அதனுள் இருந்தது. ஆனால் சங்க இலக்கியப் பாடல்களில் வரும் காஞ்சித் திணையைப் பார்க்கும்போது அந்நிலையில் மக்கள் எதுவந்தாலென்ன, வீரத்துடன் முகம் கொடுப்போம், என்றைக்கோ ஓர் நாள் இறக்கப் போகின்றவர்கள் தானே, கொடுத்து வாழ்வோம் வேண்டுமானால் இறப்போம் என்ற கருத்துடையவர்களாகவும் இருந்ததும் தெரிகிறது.

உலக நிலையாமை பற்றிய கருத்து நிலை அவர்களுடைய நிலைப்பாட்டுடன் எவ்வளவு ஒத்துப் போகிறது எனப் பார்த்தல் வேண்டும். காஞ்சி பற்றிய தொல்காப்பியக் குறிப்புக்கும் சங்க இலக்கியக் குறிப்புகளுக்குமிடையே கருத்து அழுத்த வேறுபாடு உண்டு. சங்க இலக்கியத்தினை இயற்கையோடு இயைந்த வாழ்வு எனக் கூறுவது பொருத்தமெனில் சங்ககால மத நம்பிக்கைகளும் இயற்கையோடு இயைந்தவைதான். ஆயினும் நிச்சயமாக ஒன்றினைக் கூறலாம். அக்காலத்தில் தெய்வ நம்பிக்கை நிலவிற்று என்பது நன்கு தெரிகிறது.

மத்திய காலத்து தமிழகத்திற் காணப்பட்ட இந்துமத வளர்ச்சி களோடு நோக்கும் போது இவை வேறுபட்டனவாகக் காணப்படினும் இவை மத நம்பிக்கைகளின்பாற் பட்டவை என்பதை மறுத்தல் முடியாது.

இடைக்காலத் தமிழகத்தில் கி.பி. 600- ஏறத்தாழ 1700 வரையுள்ள காலப்பகுதியை மூன்று அலகுகளாகப் பிரித்தல் வேண்டும்.

1) கி.பி. 600-900   2) கி.பி. 900-1300   3) கி.பி. 1400-1700

இக்காலப் பகுதிகளிலேயே தான் உயர் சமூக வாழ்க்கை ஒழுங்கமைப்பில் மதங்கள் முக்கிய இடத்தை வகிப்பதை அவதானிக் கிறோம். ஆனால் அங்கு மதம் என்பது அரசியலும் பொருளாதாரமும் கலந்த நிலையே. இந்து மதம் தானங்களையும் கோபுரங்களைப் பற்றியும் பேசிற்றே தவிர கோயிலுக்குள்ளே புகமுடியாதவர்கள் வாழ்க்கை பற்றிப் பேசவில்லை. இந்த வேறுபாட்டை சேக்கிழாரின் 'திருநாளைப் போவார்' புராணத்தையும் கோபாலகிருஷ்ண பாரதியின் 'நந்தனார் சரித்திரக் கீர்த்தனை'யையும் ஒப்பு நோக்கும்போது தெரியவரும். பிற்கால மரபிலே தான் ஆன்மீகம் என்பது லௌகீகத்துக்கு எதிர் நிலைப்பட்ட ஒன்றாகக் கொள்ளப்படத் தொடங்கிற்றெனலாம்.

16ஆம், 17ஆம், 18ஆம் நூற்றாண்டுகளை இன்னொரு பக்தியுகமாகப் பார்க்க வேண்டுமென நான் பிறிதொரு இடத்தில் வாதிட்டுள்ளேன். அந்த நிலையில் சில அம்சங்கள் முக்கியமாகின்றன.

1. **இஷ்ட தெய்வ வழிபாடு** - தெய்வம் மிக அருகாமையிலிருப்பது போன்ற உணர்வு

2. உயர் மட்டத்தில் சைவ, வைஷ்ணவ பேதமிருந்தாலும் அடிநிலையில் அத்தகைய பேதமிருந்ததாகத் தெரியவில்லை. அருணகிரியார் மூலம் இது நன்கு தெரிகிறது. அவர் முருகனையே பெருமாள் என்று கூப்பிடுகிறார்.

   நாத்திகம் என்ற தொடர் திருநாவுக்கரசர் தேவாரத்திலும் (திருக் குறுந்தொகை), ‘மாணிக்கவாசகர் திருவாசகத்திலும் காணப்படுகின்றது. இவ்விடத்தில் நாத்திகம் என்பது கடவுள் நம்பிக்கை இன்மை என்பது தெளிவாகவே வருகின்றது. (இவர்கள் கருத்துப்படி பௌத்தமும் நாத்திகம் ஆகலாம்.)

3. **இஸ்லாத்தின் வருகை**

   இது 7ஆம், 8ஆம் நூற்றாண்டுகளிலிருந்து தொடங்கி 16ஆம், 17ஆம் நூற்றாண்டுகளில் பொலிவெய்துகிறது.

4. **கிறிஸ்துவத்தின் வருகை**

   இஸ்லாத்தினதும் கிறிஸ்துவத்தினதும் வருகை தமிழர் மத சிந்தனை மரபில் பெரிய மாற்றங்களை ஏற்படுத்தியது. கடவுள் பற்றிய எண்ணக்கரு, மறுபிறப்பு, உயிர்ப்பு ஆகிய எண்ணக்கருக்கள் மிக முக்கிய இடம் பெறுகின்றன. இந்த இரு மதங்களும் மதப் பண்பாட்டு ஒதுக்கற்பாடுகளை ஏற்படுத்தினாலும் அடிநிலை மக்கள் நிலையில் சில மத இணைவுப் பாரம்பரியங்கள் காணப்பெற்றன. (துலுக்க நாச்சியார் வழிபாடு, அந்தோனியார் பொங்கல்.)

5. **யோக நிலைப்பட்ட வழிபாடுகள்**

   தாயுமானவரை இதற்கான மிகச் சிறந்த உதாரணமாகக் காணலாம். ஆங்கில இலக்கிய மரபு வழி வரும் Metaphysic Poetry இயற்கை அதீத கவிதைக்கு, சிறந்த உதாரணம் இவர் பாடல்களாகும்.

தமிழ்நாட்டினுள் இவ்வாறாக பாய்ந்து விரிந்து பரந்து சென்ற மதநிலை உணர்வு இராமலிங்க வள்ளலார் காலத்தில் 19ஆம் நூற்றாண்டின் பிற்பகுதியில் பிரித்தானிய காலனித்துவப்

பாதிப்புக்களுக்கு முகம் கொடுப்பதான ஒரு மத நடைமுறையை வளர்த்தெடுத்தது.

பசியாற்றல், பால்வேறுபாட்டை அகற்றல், சாதி வேறுபாட்டை அகற்றல், ஒளியாகக் கடவுளைக் காணல் என்ற கொள்கைகள் இணைந்த ஒரு மத நெறிமுறையாக அமைந்தது. ஆயினும் வள்ளலாருக்கு இராம கிருஷ்ணருக்குக் கிடைத்தது போன்ற செய்திறனும் தூரநோக்குமுள்ள விவேகானந்தர் போன்று ஒரு சீடர் இல்லாமையினால் அவர் மதம் பெற வேண்டிய வளர்ச்சியைப் பெறவில்லை.

உண்மையில் வள்ளலாருக்குப் பின்வந்த தமிழ் நாட்டின் சமூக அரசியற் சிந்தனைப் போக்கே ஆன்மீகம், நாத்தீகம் என்று இன்று பேசப்படும் இந்த இரு கிளைப்பாட்டை ஏற்படுத்தியதெனலாம். இதனை சிந்தனை மட்டத்து வெளிப்பாடாகக் கொள்வது தவறு. உண்மையில் இது இக்காலத்தின் சமூக அரசியல் வரலாற்றினுள் கிடைக்கின்ற முக்கிய உண்மையாகும். இந்த மேலெழும் புகையை ஒரு சிறிதளவாவது விவரித்தல் வேண்டும்.

பிரித்தானியக் காலனித்துவ ஆட்சி தமிழகத்தின் பாரம்பரிய வாழ்க்கைக்கு அந்நியமான சட்டத்தின் முன் சமம் என்ற கொள்கையை ஓர் ஆட்சி எடுகோளாகக் கொண்டுவந்தது. இந்நோக்கு மத வலிமை யுடன் இயங்கிய அதிகாரப் படிநிலைச் சமூகத்துக்கு சவாலாகவும் அச்சுறுத்தலாகவும் அமைந்தது. பிரித்தானிய ஆட்சியின் கல்வி சமூகக் கொள்கைகள் முன்னர் நிலவிய சமூக ஒழுங்கமைப்புக்குச் சவாலாக அமைந்தது. பிரித்தானியருடன் நெருக்கமாகப் பழக வேண்டிவந்த அடிநிலைச் சாதியினர் பாரம்பரிய அதிகாரப் படிநிலையினை எதிர்க்க முனைந்தனர். ஆரம்பத்தில் இந்திய மரபு வட்டத்தினுள்ளே நின்று கொண்டே அந்த மரபினை எதிர்த்தனர். அதனால் பௌத்தம் அவர்களுக்கு முக்கியத்துவமாயிற்று. பிராமணிய சமூகத்தின் சாதிக் கொடூரமும் சடங்காசார மேலாண்மை ஆகியனவற்றை எதிர்க்க பௌத்தம் என்ற கருத்து நிலை உதவிற்று. இவ்விடயத்தில் ஆங்கிலேயர் சிலரின் உதவியும் கிடைத்தது. அயோத்திதாஸ் பண்டிதரின் எழுச்சியை 19ஆம் நூற்றாண்டின் பிற்பகுதியில் இப்பின்புலத்திலேயே பார்த்தல் வேண்டும். பாரம்பரியத்தின் இறுக்கத்தில் வெடிப்புக்கள் ஏற்படத் தொடங்கின.

இன்னொரு புறத்தில் அரசியல் பொருளாதார நிலையில் இரண்டு செல்நெறிகள் காணப்பட்டன.

1. காலனித்துவ ஆட்சியின் நிர்வாகத்துக்கு வேண்டிய இடை நிலை உத்தியோகத்தினரை உள்ளூரிலிருந்தே நியமிக்கத் தொடங்கியபோது அதனால் பயன் பெற்றோர் பாரம்பரியமாக

கல்வி வசதியும் சமூக இயங்கிசைவும் உடையோர்களாக இருந்தவர்களே. முதலில் பிராமணரும் (காவேரிப்படுகை) தொடர்ந்து வேளாளரும் (திருநெல்வேலி, கொங்கு) மேற்கிளம்பினர். இவர்களிடையே பலத்த போட்டியும் நிலவிற்று.

2. மறுபுறத்தில் ஒட்டுமொத்தமான சென்னைப் பிரசிடென்சியில் வாழ்ந்த பிராமணரல்லாத கன்னடத்து ரெட்டிமார், தெலுங்குக் கானாவின் நாயுடுமார், மலையாளத்து நாயர்கள், தமிழ் நாட்டுப் பிள்ளைமார், செட்டிமார் உத்தியோக பொருளாதார மேலாண்மைக்குப் போட்டியிடத் தொடங்கினர்.

3. இந்தியா முழுவதையும் தனது ஆள்புலமாகக் கொண்டிருந்த பிரித்தானியக் காலனித்துவ புலமையாளர் இந்திய ஒருமைப் பாட்டை வலியுறுத்துவதற்கு இந்து மதப் பழமையையும், சமஸ்கிருத மேலாண்மையையும் வற்புறுத்தத் தொடங்கினர். இது பிராமணிய மேலாண்மை உணர்வுக்கு மேலும் இடங்கொடுத்தது.

இந்தச் சமூக மேலாண்மை வாதங்களினின்றும் தங்களை விடுவித்துக் கொள்ள விரும்பியவர்கள் பிராமணியத்தை அதன் வெளிப் பாடுகளை அதன் நலன்களை ஊன்றியுள்ள இடங்களை எதிர்த்தனர். சுப்பிரமணிய பாரதியாரின் பாடல்களில் இதுவரை கூறிய சமூக மத விமர்சனங்கள் நன்கு வெளிப்படுவதைக் காணலாம். இந்திய ஒருமைப்பாட்டு வட்டத்தினுள் தமிழின் தனித்துவத்தையும் இந்திய இணைவையும் வேண்டி நிற்கும் பாரதியார் மதநில வழிவரும் சமூக ஏற்றத்தாழ்வுகளைக் கண்டிப்பதுடன் தான் காணும் நவ இந்தியாவில் சகலரையும் (தலித்துக்கள் முதல் பிராமணர் வரை) சமமானவர்களாகவே காணுகின்றார். பாரதி 1921இல் காலமானார். அதன் பின்னர் தமிழ் நாட்டில் ஏற்பட்ட பிராமணிய எதிர்ப்பியக்கம் சமூக அரசியல் வன்மையுடன் வளர்ந்தது.

இத்தகைய பின்புலத்திலேதான் பெரியாரின் சுயமரியாதை இயக்கம் (1926) தொடங்குகிறது. 19ஆம் நூற்றாண்டின் பின்னரைப் பகுதியிலிருந்து படிப்படியாக மேற்கிளம்பி வந்த பிராமணிய மேலாண்மை எதிர்ப்பு இதனுடன் இணைந்தபொழுது தமிழர் சுயமரியாதையைக் காப்பாற்றுவதற்கு நாத்திகம் சமூக அத்தியாவசிய முடைய ஒரு நிலைப்பாடாயிற்று. இந்தப் பின்புலத்தில் வந்து தங்கள் சமூக ஒதுக்கற்பாடுகட்கு எதிராகப் போராடி பொறியியல், மருத்துவம், கல்விப் புலமை ஆகிய தொழில்களில் ஈடுபடத் தொடங்கிய தொழின்மையர் (Professionals) முக்கியமாகின்றனர். இந்தக் கால கட்டத்திலே தான் பாரதிதாசன் முக்கியமாகின்றார். அவர் 1930களில் தமிழியக்க கவிஞராக மாத்திரமல்லாமல் திராவிட நிலை அரசியலின்

வளர்ச்சிக் கட்டத்தையும் காட்டுபவராக அமைகின்றார். இதனால் பிராமண எதிர்ப்பு, நாத்திகம் ஆகியன பாரதிதாசனது இக்காலத்துப் பாடல்களில் முக்கியமாகின்றன. இச்சமூக மதக் கொள்கைகள் அண்ணாதுரை, கருணாநிதி மூலமும் விரிவடைந்தன.

இது ஒரு சமூக அரசியல் இயக்கமாக வளர்ந்தது. எனினும் இந்த சமூக அரசியல் வெளிப்பாடு ஏறத்தாழ நகர்ப்புற ஏழைகள், மத்தியதர வர்க்கத்தினர் இடையே பெரிதும் காணப்பட்டது.

அந்தச் சமூக அரசியல் நடவடிக்கை இணைப்பு முயற்சிகளினூடே ஏறத்தாழ ஒரு மத உத்வேகம் இருந்தது என்று சொல்லலாம். மேலும் வெகுஜன தொடர்பு ஊடகங்களை இவர்கள் பயன்படுத்திய முறையில் குறிப்பாக பத்திரிகைகள், திரைப்படங்கள் ஆகியனவற்றைப் பயன் படுத்திய முறையில் ஒரு பெருந்தாக்கம் ஏற்பட்டது. இதன் சமூக கல்வித் தளத்தில் நடைபெற்று வந்த கல்வி, உத்தியோக இட ஒதுக்கீடுகளே பாரம்பரிய அதிகாரப் படிநிலைகளிலிருந்து தப்பித்துக் கொள்வதற்கான வழிவகைகளாயின.

1949 முதல் 67, 70 வரை இது ஒரு பெரு வெள்ளமாகப் பாய்ந்தது. ஆனால் இதனூடே இரண்டு கிளை நிலைகளில் மதநிலை உணர்வு துளிர்விடத் தொடங்கிற்று. ஒரு மட்டத்தில் சென்னையை மையமாகக் கொண்ட பிராமணர்கள் படிப்படியாகத் தங்கள் மதப் பாரம்பரியங்களைப் புதிய சூழலுக்கேற்ப மீட்டெடுக்கத் தொடங்கினர். காஞ்சி காமகோடிப் பீடத் தலைவர் ஜயேந்திர சரஸ்வதி இதன் தலைவராக இருந்தார்.

இன்னொரு நிலையில் தமிழ் நாட்டின் கிராமப்புற நிலையில் பிராமணரல்லாத இடைநிலைக் குடும்பத்தினர் மத்தியில் குன்றக்குடி அடிகளார் முக்கியத்துவம் பெறத் தொடங்கினார். மனித வாழ்வின் இருப்பியல் தேவைகள் மத உணர்வை வாழ வைப்பவை. அதுவும் ஏழ்மையும் இயலாமையும் மிஞ்சி நிற்கின்ற சமூக மட்டங்களில் தெய்வ நம்பிக்கை வாழ்க்கைக்கான நியாயப்பாடாகி விடுகிறது. அந்த அளவில் அது தேவைப்படுகிறது. சமூக வைப்பு முறைக்குள் மத இன்றியமையாமையுணர்வுக்கும் தொடர்பு உண்டு என்பதனைச் சமூகவியலாளர் வற்புறுத்துவர்.

சுதந்திரத்தின் பின் ஏற்பட்ட (1947இன் பின்) படிப்படியான இந்திய வாழ்க்கைத் தர முன்னேற்றம் பண்பாட்டு நிலையில் மதச்சடங்கு மீட்புகளுக்கும் நிச்சயமாக இந்திய, தென்னிந்திய சூழல்களில் உதவிற்று என்பதனை M.N. ஸ்ரீநிவாஸ் சமஸ்கிருத நெறிப்படுகை என்ற, தான் முன் வைத்த சமூகவியற் கொள்கை மூலம் நிரூபித்தார். இந்தத் தாக்கத்தினை 1960, 70களில் ஏற்பட்ட மாரியம்மன், முருகன் வழிபாட்டு வளர்ச்சியிலும் அவை பின்னர் சமஸ்கிருத மயப்படுத்தப்பட்ட

முறையிலும் காணலாம். ஆனால் இவை எதுவுமே இடைநிலைச் சமூகத்துக்குக் கீழேயிருந்த தலித்துக்களிடத்து, திராவிடக் கருத்து நிலை வலுப்பெற்றிருந்த தமிழ் நாட்டிலேயே செல்லவில்லை என்னும் உண்மை புலனாயிற்று. அந்த அடிநிலை மக்கள் தங்கள் தமிழ், அடையாளத்திலும் பார்க்க 'தலித்' அடையாளமே தமக்கு முக்கிய மாகின்றது என்றனர். இந்தப் பின்புலத்திலேதான் தமிழ் நாட்டில் ஆன்மீகம் நாத்திகம் என்ற கொள்கைகள் எதிர்நிலை முனையங்களாக வளர்த்தெடுக்கப்பட்டன. இந்த எதிர்நிலைகளின் இணை நிலையாக வள்ளலாரைக் கொள்கின்ற ஒரு செல்நெறி தமிழ் நாட்டினுள்ளே படிப்படியாக வளர்ந்து வருகிறது.

(இக்கட்டுரை அமெரிக்க தமிழ்ச் சங்கத்தினரின் வேண்டு கோளுக்கியைய, எழுதப் பெற்றது.) இப்பொழுதுள்ள நிலையில் இக்கட்டுரையானது இவ்விடயம் பற்றிய ஒரு அறிமுக விவாதிப்பே ஆகும். இதற்கு வேண்டிய சான்றாதாரங்கள் தனியே தரப்படவில்லை, வாசகருக்கு அவை பற்றிய பரிட்சையம் உண்டு என்ற எடுகோளின் பேரிலேயே எழுதப்பெற்றுள்ளது. கட்டுரையை மீள வாசிக்கும் பொழுது சி.என். அண்ணாதுரை அவர்களால் திராவிட முன்னேற்றக் கழகத் தோற்றத்துடன் முதன்மைப்படுத்தப் பெற்ற சமூக - மத கருத்துநிலை, விடுபட்டுப் போயுள்ளமை தெரிகிறது.

ஈ.வெ.ரா. அவர்களுடன் இணைந்து பணியாற்றிய சி.என். அண்ணாதுரையவர்கள் திராவிட முன்னேற்றக் கழகத்தைத் தோற்றுவித்த பொழுது, ஒரு புறத்தில் பிராமணிய எதிர்ப்பினை முதன்மைப் படுத்தினாரெனினும் மறுபுறத்தில் நாத்திக வாதத்தைக் கைவிட்டு 'ஒன்றே குலம் ஒருவனே தேவன்' என்ற சமூக மத கருத்து நிலையையே வற்புறுத்தினார். இதன் காரணமாக பகுத்தறிவு வாத கோட்பாட்டின் சில நிலைப்பாடுகளிலிருந்து விலகி நின்றார் என்பது தெரிய வருகின்றது.

தமிழ் நாட்டில் பகுத்தறிவுவாத இயக்க வளர்ச்சியில் அடையாறில் வசித்த ஓல்கோட் அவர்களுக்கு ஒரு முக்கியப் பங்கு இருந்ததென்பது இதுவரை அச்சில் வெளிவராத ஹாவர்ட் பல்கலைக்கழக ஏடுகள் சிலவற்றிலிருந்து தெரிய வருகின்றது. பகுத்தறிவுவாத இயக்கத்தினர் அமெரிக்க பகுத்தறிவாளரான இங்கர்ஸாலின் பெயரை (Ingersoll) பயன்படுத்தியுள்ளனர் என்பதும் தெரிகிறது. திராவிட இயக்கப் பகுத்தறிவாளர்கள் இங்கர்ஸாலின் பெயரை நிறையப் பயன்படுத்தினர்.

விக்கிரக வழிபாட்டுப் பண்பாடு முக்கிய இடம் பெறும் தமிழக தென்னிந்தியச் சூழலில் 'உருவத் திருமேனிச் சித்திரிப்புக்களுக்கு' (Icons) முக்கியத்துவமுண்டு.

11

கற்கை நெறி சார்ந்து நாடக எழுத்துருவொன்றினை நோக்க வேண்டிய முறைமை

நாடக பாடமாக விதிக்கப்பட்ட ஒரு நாடக எழுத்துருவை (Text) எவ்வாறு கற்பிக்க வேண்டுமென்பது மிக முக்கியமாக சிந்திக்கப்பட வேண்டிய ஒரு விடயமாகும். இந்தப் பிரச்சினை பற்றிப் பேசத் தொடங்கும்போதே, நாம் நாடகமென்னும் கலை வடிவமானது அதன் எழுத்துரு வடிவில் இலக்கியத்தோடு இயைந்து நிற்பது என்ற உண்மையினை மறந்துவிடக்கூடாது. உலகின் தலைசிறந்த நாடக ஆசிரியர்கள் ஈஸ்கிலஸ், சோஃபோகிளிஸ், ஷேக்ஸ்பியர், காளிதாசன் ... போன்றவர்கள், அவர்களின் இலக்கியச் செழுமைக்காகவும் பயிலப் படுவதும், விளக்கப்படுவதும் ஒரு இயல்பான பண்பாகி விட்டது. எனவே, நாடக எழுத்துரு இலக்கியமாக இருக்குமென்ற உண்மையினை நாம் மனதிருத்திக் கொள்ளல் வேண்டும். ஆனால், ஒரு நாடக பாடத்தை நாம் இலக்கியமாகப் பயிற்றுவிக்கும் பொழுது கைக்கொள்ள வேண்டியனவற்றிற்கும், அல்லது மனதிருத்திக் கொள்ள வேண்டியன வற்றிற்கும், அதனை நாடக பாடமாக கற்பிப்பதில் கவனம் செலுத்து வதிலும் மனதிருத்த வேண்டியவற்றை சற்று வித்தியாசப்படுத்திப் பார்ப்பது அவசியமென்று கருதுகின்றேன்.

இலக்கியமாகப் பயிற்றும்போது பிரதானமாக அதன் சொற்சுவை, அதில் கூறப்பட்ட விடயங்கள் எத்தனை செழிப்புடன் வெளிக்கொணரப் படுகின்றது என்பது மிக முக்கியமானது. இந்தப் பண்பினை நாம் ஆங்கிலத்தில் ஷேக்ஸ்பியரில் மிகச் சிறப்பாகக் காணலாம். Blank verse என்கின்ற யாப்பிலே அவர் மிகமிக அழகாகச் சொல்கிறார். இது மாத்திரமல்லாமல் தமிழை எடுத்துக் கொள்வோமாயின் பேரளவில் ஒரு கதையை எடுத்துக் கூறுகின்ற ஒரு இலக்கியமாக கம்பன் தன்னுடைய இராமாயணத்தை அமைத்துக்கொண்டாலும், அதனை அவன் நாடக மயப்படவே கூறி நிற்கின்றான். குறிப்பாக யுத்த காண்டத்தில் அங்கு பாத்திரங்கள் ஒன்றுடன் ஒன்று ஊடாடுகின்றபோது உண்மையில் அது புதுமைப்பித்தன், ரகுநாதன் கூறுவதுபோல அது கம்ப நாடகம்தான்.

ஆனால், நாடகம், நாடகமும் அரங்கியலும் என்ற பாடத்திற்காக, ஒரு நாடக பாடத்தை உதாரணமாக, சோஃபோகிளிஸின் ஈடிப்பஸையோ, அல்லது கணபதிப்பிள்ளையின் நாடகத்தையோ, சண்முகலிங்கத்தின் நாடகத்தையோ அல்லது இன்னொருவருடைய நாடகத்தையோ கற்பிக்கத் தொடங்கும்போது எவ்வாறு கற்பிக்க வேண்டும் என்பது பற்றிய தெளிவு இருத்தல் வேண்டும். ஏனெனில் அதைக் கற்பிப்பதன் மூலம் அந்த மாணவருக்கு அந்த ஆசிரியரது இலக்கியச் சிறப்பு இலக்கியச் செழுமையை மாத்திரம் கூறுவதோடல்லாமல், அவர்களின் நாடக ஆக்கத்திறனையும் எடுத்துக்காட்ட வேண்டும்.

அப்போது இதனை எவ்வாறு தொடங்குவது என்பது முக்கியமான விடயமாகும். நான் நம்புகிறேன் முதலில் அந்த நாடகம் பற்றிய கதையினை மாணவர்களோடு கலந்துரையாடுவது நல்லது. ஏனெனில் ஒரு விடயத்தை கதையாக எடுத்துக் கூறுவதற்கும் நாடகமாக அமைப்பதற்குமுள்ள வேறுபாடுகள் அமைப்பு ரீதியாக (Structure) வேறுபடும். எனவே முதலில் மாணவர்கள் குறிப்பிட்ட அந்த நாடகத்தில் இடம் பெறுவது யாது? அல்லது இடம்பெறும் விடயங்கள் யாவை? என்பது பற்றிய கருத்தினைப் பெற்றுக்கொள்ள வேண்டும். அதற்கு நாம், நமது சாதாரண மொழியிலே சொன்னால் "அந்த நாடகத்தின் கதை யாது; இன்னன்ன பாத்திரங்கள் பற்றியது; என்னென்ன விடயங்கள் வருகின்றன; என்ன பிரச்சினைகள் வருகின்றன" என்பதை கதையாகத் தெரிந்திருக்க வேண்டும். அவை முதலில் தெரியாமல் நாங்கள் அந்த நாடக பாடத்தினூடாக கதையைத் தெரியப்படுத்துவது என்பது அந்த நாடக அமைப்பை மாணவர்கள் நன்கு அறிந்துகொள்வதற்கு சிரமத்தை ஏற்படுத்துவதாக அமையும் என்று நான் கருதுகின்றேன். கதையைச் சொல்லிவிட்டு இந்த நாடகத்தில் இதுதான் விடயம் சொல்லப் படுகின்றது என்று சொல்லிவிட்டு அதனைத் தொடர்ந்து நாடகத்தில் இன்னயின்ன பாத்திரங்கள் வருகின்றன என்பது பற்றியும் சொல்வது பொருத்தமென்றே கருதுகின்றேன். ஏனெனில் நாடகத்தின் கதையைச் சொல்லுகின்றபோது சில வேளைகளில் அந்த நாடகத்தில் உண்மையாக வராத பாத்திரங்கள் பற்றியும் அல்லது வந்திருந்த பாத்திரங்கள் எல்லாம் பற்றியதும் சமமான முக்கியத்துவம் கொடாமலும் கதையைக் கூறவேண்டிய தன்மை ஏற்படும். இதனாலே 'இன்ன, இன்ன பாத்திரங்கள் இன்ன இன்ன முறையில் உள்ளன' என்று கூற வேண்டும். சொல்லி விட்டு நாங்கள் அதன் பின்னர் நாடகமென்பதன் பொதுவான இயல்பு களைப் பிள்ளைகளின் மனதிலே மீள நினைவுறுத்துதல் நல்லதென்று கருதுகிறேன்.

ஒரு காவியத்துக்கும் அதாவது கதை சொல்லுகின்ற (Narrative) காவியத்துக்கும் நாடகத்துக்குமான அடிப்படையான வித்தியாசம்

என்னவென்றால், நாடகமென்பது பாத்திரங்களின் கூற்றாக அந்தக் கூற்றுக்களினூடாக அந்தப் பாத்திரங்களுக்கு ஒன்றோடொன்றுள்ள ஊடாட்டத்தைக் காட்டி, அதனூடாக சம்பவங்கள் வருவதும், சம்பவங்களுக்குச் செல்வதுமாகிய நிகழ்ச்சிகள் ஏற்படும். ஒரு சம்பவம் காரணமாக சில விடயங்கள் பேசுவார்கள். அவ்வாறு பேசுவதும் செய்வதும் இன்னுமொரு சம்பவத்துக்கு அவர்களை இட்டுச் செல்லும். இது நாடகத்தினுடைய அமைப்பின் மிகப் பிரதானமான அம்சம். இது ஏன் இவ்வாறு வருகின்றது என்ற வினாவை மாணவர்கள் நிச்சயமாகக் கேட்டாக வேண்டும்.

ஏனெனில் நாடகத்தில், நாடக ஊடாட்டத்தால் சித்திரிக்கப்படுவது மோதுகைதான். ஏதோ ஒரு விடயம் காரணமாக அல்லது ஒரு பிரச்சினை காரணமாக அல்லது ஒரு மனநிலை காரணமாக பாத்திரங்களிடையே மோதுகை (Conflict) ஏற்படும். அந்த மோதுகைதான் நாடகத்தை நடத்திச் செல்லும். இதற்கு உதாரணங்கள் பலவற்றைச் சொல்லலாம். இராவணன் சீதையை தூக்கிச் செல்ல தீர்மானித்ததோடு மோதல் ஆரம்பிக்கின்றது. அல்லது கைகேயிக்கு வரங்கொடுத்தபோது, வரத்தைக் கேட்கத் தீர்மானித்தபோது மோதுகைகள் ஆரம்பமாகின்றன. அல்லது சற்றுப்பின்னால் போய் கூனிக்கு இராமன் கூன் உடம்புக்கு அம்புவிட்டதில் இருந்தே பிரச்சினை ஆரம்பிக்கின்றது.

அப்போது இந்த மோதுகை என்பது எந்தக் கட்டத்தில் தொடங்கு கின்றது என்று மிகவும் நன்றாகப் பார்க்க வேண்டியது அவசியம். ஆனால் நாடகத்தில் மோதுகையின் முழு வரலாறும் வராது. ஒரு பிரதான கட்டமே வரும். எனினும் Agon அல்லது Conflict அதுதான் முக்கியம். இந்தக் கட்டத்தில் நான் இன்னுமொன்றைத் தெளிவுபடுத்த விரும்புகிறேன். நாங்கள் தமிழில் 'மோதுகை' என்று சொல்லுகின்ற போதோ ஆங்கிலத்தில் Conflict என்று சொல்லுகின்ற பொழுதோ அந்த மோதுகையின் பிரதான அம்சத்தை இந்த இரண்டு சொற்களுமே வெளிக்கொணரவில்லை என்பது எனது கருத்து. அது என்னவென்றால், அந்த மோதுகையினால் பாத்திரங்களுக்கு அல்லது அதனோடு சம்பந்தப்பட்டவர்களுக்கு ஏற்படுகின்ற மனநிலை அதுதான் முக்கியம். ஈடிப்பஸில் தாயாகிய மனைவியோடு, அல்லது மனைவியாகிய தாயோடு ஏற்படுத்துகின்ற உறவு; அல்லது அந்த ஆடு மேய்ப்பவனிடத்தில் உண்மையை அறிய வேண்டும் என்ற தேடல்; இது வெளியாலே பார்க்கின்றபோது அதனைச் செய்ய வேண்டுமென்ற மோதுகை நிலையாக (Conflict) நீங்கள் எடுக்கலாம். அப்படி அல்ல. அதற்கு மேலே போய் அதனைச் செய்வதனால் ஏற்படுகின்ற மனநிலை (Emotion), உணர்வுநிலை அதுதான் கிரேக்கத்தில் Agon என்ற

சொல்லினால் குறிப்பிடப்படுவது இது மிக முக்கியம். ஏனென்றால் இந்த Agon என்ற சொல்லை அடிப்படையாகக் கொண்டுதான் ஆங்கிலத்தில் Agony என்ற சொல் வருகின்றது. மோதுகையினால் ஏற்படுகின்ற துன்பத்தினால் (மன) ஈடாட்டத்தினால் மனச்சேத்தினால் வருகின்றதற்குத்தான் (Agony) வேதனை என்று சொல்வார்கள். அது வெறும் வேதனை அல்ல "I was Agonist" என்று சொன்னால் தமிழில் 'பெரிதும் மனதைக் கவன்றது' என்று சொல்லலாம். அப்போது அந்தப் பாத்திரங்களின் மோதுகை என்பது வெறுமனே ஒரு நேர்கோட்டில் உள்ள அல்லது விளையாட்டுக்களிலுள்ள 'கால்பந்தாட்டத்தில் ஒருவருக்கொருவர் அடிப்பது மாதிரியான' ஒரு மோதல் அல்ல. அந்தப் பாத்திரங்களின் இயல்புகள் எல்லாம் அதற்குள் போகும். அதுதான் Agony.

மூன்று நான்கு விடயங்களைத் தெளிவுபடுத்தியுள்ளோம். கதைகளைச் சொல்ல வேண்டும்; என்னென்ன பாத்திரங்கள் சம்பந்தப்பட வேண்டும்; அந்தப் பாத்திரங்களின் ஓட்டம் எந்த விடயத்தைச் சொல்கின்றது; என்பதனை நிச்சயமாக மாணவர்களுக்கு அறிமுகம் செய்துகொண்டு நாடக பாடத்தைத் தொடங்கலாம்.

நாடக பாடத்தைத் தொடங்குகின்ற போது தெளிவாகக் கொள்ள வேண்டிய ஒரு விடயம், நாடகம் என்பது ஒரு எழுத்துருதான். எழுத்துரு என்பது நாடகத்தில் ஆகக் கூடியது ஐம்பது வீதம்தான். தேவையானால் ஐம்பத்தொரு வீதம் என்று சொல்லலாமே தவிர எழுத்துருவே முழுவதும் அல்ல. ஆங்கிலத்தில் அதற்கு மிக அழகான Play என்ற ஒரு சொல் வைத்திருக்கிறார்கள். இந்த எழுத்துருவைத்தான் ஆட வேண்டும். இந்த எழுத்துரு ஆடப்படும்போதுதான் (Drama) டிராமா வரும். எனவேதான் 'ஷேக்ஸ்பியர் பிளேஸ்' என்று சொல்வார்கள். Play என்றால் என்ன? ஆட்டம், விளையாட்டு. அப்போது ஷேக்ஸ்பியர் எழுதிய இந்த ஆட்டத்துக்கான எழுத்துருப் பகுதி. இதை மனதில் வைத்திருக்க வேண்டும். அந்த எழுத்துரு 'Has Got to be Play' அது ஆடப்பட வேண்டும். அது ஆடப்படுவதற்கானது. அப்போதுதான் Drama வரும். Drama என்ற அந்த சொல்லினுடைய கருத்து உங்களுக்கும் தெரியும். செய்யப்பட்டது, நிகழ்த்தப்பட்டது என்ற கருத்தாகும். எனவே இது ஒரு Play இந்த அம்சத்தையும் விளங்கிக் கொள்ள வேண்டும். ஆங்கிலத்தில் ஷேக்ஸ்பியர் Drama என்று சொல்வதில்லை. பிரக்டின் Drama என்று சொல்வதில்லை. 'Bricht plays, Kalithasar Plays... தமிழில் துரதிஷ்டவசமாக, ஏன் சமஸ்கிருதத்திலும்கூட இந்த வேறுபாடு, நுணுக்கம் கொண்டு வரப்படவில்லை என்று நம்புகிறேன். அதற்கு அடிப்படையான

காரணம் என்னவென்றால் தமிழில், நாடகங்களாகவே எழுதப்பட்ட இலக்கியங்கள், எழுத்துருக்களே இல்லை. அதற்குப் பல்வேறு காரணங்கள் உள்ளன. நான் இங்கு அதற்கெல்லாம் போக விரும்ப வில்லை. நாடகங்களாகவே எழுதப்படுகின்ற தன்மை குறவஞ்சியில் தொடங்குகின்றது. பள்ளிலே வருகின்றது. ஆனால் அங்கும் இலக்கியத் தன்மை அதிகம். ஆனால் நாடகமாகவே எழுதப்படுகின்ற தன்மை சங்கரதாஸ் சுவாமிகள் காலத்தில் ஒரு வகையாக எழுதப்படுகின்றது. அதன் பின்னர் நவீன நாடகங்கள் வருகின்றபோதுதான் சரியாக எழுதப்படுகின்றன.

எனவேதான் நாம் படிக்கப்போகின்ற நாடகம் உண்மையில் எழுத்துருதான் Play தான். இதனை ஏன் சொல்லுகிறேன் என்றால் பல நாடக ஆசிரியர்கள் குறிப்பாக 19ஆம் நூற்றாண்டுக்குப் பின்பு வருகின்ற மேடைக்கான நாடகமாக, எழுதிய பல நாடக ஆசிரியர்கள் இப்ஸன், பிரக்ட் ... போன்றவர்கள், தாம் எழுதுவதற்கு மேடைக் குறிப்பு எழுதுவார்கள். மேடைக்குறிப்பு எழுதித்தான் அந்தக் காட்சிக்கு வருவார்கள். "கதவு திறந்து கிடக்கிறது. அவன் வருகிறான், இன்னாருடன் இதை செய்து கொண்டிருக்கிறான்... இது இவ்வாறு கிடக்கிறது, அவன் கோபத்தில் இதைக் கேட்கிறான்." அந்த அவ்வளவு பகுதியையும் வாசிக்காமல் 'அவன் கோபத்தில் கேட்கிறான்' என்ற பகுதியை மட்டும் வாசிப்பதால் மாத்திரம் நாடகத்தைப் பற்றிய எந்த அறிவும் வந்து விடாது. எனவே அந்த ஆட்டத்துக்குரியதாக (Play) நாடகம், எவ்வாறு மேடையில் சித்திரிக்கப்பட வேண்டுமென்ற தெளிவு மாணவனுக்கு எப்போதும் இருந்து கொண்டே இருக்க வேண்டும். மாணவருக்கு நாம் இதனை கற்பிக்கின்றபோது அது ஒரு மேடையில் அல்லது குறிப்பிட்ட களத்தில் நாடகம் நடந்து கொண்டிருப்பது போன்றும் அதனை நாங்கள் அவர்களுக்கு எடுத்துக் கூறுவது போன்றதுமான ஒரு நிலைப்பாடு இருப்பின் மிகமிக அழகாக இருக்கும். அப்படிப்பார்க்கின்றபோது நாடகத்தின் அமைப்பு முறைகள் முக்கியமானது. ஏனெனில் கதைக்கு அமைக்கின்ற முறைமை வேறு, நாடகத்திற்கு அமைக்கின்ற முறைமை வேறு. கதைக்கு அமைக்கின்ற முறைமையென்றால் "முன் ஒரு காலத்தில் ஒரு இராசா இருந்தார். அவருக்கு இந்தப் பிள்ளை இருந்தது; ஒரு நாள் அந்தப் பிரச்சினை வந்தது"... என்று சொல்லி எல்லாவற்றையும் சொல்லிப் போட்டு "ஒரு நாள்..." என்றவுடன் அந்த நாடகக் கதை யினுடைய தொடர்ச்சி எங்களுக்குத் தெரியும். நாடகம் அந்த ஒரு நாளில் தான் ஆரம்பிக்கும். அந்த ஒரு நாளில், அந்த ஒரு நேரத்தில், ஒரு சம்பவத்தில், ஒரு சந்தர்ப்பத்தில்தான் அது ஆரம்பிக்கும். அப்போது அதெல்லாம் அந்தப் பாத்திரங்களுக்குத் தெரியும். அப்போது உண்மையில் அந்தப் பாத்திரங்கள் என்ன மனநிலையில் நின்று

பேசுகின்றன, என்ன உடையில் நின்று பேசுகின்றன போன்றவற்றை யெல்லாம் நாங்கள் கற்பனை செய்துகொண்டே செல்ல வேண்டும்.

எனக்கு நல்ல ஞாபகமிருக்கிறது. என்னுடைய தமிழ் வகுப்பில் ஒரு முறை டானியலின் நாவலைப் பற்றிப் பேசும்போது, அதன் பாத்திரங்கள் பற்றி உரையாடும்போது ஒரு சுவாரசியமான வினா எழுந்தது. "இந்தக் கட்டத்தில் அந்தப் பெண் அவள் அணிந்திருந்த ஆடை எது? என்ன நிறம்? என்ன விலையில்?" என்று ஒரு மாணவி கேட்டார். அதனை உண்மையில் நான் மிக முக்கியமான பதிற் குறியாகக் கொண்டேன். ஏனெனில் நாங்கள் வகுப்பிலே பேசிய அனைத்தும் மாணவர் மனதிலே நிகழ்ந்து கொண்டிருப்பதாக நான் எண்ணுகிறேன்.

எனவே இந்த நாடகத்தின் அமைப்பு எவ்வாறு அமைகின்ற தென்பதொன்று. பாத்திரத்தின் மிகப் பிரதானமான அம்சம் கதாசிரியர் எதைக் கூறுகின்றார் என்பது. '...என்று ஈடிப்பஸ் கூறினான், அவன் நல்லவன், பாவம்', 'அப்படிச் சொல்ல ஏலாது, அவன் நல்லவன் பாவம்' என்பது அவன் பேசுபவற்றினூடாகவும், அவனுக்கு நடப்பவற்றினூடாகவும் நீங்கள் கடைசியிலே சொல்ல வேண்டுமே தவிர எடுத்தவுடனேயே ஈடிப்பஸ் நல்லவன் என்று சொல்லக்கூடாது. சொல்லவும் முடியாது. சொன்னால் அது நாடகமும் அல்ல.

எனவே இந்த அமைப்பு என்பது முதலில் எவ்வாறு அமைகிறது? என்பது நோக்கப்பட வேண்டும். அது நாடகத்தின் Structure ஆகும். இதில் ஒரு பெரிய பிரச்சினை வருகின்றது. குறிப்பாக, ஷேக்ஸ்பியரின் நாடகத்தை (Act, Scene) அங்கங்களாக, காட்சிகளாகப் பிரித்துக் காட்டுகின்ற ஒரு மரபு இன்று உள்ளது. ஆனால் ஷேக்ஸ்பியர் நாடகம் எழுதியபோது இவ்வாறான பிரிப்பு முறை இருக்கவில்லை என்பதில் ஆராய்ச்சியாளர்கள் மிகத் தெளிவாக இருக்கிறார்கள். அது உண்மை. அதிலொரு நியாயம் இருக்கிறது. என்னவென்றால் நாடகமென்பது அந்த நாடகத்தினுடைய கதையோட்டமானது மேடையிலே நமது கண்முன்னே வெளிப்பட வேண்டும், கண்முன்னே மலர வேண்டும், அதை நாங்கள் பார்க்க வேண்டும். அதை நாம் பிறேக் பண்ணி பிறேக் பண்ணி சொல்லக்கூடாது. அது பின்பு காட்சிகளாக வரும். அது வேறு விடயம். ஆனால், அது ஒன்றுக்கொன்று உடைந்ததில்லை. இதை விட்டு பிறகு நிற்பாட்டி, பிறகு அதைச் சொல்லுதல் அப்படியல்ல. முழுவதும் எங்கள் கண்முன்பாக நடந்து கொண்டு போவது. கொஞ்ச நேரம் இந்த வீட்டில், அடுத்த நேரம் அடுத்த வீட்டில். உண்மையில் மேடையில் அதனை மாற்றுவதற்கு ஐந்து நிமிடம் பத்து நிமிடம் எடுத்தாலும் எங்கள் மனக்கண்ணில் அதற்கு நேரம் எடுப்பதில்லை.

ஆனபடியால் தான் இப்போது மேடைகளில் அந்த நிலைமைகளைக் கொண்டுவருவதற்காக ரொம்பவும் அற்புதமான உத்திகளைக் கையாள்வார்கள். எனவே இந்த நாடகத்தின் அமைப்பு என்பது எவ்வாறாக அமைதல் வேண்டும் என்பது முக்கியம். ஏனென்றால், இது அடிப்படையில் காட்சி அங்கம் என்று இல்லாதிருந்தாலும்கூட நாடக நிகழ்வுகள்... இந்த இடத்தில் நிகழ்ச்சி என்பதற்கும், நிகழ்வு என்பதற்குமான வித்தியாசத்தைச் சொல்ல நினைக்கிறேன். ஒரு அசாதாரண விடயத்தைத்தான் நிகழ்வு என்றும், சாதாரணமாக காரண காரியங்களுடன் நடப்பதை நிகழ்ச்சி என்றும் கூறும் மரபுதான் தமிழில் மிக அண்மைக்காலம் வரை இருக்கிறது. ஆனால் துரதிஷ்டவசமாக இப்பொழுது நிகழ்வு என்ற சொல்லை எதற்கும் பயன்படுத்துகின்ற நிலைமை வந்துவிட்டது.

எனவே நாடகத்தில் நிகழ்ச்சிகளல்ல, நிகழ்வுகள் (...) தான் முக்கியம். அந்த நாடகத்தில் சம்பவங்கள், விடயங்கள் நடைபெறுவது ஓரிடத்தில்தான். அதற்கென ஒரு இடம் (Location) இருக்கும். அது அந்த இடத்தில் தான் நடைபெறும். அந்த இடத்தை அந்த இடத்தின் பின்புலம் எங்களுக்குக் காட்டும். உதாரணமாக, சாகுந்தலத்தை எடுத்துக்கொண்டால் சகுந்தலை துஷ்யந்தனிடம் போவதற்கு முன்பு, அவள் தான் வசித்த அந்தத் தகப்பனுடைய ஆசிரமத்தில் இருந்து பிரிக்கின்றபோது அந்த மலர்களிடமிருந்தும் மான்களிடமிருந்தும் பிரியாவிடை பெறுகின்ற ஒரு இடமாக அந்த இடத்தைக் காளிதாசன் மிகவும் அற்புதமாகக் கூறுகிறார் என சமஸ்கிருத நாடக ஆசிரியர்கள் கூறுகின்றனர். எனவே அதற்கு அந்தக் காட்சி வேண்டும். கேள்வி என்னவென்றால் இது நாடகத்திலுள்ள அடிப்படையான விடயம்; அந்தக் காட்சியை எவ்வாறு ஏற்படுத்துவது? அது காலத்துக்குக் காலம் மாறும்; ஷேக்ஸ்பியர் எடுத்துக்கொள்ளும் முறைமை வேறு, சமஸ்கிருதத்தில் எடுத்துக்கொள்ளும் முறைமை வேறு. எங்கள் கூத்துக்களில் ஏற்படுத்தப்படும் முறைமை வேறு. ஆனால், எந்த முறைமையிலும் ஒரு இடம் அந்த இடத்தினுடைய லொக்கேசனும் (Location) சைற்றும் (Site) இருந்து கொண்டே இருக்கும். இயல்புநெறி நாடகங்கள் செய்ய வேண்டிவந்ததன் பின்புதான் எமக்கு 'நடக்கும் இடத்தை' (Location) மாற்றுவதற்கு காலதாமதம் ஏற்பட்டது. ஆனால் கூத்திலே அப்படி அல்ல. அவர்கள் ஆடிவிட்டு 'நான் மற்றைய ஊருக்குப் போகிறேன்' என்று சுற்றி ஆடிவிட்டு, அவரை தேடிக் கொண்டு வருகிறேன் என்று பாடினான் என்றால், அது ஆடுகின்ற வனுக்கும் நல்ல தெளிவு, பார்த்துக்கொண்டிருக்கும் எமக்கும் நல்ல தெளிவு, அவன் இந்த ஊர்விட்டு அடுத்த ஊருக்கு வந்துவிட்டான்.

ஆகவே, நாம் எல்லாவற்றையும் காட்டவேண்டிய அவசிய மில்லை. நாடகத்தில் அந்தக் காட்சிகளும் மாற்றங்களும் எவ்வாறு நிகழ்கின்றன என்பதை அடிப்படையாகக் கொண்டு நாடகம் இணைப்பாக்கம் (Structure) பண்ணப்படுகின்றது. அதனைத் தான் நாம் இப்போது Act அல்லது Scane என்று சொல்லுகிறோம். சீன் (...) இருக்குமே தவிர அக்ற் (Act) எடுப்பது மிகவும் சிரமம் என்று நினைக்கிறேன். ஏனெனில் எதனை Act என்று சொல்லப்போகிறோம். ஷேக்ஸ்பியருடைய நாடகங்களுக்கு மூன்று Act இருக்குமென்று சொல்லுவார்கள். ஆனால், அப்படிச் சொல்ல முடியாது. அவை தொடர்ந்து ஒரு காட்சியாகவே ஓடிக்கொண்டிருப்பதாகவே பார்க்கின்றோம்.

அப்போது இந்த அமைப்பைப் பார்க்கின்றபோது இந்த அமைப்பு எவ்வாறு வெளிப்படுத்தப்படுகிறது என்பதனை உண்மையில் நாங்கள் தொடங்கும் போது பார்க்கவியலாது. ஆனால் உண்மையில், அந்த அமைப்பு எவ்வாறு வெளிப்படுகிறது என்பதனை அடிப்படையான அந்த நாடக பாடத்தினூடாகச் சென்று கொண்டு இதுதான் முக்கியம் என்று சொல்லுகின்றபோதே மாணவர்களுக்கு அதனை அறிமுகப் படுத்த வேண்டும்.

மற்றது அந்த சொல்ல வேண்டிய விடயங்களை, அந்த மோதல் களை, மோதுகைகளை ஏற்படுத்துவதற்கு மேலே கொண்டு செல் வதற்கு வேண்டியனவற்றை பாத்திரங்கள் எவ்வாறு சொல்லுகின்றன என்பதனையும், நிகழ்ச்சிகள் எவ்வாறு தீர்மானிக்கின்றன என்பதனையும், எடுத்துக்கூறிச் செல்லல் வேண்டும். இப்படிச் செல்லுகின்றபோது மிக முக்கியமாக இருக்க வேண்டிய இன்னொரு அம்சம், அந்தந்தப் பாத்திரங்கள் தத்தம் இயல்புகளோடு பேசுகின்றனவா? என பார்ப்பது மிகவும் முக்கியம். உதாரணமாக ஹம்லட், ஹம்லட் மாதிரிப் பேச வேண்டும். ஹம்லட்டின் அம்மா வேறு மாதிரிப் பேசவேணும். ஹம்லட்டின் நண்பன் வேறு மாதிரிப் பேச வேண்டும். இது மிகமிக அவசியம். ஒவ்வொருத்தரும் தத்தம் இயல்புகளுக்கேற்ப தத்தம் மன நிலைகளுக்கேற்ப, தாம், உலகத்தைப் பார்க்கின்ற முறைமைக்கேற்ப தான் பேசுவார்கள். ஒரு பாத்திரம் கூறுகின்ற மாதிரி இன்னுமொரு பாத்திரம் கூறாது. இதனை அழுத்திச் சொல்வதற்குக் காரணம் நவீன நாடகத்தில் குறிப்பாக, திரைப்படத்தில் வேலையாளாக நடிப்பவர்கள் நிரம்பவும் அசம்பாவிதமாகப் பேசுகின்ற தன்மை உண்டு. அது உண்மையில் சினிமாவிலோ, நாடகத்திலோ அல்ல. சமஸ்கிருத நாடக பாரம்பரியத்தில் விதூஷகன் என்று சொல்லுகின்ற பாத்திரத்தை ஏற்பவன் இவ்வாறு பேசுகின்ற ஒரு மரபு உண்டு. அவருக்கு அந்த லைசன்ஸ் இருக்கின்றது எதுவும் பேசமுடியும். ஆச்சரியமாக

இருக்கலாம். அந்த விதூஷகன்தான் இன்றைய வீட்டு வேலைக் காரனாக சினிமாவில் வருகிறான். ஆனால் அது அல்ல எமக்கு முக்கியம். அந்தந்தப் பாத்திரங்கள் அந்தந்த இயல்புக்கு ஏற்ப பேச வேண்டும். சீதை சீதையைப் போல பேச வேண்டும். இராவணன் இராவணன் போல பேசவேண்டும். விபீஷணன் விபீஷணனைப் போல பேச வேண்டும். மாறிப் பேசக்கூடாது. அந்த மொழிக் கையாள்கை மிக, மிக முக்கியம். அந்தந்தப் பாத்திரங்களின் மொழிக் கையாள்கையை நாடக ஆசிரியர்கள் எவ்வாறு அமைத்துள்ளார்கள் என்பதனை ஆசிரியர்கள் கற்பிக்கும்போது மிகவும் ஆழமாகப் பார்க்க வேண்டும். ஷேக்ஸ்பியரில் இத்தன்மைகளை ஆழமாகப் பார்க்க முடியும். பாத்திரங்களின் தன்மைகள் அந்த உரையாடல்களுக்குள் வரும். உதாரணமாக பேர்சியா, அந்தோனியோ, சைலொக் போன்ற பாத்திரங் களில் அதனைப் பார்க்க முடியும். அல்லது சோஃபோகிளிஸின் ஈடிப்பஸில் அதனைப் பார்க்க முடியும். துரதிஷ்டவசமாக இத்தகைய சிறப்புகளெல்லாவற்றையும் கொண்டது என்று கூறத்தக்கது தமிழில் இராமாயணம்தான். அது நாடகமல்ல. ஏறத்தாழ ஒரு பேரிலக்கியம். காப்பியம் என்றும் கூற முடியாது. அது Epic Narrativity. எனவே அந்தந்த பாத்திரங்கள் அவற்றின் இயல்புகளில் பேசுகின்றமையை, இனங்காட்டுவதும் மதிப்பிடுவதும் நாடகப் பயிற்றுவிப்பில் மிகவும் முக்கியமானது. ஏனெனில் ஒரே விடயத்தை ஒரு பாத்திரம் ஒரு வகையாகச் சொல்லும். இன்னுமொரு பாத்திரம் வேறு வகையாகச் சொல்லும். அது குறிப்பாக நவீன நாடகங்களுக்குள் வரும்போது மிகவும் அழகாக வருகிறது.

உண்மையில் அதில்தான் நாடக மொழி (Language of Drama) என்பது எங்களுக்குள் எவ்வளவு வளர்ந்திருக்கிறது அல்லது வளர வில்லை என்பது தெரிய வருகின்றது. சண்முகலிங்கத்தின் மண் சுமந்த மேனியாவில் நாடகத்தின் மொழி பற்றிய ஒரு சிரத்தை இருந்தது. அதன் பிறகு அவரது நாடகங்கள் மாணவர்கள் நடித்ததாலோ என்னவோ காட்சிக்கு முக்கியத்துவம் கொடுத்த அளவுக்கு, மொழியில் அக்கறை காட்டாது சென்றதாக இருந்து மீண்டும் 'அன்னை இட்ட தீ'யில் மொழியும் காட்சியும் மிகவும் அழகாக இணையத் தொடங்கியது. பேராசிரியர் கணபதிப்பிள்ளையைப் பொறுத்த வரையில் இது ஒரு சுவாரசியமான விடயம். என்னவென்றால், அவர் அந்தந்த வயதுக்குரிய பாத்திரங்களுக்கு ஏற்ற வகையில் அந்த மொழியைக் கொண்டுவர வேண்டுமென்பதாலும், அவருக்குகந்த வாழ்க்கை முறை நன்கு தெரிந்திருந்த காரணத்தினாலும் அதனை அழகாகக் கொண்டு வந்தார். பாத்திரங்களின் தன்மையை அந்தப் பாத்திரங்களின் பேச்சுக்கூடாகவே கொண்டுவரும் தன்மை அவரிடம் இருந்தது. நான் நம்புகிறேன், பல

நாடக ஆசிரியர்கள் குறிப்பிடும் வகையில் இருந்தாலும், ஈழத்தைப் பொறுத்த வரையில் நாடகப் படைப்பாக்கத் துறையிலே இவர்கள் இருவரும் மிக முக்கியமான மைற் கற்களாக இருந்தார்கள்.

எனவே பாத்திரத்தினுடைய இயல்பு எவ்வாறு வெளிக் கொணரப்படுகின்றது? பாத்திரத்திற்கூடாகவே வெளிக் கொணரப் படுகின்றது. இதில்தான் நாடக ஆசிரியரின் சிறப்பு இருக்கின்றது. தான் கதையைச் சொல்வார்; நாடகத்தைத் தான் சொல்லாது அந்தந்தப் பாத்திரங்களினூடாக, அந்தந்தப் பாத்திரங்களின் தன்மைக்கேற்ப சொல்லிக்கொண்டு போவார். இது தமிழ் இலக்கியம் முழுவதிலேயும், குறிப்பாக, கம்பராமாயணத்திலேயும், சிலப்பதிகாரத்திலேயும் மிகச் சிறப்பான அம்சமாகும். இளங்கோவை எடுத்துக்கொண்டாலும், மாதவி பேசுகின்றபோது, கண்ணகி பேசுகின்றபோது, கோவலன் பேசுகின்றபோது கௌந்தி அடிகள் பேசுகின்றபோது... பாத்திரங்களுக் கேற்ற மொழியாக அவை இருக்கும்.

அடிக்கடி சொல்லுகின்ற உதாரணம்; எனது நூலிலும் சொல்லி இருக்கிறேன். பாண்டியன் மனைவியின் சிலம்பை உடைத்ததும் தவறு என்பது தெரிந்து விட்டது. பாண்டியனோ "யானோ அரசன்? யானே கள்வன்" என்று கூறி உடனே இறந்து போகிறான். மனைவி ஏங்கிப் போனாள். என்ன செய்வதென்று தெரியவில்லை. பார்க்கின்றாள். ஒரு பக்கம் கண்ணகி, மறுபக்கம் சாகும் கணவன், எனவே ஒன்றே ஒன்று தான் சொல்லுகிறாள். 'கணவனை இழந்தோர்க்கு காட்டுவதில்லை' அவளது கோபம் நியாயமானது. ஏனெனில் கணவனை இழந்த பெண்ணிற்கு யாரைக் காட்டி ஆறுதல் சொல்ல முடியும். அது அவளுக்கு மிகவும் கடினமானது.

அப்போது இந்தப் பாத்திரங்களின் இயல்பு, பாத்திரங்களின் தன்மை, அந்த மொழிநடை, அதன் மூலம் எவ்வாறு வளர்த்தெடுக்கப்படு கின்றது என்பதனை படிப்படியாக, கட்டம் கட்டமாக மாணவர் களுக்கு அறிமுகம் செய்தல் வேண்டும். அதில் பாத்திரங்களின் இயல்பு எவ்வாறு வருகின்றது; பாத்திரங்களின் தன்மை எவ்வாறு அமைகின்றது. பாத்திரங்களின் தன்மையை எந்தெந்த பேச்சுமுறைமை காட்டுகின்றது. இவை எவ்வாறு ஆற்றுகை செய்யப்பட வேண்டும் என்கின்ற அந்த மனநிலையில் வைத்துக்கொண்டே நாங்கள் பயிற்றுதல் வேண்டும். ஒரு மேடையிலே அல்லது ஒரு களத்தில் அது எவ்வாறு அளிக்கை செய்ய வேண்டும்? அந்த வகையில் நீங்கள் படிப்பித்தால் தான் நாடகம் பிள்ளைகளின் மனதில் நிற்கும்.

அவ்வாறு கற்பித்து முடிந்தது என்றால், அது உண்மையில் பாதி வேலைதான். மீதிப் பாதி வேலை அதன் பின்னர் தான் இருக்கிறது.

என்னவென்றால் இப்பொழுது நாடகத்தை முழுவதும் பார்த்து விட்டார்கள். நாங்கள் வெளிக்காட்டியபடி பாத்திரங்களாகப் பார்த்தார்கள், நிகழ்ச்சிகளாகப் பார்த்தார்கள், மொழிநடையிலே பார்த்தார்கள், களங்களாகப் பார்த்தார்கள். இவை எல்லாவற்றையும் பார்த்து முடித்துவிட்டு மீளநோக்கி இந்த நாடகம் எவ்வாறு வளர்த் தெடுக்கப்பட்டுள்ளது. இதனுடைய நாடகத்தன்மை என்பது எதிலே காணப்படுகிறது என்பதைக் காண வேண்டும். எனவே உண்மையில் நாடகம் பயிற்றல் என்பது முதலில் அந்த நாடக எழுத்துருவை மாணவர்களோடு சேர்ந்து அதற்குரிய முறையில், அந்தந்த விடயங்களைப் பற்றிச் சேர்ந்து படித்துவிட்டு மீள அந்த நாடகத்தை வைத்துத் திரும்பச் செய்தல் வேண்டும். தயவு செய்து நாடகத்திலே வகுப்புக்குரிய நேரத்தைக் கவனத்திலே கொள்ள வேண்டும். ஐந்து மணித்தியாலங்கள் தான் ஒரு நாடகத்தைப் படிப்பிக்க நேரம் இருக்கு மென்றால் நிச்சயமாக ஒரு மணித்தியாலமாவது அதனைத் திரும்பிப் பார்ப்பதற்கான நேரத் தொடர்ச்சி வேண்டும். அப்படியே படிப்பித்து விட்டு முடித்துப் போவதல்ல. ஏனைய பாடங்களுக்குச் செய்வது மாதிரி எல்லாப் பாடங்களுக்குமே Rivision வேண்டும். இந்த மீள் நோக்கலில் தான் அந்த நாடகம் எவ்வாறு அமைக்கப் பெற்றுள்ளது என்பது தெரிய வரும். அப்போது தான் அது இலக்கியத்திற்கு மேலாகப் போய் எவ்வாறு ஒரு தனிக்கலை வடிவமாக வருகிறது என்பது உணரப்படும்.

மீளவும் அதனைத் தொகுத்துக் கூறுவதாயின் ஒரு நாடகம் தலைசிறந்த நாடகமாக எப்பொழுது இருக்க முடியும் என்றால், அது ஒரு மோதுகைகளைச் சித்திரிப்பதாக இருக்க வேண்டும். ஆற்றுகையின் பொழுது மனதைக் கவருவதாக, மனிதப் பிரச்சினைகளைப் பற்றித் தொடுவதாக உள்ளது மாத்திரமல்லாது அந்தப் பாத்திரங்களின் கூற்றுக்களில் ஒரு இலக்கிய ஆழம் இருக்கும். அந்த இலக்கிய ஆழம் என்பது பாத்திரங்களினூடாக வரும். அவற்றைச் சொல்ல வைக்கின்ற முறைமையில் ஒரு சுவாரசியம் என்னவென்று சொன்னால், நீங்கள் அவதானிக்கலாம். இன்றும் கூட சில விழாவில் அல்லது வேறு சில தமிழ்விழாக்களில் பட்டிமன்றம் செய்வார்கள். 'பரதன் சிறந்தவனா? அல்லது சத்துருக்கன் சிறந்தவனா?' 'சீதை சிறந்தவளா அல்லது வேறொருத்தி சிறந்தவளா?' என்றுதான் வாதஞ் செய்வார்கள். அது தவறு. அப்படி நோக்குதல் முறையல்ல. பரதன் பரதனுக்குரிய விசயத்தைச் செய்கிறான். சத்துருக்கன் சத்துருக்கனுக்குரிய விசயத்தைச் செய்கிறான். அப்பாத்திரங்கள் எதையும் கூடச் செய்யவுமில்லை. மாறிச் செய்யவுமில்லை. கும்பகர்ணன் வேறுமாதிரிச் செய்யவும் இல்லை. விபீஷணன் வேறுமாதிரிச் செய்யவுமில்லை. அந்தந்தப் பாத்திரங்கள்

அவ்வவர்களின் பயன்பாட்டைச் செய்ய வேண்டும். அதுதான் நாடகம். பரதரின் காரியத்தை இலட்சுமணண் செய்ய இயலாது. இதில் பரதன் சிறந்தவனா? இலட்சுமணன் சிறந்தவனா என்பது எவ்வளவு முட்டாள் தனமானதாக இருக்கும். ஏனென்றால் பரதன் பேசுவதை எழுதியதும் கம்பன்தான். இலட்சுமணன் பேசுவதை எழுதியதும் கம்பன்தான். ஆங்கில இலக்கியத்தில் எப்போதாவது றோமியோ திறமா? ரைபோட் திறமா? என்று வாதிட்டிருக்கிறோமா, அல்லது யூலியட் திறமா? வெனிஸ் வணிகனில் வரும் பேர்சியா திறமா என்று வாதமெழுவதுண்டா? நாடகப் பாரம்பரியத்தில் இப்படிக் கேட்பது மிகவும் முட்டாள்தனமானதாக இருக்கும்.

எனவேதான் நாடகத்திலுள்ள அடிப்படை விடயத்தை நாங்கள் விளங்கிக் கொள்ள வேண்டும். பரதன் பரதனாகத்தான் இருப்பான். இலட்சுமணன் இலட்சுமணனாகத்தான் இருப்பான். பரதனாக இருப்பதும், இலட்சுமணனாக இருப்பதும் நாடகத்தைப் பார்த்ததன் பின்புதான் தெரியும். எனவே ஒரு நாடகப் பாடத்தைக் கற்பிப்பதென்பது, அதைப் பற்றி அறிமுகம் செய்து கதையோட்ட பாத்திரங்களைப் பற்றி எடுத்துக்கூறி அதனுடைய வளர்ச்சி எவ்வாறு இருக்கின்றது என்பதைப் படிப்படியாகப் பார்த்து அப்படிப் பார்க்கின்றபோது, அந்த அமைப்புக்கள் எவ்வாறு அமைந்திருக்கிறது என்பதையும் நிகழுமிடம் சம்பந்தமாக, தொடர்ச்சி சம்பந்தமாக, பாத்திரங்கள் சம்பந்தமாக எவ்வாறு அமைகின்றது என்பதனைப் பார்த்து அதை வாதித்து முடிந்ததன் பின்னர் மாணவர்களோடு அதை மீளவும் நோக்கி அது எவ்வாறு ஒரு முற்று முழுதான நாடகமாக அமைந்தது என்பதைக் காணலாம்.

இறுதியாக ஒரே ஒரு வார்த்தை எல்லா நாடகங்களும் நல்ல நாடகங்களாக இருப்பதில்லை. எங்களில் ஒரு மிகமிக துர்ப்பாக்கியமான குணம் என்னவென்றால் ஒன்றை நயக்கச் சொன்னால், அல்லது இரசிக்கச் சொன்னால் அதனை 'ஆகா' 'ஓகோ' என்று அதிலே தவறுகளே இருக்க முடியாது என்று நினைப்பது. அப்படி அல்ல. ஒரு புத்திசாலியான மாணவன் அவனுடைய மனதிலே தோன்றியதை 'அப்படிச் செய்வது பிழை' என்று சொன்னால் அதனைப் பேச விடுங்கள். அது விமர்சன பூர்வமான நயத்தலாக இருக்கும். மாணவர்கள் தமிழ் இலக்கியத்தில் 'நயத்தினை எழுதுவது போல, இங்கு நயத்தல் மட்டுமன்றி 'இரசித்தல்' என்ற அம்சத்தை மாணவர்களிடம் பழக்கினால் இந்த நாடக இலக்கிய பாடத்தினை கற்பிக்கும் ஒரு வழி தெரியும் என்று நான் நினைக்கிறேன்.

இவை எல்லாவற்றுக்கும் அடிப்படை ஆசிரியர்களுக்கு அந்த நாடகம் பற்றிய தாடனம் மிகமிக ஆழமாக இருக்க வேண்டும். என்னிடம் எந்தளவுக்கு அந்த நாடகம் பற்றிய அறிவு நிறைய இருக்கிறதோ,

அதில் ஒரு பகுதி மாத்திரம்தான் மாணவனுக்குப் போகிறது. என்னிட மிருந்து போவது அந்த மாணவனுக்குப் போதுமானதாக இருத்தல் வேண்டும். மற்றது மாணவர்கள் அதை திரும்பி மீட்டெடுத்துச் சொல்லுகின்றபோது நான் சொன்ன எல்லாவற்றையும் அவர் திருப்பிச் சொல்லப் போவதில்லை. அவரும் சிலவற்றை மறந்துவிட்டுத்தான் சொல்லுவார். உண்மையில் நாம் கற்பிக்கும்போது, நாம் கற்பிப்பதில் நான்கில் ஒரு பங்குதான் அந்த மாணவன் பரீட்சை எழுதும்போது தேறும். அந்த நாளில் ஒரு பங்கு அவனுக்குப் போதுமானதாக இருத்தல் வேண்டும். இதனை ஏன் சொல்லுகிறேன் என்றால், வகுப்பிலே போய் மாத்திரம்தான் பாடத்தை எடுத்துப் பார்த்தல் என்பதோ அல்லது சும்மா தட்டிப்பார்த்து விட்டுப் போய் படிப்பித்தல் என்பதோ அல்லது போன வருஷம் படிப்பித்தனான் தானே இந்த வருஷம் பார்க்க வேண்டுமா என்று சொல்லுவதோ கூடாது. ஒவ்வொரு நாளும் பார்க்க வேண்டும் என்று நான் சொல்லவில்லை. ஆனால் நிச்சயமாக மிக ஆழமாக இருந்து அதைப் படித்து இரசித்து அதில் குறிப்புகளை எடுத்து வைத்துக்கொண்டு எந்தளவுக்கு அதற்குள்ளே போகிறீர்களோ அந்த அளவுக்குத்தான் உங்களால் முத்துக்களைக் கண்டெடுக்க முடியும்.

(இக்கட்டுரை நாடகமும் அரங்கியலும் கற்பிக்கும் ஆசிரியர்கள் நாடக பாடம் ஒன்றினைக் கற்பிக்கும் முறை தொடர்பாக பேராசிரியருடன் கலந்துரையாடிய விடயங்களின் தொகுப்பு ஆகும்.)

(ஆற்றுகை: நாடக அரங்கியலுக்கான இதழ்,
இதழ் - 15, நாடக பயிலகம், திருமறைக் கலாமன்றம்,
யாழ்ப்பாணம், டிசெம்பர் 2006)

12

தமிழ்ப்பண்பாட்டிற் கிறிஸ்தவம்

என்னுரைக்கு முன்னுரையாக

10.07.1991 அன்று அதி வணக்கத்துக்குரிய தியோகுப்பிள்ளை ஆண்டகை அவர்களின் சேவை விதப்பு விழாவின்பொழுது ஆற்றிய உரையின் 'பாடம்' இது.

உரையின் 'பேச்சோசை' மாற்றப்படாது அப்படியே விடப் பெற்றுள்ளது. இந்தப் பாடத்தின் (Text) தொனி ஓரளவுக்கேனும் அந்த வைபவத்தின் செவிப்புலப்பதிகையாக அமைகின்றது. அந்தப் பாவிகத்தை ஊறு செய்ய நான் விரும்பவில்லை.

இத்தகைய உரைகளை ஆற்றிய பின்னர், மீண்டும் புலமை மரபுகளுக்கியைய, ஆய்வுக் கட்டுரைகளாகவே மீளமைத்துக் கொள்ளல் வழக்கம். அதனை நான் செய்யவில்லை. ஆனால் வண. கலாநிதி சந்திரகாந்தன் அடிகளார் தந்துள்ள சான்றாதாரக் குறிப்புக்கள் இந்த உரையின் புலமைத்தளத்தை வலியுறுத்துகின்றன. சிரமமான இந்தப் பணியை அன்புடன் ஏற்று அழகுற நிறைவு செய்துள்ள அடிகளாருக்கு என் அன்புடை நன்றிகள்.

இவ்வுரைப் பொருள் வட்டம் பற்றிய ஒரு சிறு குறிப்பு அவசியமாகின்றது எனக் கருதுகிறேன்.

இந்த உரையில் 16ஆம், 17ஆம் நூற்றாண்டுக் கிறிஸ்தவ (கத்தோலிக்க) வளர்ச்சிக்கே முனைப்பு வழங்கப்பட்டுள்ளது. இலங்கையில் 17ஆம் நூற்றாண்டிலும், தமிழகத்தில் 18ஆம் நூற்றாண்டு முதலும் மேற்கிளம்பும் 'இறப்பிறமாது' திருச்சபையினது (Dutch Reformed Church) வரலாற்றையோ, லூதரன் திருச்சபையின் (Lutheran Church) வரலாற்றையோ ஆராயும் வாய்ப்பு ஏற்படவில்லை. அதற்கான காரணம் நேரம் போதாமையாகும்.

உண்மையில் 18ஆம் நூற்றாண்டில், சீகன்பால்குவின் விவிலிய மொழிபெயர்ப்பைத் தொடர்ந்து, கத்தோலிக்கர்களுக்கும், லூதரன் திருச்சபையினருக்கும் நடந்த விவாதத்தினூடாகக் கிறிஸ்தவத்தின் தமிழ்மயப் பயணம் பற்றிய அதிக தகவல்களைப் பெற்றுக் கொள்ளலாம். பெஸ்கியின் தமிழ் நூல்கள் பற்றிய ஆய்வும் சுவாரசியமான தகவல்களை வெளிக்கொணரும்.

யாழ்ப்பாணத்தின் இன்றைய சூழ்நிலையில் இத்தகைய 'ஆற அமர' மேற்கொள்ளப்படும் ஓர் 'ஆழமான' ஆய்வு செய்யப்படுவதற்கான பின்புல வசதிகள் இல்லை. (இத்தனை இன்னல்களுக்கிடையேயும், இத்தகைய இலக்கிய முயற்சிகள் தொடர்ந்தும் நடப்பது யாழ்ப்பாணக் குழுமத்தின் மனோதிடனையே காட்டுகின்றது.)

தொடக்கத்திலேயே ஆயத்தப்பட முடியாதது ஒரு புறமாக, மறுபுறத்தில், கூட்டம் நடந்த அன்று, ஆயத்தப்படுத்தியவற்றை முழுவதும் கூறமுடியாத ஒரு நிலையும் ஏற்பட்டுவிட்டது. அங்கும் நேரம் போதாமைதான். அதனால் தமிழ்ப் பண்பாட்டு இணைவுக்கான இலக்கிய உதாரணங்கள் என நான் தெரிந்துகொண்டு சென்றன பலவற்றைப் பயன்படுத்த முடியவில்லை.

தொட்ட, விட்ட குறைகளை நிவர்த்தி செய்யும் வகையில் இதனை மீட்டெழுதியிருத்தல் வேண்டும். ஆனால், அந்தப் பணியை ஏற்றிருப்பின் இது இப்பொழுது அச்சுருப் பெறும் வாய்ப்பு ஏற்படாது போய்விடும். அதனால் உள்ளதையே முழுவதாகப் 'பறித்துப்' படைக்கின்றோம்.

இந்த உரையினை ஆற்றுமாறு வேண்டிய யாழ். பல்கலைக்கழக கிறிஸ்தவ, இஸ்லாமிய நாகரிகத்துறைத் தலைவர் வண.கலாநிதி ஏ.ஜே.வி. சந்திரகாந்தன் அடிகளாருக்கு என் நன்றிக்கடமைப் பாட்டினைத் தெரிவித்துக்கொள்கின்றேன். அவர் ஆர்வம் மிக்க இளைஞர்; புலமையாழங்கொண்ட ஆய்வாளர். அவர் மேலும் சிறப்புக்கள் பல எய்த வேண்டுவது நமது கடன்.

நான் அவரை அறிந்த நாள் முதல் மிக உயரத்தில் வைத்தே போற்றிவரும் ஆயர் தியோகுப்பிள்ளை அவர்கட்கு, இத்தகைய ஒரு புலமை அஞ்சலியைச் செப்பக் கிடைத்தமையை ஒரு பாக்கியமாகவே கருதுகிறேன். தியோகுப்பிள்ளை ஆண்டகை, நாம் இந்த உரையிற் பேசும் தமிழ் கிறிஸ்தவ இணைப்பின் இன்றைய சின்னங்களில் ஒன்றாவர்.

அன்று மேடையிலமர்ந்திருந்த திருமலை - மட்டுநகர் ஆயர் கிங்ஸ்லி சுவாம்பிள்ளை ஆண்டகையையும் பெருமதிப்புடன் நினைவு கூருகிறேன்.

கார்த்திகேசு சிவத்தம்பி
நடராஜ கோட்டம்
வல்வெட்டித்துறை,
28.07.1991

17ஆம் நூற்றாண்டிலும், 18ஆம் நூற்றாண்டின் முற்கூற்றிலும் தோன்றிய கிறிஸ்தவத் தமிழ் இலக்கியங்கள் சிலவற்றையும், அவற்றினது தோற்றப் பின்னணியையும் ஆதாரமாகக் கொண்ட ஒரு ஆய்வு

இனிய வார்த்தைகளை அதிகமாகவே சொல்லிவிட்ட தலைவர் அவர்களே! வடக்கு, கிழக்கின் ஆன்மீக இணைப்பாக மேடையிலே காட்சி தருகின்ற ஆண்டகை தியோகுப்பிள்ளை அவர்களே; ஆண்டகை கிங்ஸ்லி சுவாம்பிள்ளை அவர்களே; எங்களது பல்கலைக்கழகத் துணைவேந்தர் அவர்களே; கலைப்பீடாதிபதி அவர்களே; இங்கு குழுமியுள்ள வண.பிதாக்களே, பேராசிரியர்களே, மாணவர்களே!

அதிவணக்கத்துக்குரிய ஆயர் தியோகுப்பிள்ளை ஆண்டகை அவர்களின் சேவை விதப்பையொட்டிய ஆய்வுரையை நிகழ்த்துமாறு என்னை அழைத்தமைக்காக, 'கிறிஸ்தவ இஸ்லாமியத் துறை'க்கு என் நன்றிக் கடப்பாட்டினைத் தெரிவித்துக் கொள்கின்றேன்.

பேராயர் தியோகுப்பிள்ளை அடிகளாரை 1984ஆம் ஆண்டு முதல் நான் நேரடியாக அறிந்துள்ளேன். 1985, 87ஆம் ஆண்டுகள் மட்டில் யாழ்ப்பாணத்தில் நடைபெற்ற ஸ்ரீலங்கா இராணுவப்படை நடவடிக்கைகளை எதிர்த்து, அவர் எழுதியவையும், கூறியவையும் அவரை ஒடுக்கப்பட்ட தமிழர்களின் குரலாகவும், ஆயர் இல்லத்தைப் பிரஜைகள் குழுவின் அலுவல் மையமாகவும் ஆக்கின. அவரது பத்திரிகைக் கூற்றுக்களும், அவர் விடுத்த செய்திகளும்[1] கருத்து ஒருமைப்பாட்டினையே தனது அறாச் சின்னமாகக் கொண்டிருந்த கத்தோலிக்கத் திருச்சபையின் ஒற்றுமையையும் இலங்கையில் குலைக்கும் அளவிற்கு இருந்தது. பிரஜைகள் குழுக் கூட்டத்திற்காக அந்தக் காலகட்டத்தில் நான் அங்கு செல்வது வழக்கமாயிற்று. அந்தக் குழுக் கூட்டங்களில் கலந்து கொள்ளும் ஆயர் அவர்கள், நிதானத்துடனும், நியாயத்துடனும் நிறைநிலையாக விளங்கியதைக் காணுகின்ற பாக்கியம் எங்களெல்லோருக்கும் கிட்டிற்று. முக்கியமாக நான் அவரிடத்திற் காணுகின்ற மிகப்பெரிய ஒரு பண்பு, அவருடைய தெய்வத்தூய்மை ஆகும். அந்தத் தெய்வீகப் பார்வை அவரிடத்துப் பொலிந்திருப்பதனால் அவருடைய நோக்கில் ஒரு தெளிவும், சொற் களிலே ஒரு உறுதியும் காணப்படுவதை அவரை நன்கு தெரிந்தவர்கள் அறிந்திருப்பார்கள். ஒரு முக்கியமான சம்பவத்தை நான் இங்குக் கூற விரும்புகிறேன். 'Bishops conference' எனப்படும் ஆயர்கள் மாநாட்டில் ஆயர் அவர்கள் கிளப்பிய பிரச்சினை காரணமாக, யாழ்ப்பாணத்திற்கு பேராயர் மார்க்கஸ் பெர்னாண்டோவும், அநுராதபுர ஆயரும், இன்னொரு வரும் நிலைமையை அறிந்து தமிழ்ப்பிரதேசத்து மக்களினுடைய உண்மையான கஷ்டங்களை அறிந்துகொள்வதற்காக வந்திருந்தார்கள்.

அவர்கள் வந்தது, நான் நம்புகிறேன் உண்மையில் ஆயர் அவர்களுடன் சம்பாஷிப்பதற்காகத்தான். அவ்வேளையில் இவர் அவர்களுடன், தான் உரையாடலை வைத்துக்கொள்ளாமல், பிரஜைகள் குழுவினைச் சேர்ந்த சிலரையும், வேறு முக்கியஸ்தர்கள் சிலரையும் அழைத்து, எமது நிலைமைகளை எடுத்துக்கூறும்படி எங்களிடம் அவர்கள் கூறினார்கள். 'ஒளிவு மறைவின்றிக் கூறுங்கள். அவர்களுடைய மனதிலே படியும்படி கூறுங்கள்' என்ற பணிப்புரையுடன் நாம் அவர்களுடன் உரையாடுவதற்காக அனுப்பப்பட்டோம். தமிழின் பிரதிநிதியாக, தமிழ் மக்களின் இன்னல்களை எடுத்துக்கூறுபவராக, தியோகுப்பிள்ளை ஆண்டகை அவர்கள் இலங்கை மட்டத்தில் மாத்திரமல்ல, உலக மட்டத்தில் மிளிர்கின்றார். தனிநாயக அடிகள், தமிழ்ப்பண்பாட்டின் குரலாகவும், சின்னமாகவும் விளங்கினாரென்றால், தியோகுப்பிள்ளை ஆண்டகை அவர்கள், தமிழ் மக்களுக்கேற்பட்ட ஒடுக்குமுறைக்கெதிரான குரலாக விளங்குகிறார். கத்தோலிக்கத் திருச்சபையின் இரண்டு பெரிய 'தேடிய தேட்டங்கள்' இவர்கள்.

இத்தகைய ஒருவரின் சேவை விதப்பின்பொழுது, மாட்சிநலம் கூறுகின்றபோது 'தமிழ்ப் பண்பாட்டிற் கிறிஸ்தவம்' பற்றி நோக்குவது பொருத்தமானது மாத்திரமன்று அவசியமானது என்றுகூடக் கருதுகின்றேன். அவருக்குத் தமிழ் மக்களுடைய அரசியல், சமூக நிலைகளில் மாத்திரமல்ல, அவர்களது பண்பாட்டு ஈடுபாடுகள், அவர்களுடைய கலைகள் ஆகியவற்றிலும் மிகுந்த ஈடுபாடு உண்டு. ஆயர் அவர்களுடைய தமிழ் பற்றிய தேடலானது, கலை, இலக்கியத் தேடலாகவும் மிளிர்ந்திருக்கின்றது.² இப்படியான ஒரு அகண்ட அருளாளன் ஒருவருடைய சேவை விதப்பின்போது, இந்த உரையை ஆற்றுவதில், உண்மையில் நான் பெருமையடைகிறேன்.

'தமிழ்ப் பண்பாட்டிற் கிறிஸ்தவம்' என்பது அகண்ட, விரிந்த ஒரு விடயம். இங்கு நான் 17ஆம், 18ஆம் நூற்றாண்டுகளில் தோன்றிய கிறிஸ்தவத் தமிழிலக்கியங்கள் சிலவற்றை அவற்றிற்கான தோற்றப் பின்னணியையும் மிகச் சுருக்கமான தளமாகக் கொண்டு, தமிழ்ப் பண்பாட்டுடன் இணைந்த முதற் கட்டத்தின் உயர்நிலைகள் சிலவற்றைச் சுட்டிக்காட்டலாம் என நினைக்கின்றேன். இது பின்வரும் உபதலைப்புக்களைக் கொண்டதாக அமையும்.

முதலாவதாக, தமிழ்ப்பண்பாடு என்பதன் தன்மை, அதன் மொழி நிலைப்பாங்கு, அதன் உள்ளார்த்தவ நிலை.

அடுத்து இலக்கியமும், மதமும் - மதத்திற்கு இலக்கியம் எவ்வாறு தேவைப்படுகிறது என்பது பற்றிய ஒரு குறிப்பு.

மூன்றாவதாக, கிறிஸ்தவம் தமிழ்நாட்டுக்கு வந்த காலத்தில் தமிழ்ப்பண்பாட்டின் நிலைமை.

நான்காவதாக, தமிழ் மக்களின் மத நம்பிக்கைகளில் ஒன்றாக, கிறிஸ்தவம் முனைந்தபோது தமிழும், கிறிஸ்தவமும் எதிர்நோக்க வேண்டியிருந்த சவால்கள் யாவை என்பதாகும்.

அடுத்து, 17ஆம், 18ஆம் நூற்றாண்டின் நடுக்கூறுவரை, தமிழகத்திலும், குறிப்பாக யாழ்ப்பாணத்திலும் கிறிஸ்தவத்தின் வரலாறு எவ்வாறு இருந்தது என்பது பற்றிய ஒரு மேலோட்டமான குறிப்பு.

இறுதியாக 17ஆம், 18ஆம் நூற்றாண்டுகளில் தமிழிலக்கிய முயற்சிகளினுடைய தன்மை, அவை எவ்வாறு தமிழ்ப்பண்புகளை உள்வாங்கி தமிழ்ப்பண்பாட்டுடன் ஒன்றிணைந்தன எனும் விடயங்களை மிகச் சுருக்கமாக எடுத்துக்கூற விரும்புகிறேன்.

பண்பாட்டு ஆய்விலோ, சமூகவியல் ஆய்விலோ அல்லது மொழிநிலை இலக்கிய ஆய்விலோ 'பண்பாடு' என்று பேசுகின்ற போது நாம் தமிழ்ப்பண்பாடு எனும் சொற்றொடரைப் பயன்படுத்தலாமா, அறிவியல் ரீதியாகப் பயன்படுத்தலாமா? என்பது முதலில் எம்முன்னுள்ள வினா என்று நான் கருதுகின்றேன்.

ஒரு மனிதக் குழுமம் கற்றறிந்துகொண்டவற்றினதும், அது குறியீடுகளாகக் கொண்டனவற்றினதும் தொகுதிதான் 'பண்பாடு'. அது மொழி, வழக்கு, பாரம்பரியம் என்பவற்றை உள்ளடக்கியதாக இருக்கும். இந்த மொழியானது ஒரு பண்பாட்டினுடைய வெளிப் பாடாகவும், பண்பாட்டுக்கு வேண்டிய நிபந்தனையாகவும், அந்தப் பண்பாட்டைப் பதிவு செய்வதாகவும் அமையும் என்று கூறுவார்கள். எனவே இந்த மொழிவழிப் பண்பாடு (Language Culture) எனும் கோட்பாடு மிக வன்மையாக ஏற்றுக்கொள்ளப்படுகின்ற ஒரு விடயமாகும்.

தமிழின் நீண்டகால வரலாற்றில் தமிழை ஒரு மொழிப் பண்பாடாகவே கொள்கின்ற ஒரு நிலைப்பாடு வளர்ந்து வந்துள்ளதை நீண்ட காலமாகவே நாம் அவதானித்துக்கொண்டு வருகிறோம். இதற்கு இரண்டு முக்கியமான காரணங்கள் உள்ளன. ஒன்று; இந்தியப் பின்னணியில் இந்தத் தமிழ்நாட்டு, தமிழகப் பிரதேசத்தின் ஒருமைப் பாட்டை எடுத்து உணர்த்துவதற்கான ஒரு தேவை எப்பொழுதும் இருந்து வந்துள்ளது. இந்த மொழி, வடமொழியிலிருந்து வேறு பட்டிருந்த தன்மையும் இதற்கு உதவுவதாக அமைந்தது. இத்தகைய உந்துதல்கள் காரணமாகத்தான் 'வடவேங்கடம் தென்குமரி ஆயிடை

தமிழ் கூறும் நல்லுலகம்' என்று பனம்பாரனார் ஆரம்பத்திலிருந்தே சொல்ல வேண்டிய ஒரு தேவை நிலவிற்று எனலாம். 'தமிழ் கூறும் நல்லுலகம்' என்று மொழிப் பண்பாட்டை வைத்துக்கொண்டு, பிரதேசத்தை வகுக்கின்ற ஒரு தேவை சங்ககாலம் முதல் இருந்து வந்திருக்கிறது என்பதையும், அகத்திணைப் பாடல்கள் பலவற்றில் தமிழ் பேசுகின்ற பகுதியை விட்டுத் தலைவன் அப்பாலே போகின்றான் என்பதனைக் குறிக்கின்ற 'மொழிபெயர்த்தேயத்தினும்' என்கின்ற மேற்கோளும் இந்த உண்மையை எடுத்துக்காட்டும்.

இது ஒருபுறமாக, இரண்டாவதாக தமிழ்நாட்டு, தமிழ் மக்களிடையே பல்வேறு மதங்களும் இடம்பெற்றிருந்தமை மிக முக்கியமான ஒரு வரலாற்று உண்மையாகும். இந்தியாவின் மிக முக்கிய மதங்களான பௌத்தம், சமணம், சைவம், வைஷ்ணவம், ஆசீவகம் ஆகியன தமிழைத் தங்களது இணைபிரியா அங்கமாகக் கொண்டுள்ளன. உதாரணமாக, மகாயான பௌத்தமரபு, தமிழை அவலோகதீஸ்வரர் தந்ததென்று சொல்லும். அதற்கு வீரசோழியத்தில் சான்று உண்டு. சிவன் தந்தது எனும் சைவம். இதற்கு எங்கள் சைவத் தமிழிலக்கியங்கள் சான்று. தென்கலை வைஷ்ணவமோ ஆழ்வார் பாசுரங்களையே வேதம் எனக் கொள்ளும். அதுவே இந்தத் தமிழனுடைய சிறப்புக்கு ஓர் எடுத்துக்காட்டு. தங்கள் நிலைப்பாடுகளை வெளிப் படுத்திய ஒரு வாகனமாக இந்த மொழி அமைந்ததன் காரணமாக, இந்த மொழியை, மதங்களுக்கு அப்பாலான, மதங்களை உள்ளடக்குகின்ற ஓர் ஒருமைப்பாட்டினைக் கொண்டதாகப் போற்றுவது அத்தியாவசிய மாயிற்று. அத்தியாவசியமாகிறது. இதுவும் 'தமிழ்ப்பண்பாடு' எனும் மொழிவழிக் கோட்பாடு தோன்றுவதற்குக் (Language Culture Concept ஏற்படுவதற்கு) காரணமாக அமைந்தது எனலாம்.

இன்னொன்று, தென்னிந்தியாவின் 20ஆம் நூற்றாண்டின் வரலாற்றில் மிக முக்கியமான முனைப்புப் பெற்ற சமூக, அரசியல் வரலாறாகும். இந்த வரலாறு பல திசைகளிலே, பல முறைகளிலே ஓடியது. அது தனித் தமிழ் இயக்கமாக ஓடியது. சுயமரியாதை இயக்கமாக ஓடியது. தமிழரசு இயக்கமாக ஓடியது. திராவிட இயக்கமாக ஓடியது. இவ்வாறான சமூக, அரசியல் பிரக்ஞை வடிவங்கள் தமிழ் மக்களிடையே மேலெழ, இவை யாவற்றுக்கும் பொதுவான 'தமிழ்ப் பண்பாடு' என்கின்ற கோட்பாடு, உருவாக்கப்பட வேண்டுவது, 20ஆம் நூற்றாண்டின் தமிழ்நாட்டு அரசியலுக்கு மிகவும் தேவையான ஒன்றாகின்றது.[3]

இவ்வாறு வரலாறு ரீதியாக, மத பண்பாட்டு ரீதியாக, அரசியல் வரலாற்று ரீதியாகப் பார்க்கின்றபொழுது, தமிழ்ப் பண்பாடு என்கின்ற

மொழிநிலைப் பண்பாட்டுத் தளமொன்று ஏற்றுக்கொள்ளப் பட்டிருப்பதனை நாம் காணலாம். இதன் காரணமாக மதநிலைகளுக்கு அப்பாலான, சமயச் சார்பற்ற (Secular ஆன) ஒரு தமிழ்ப்பண்பாடு உண்டென்பதும் ஏற்றுக்கொள்ளப்பட்டுள்ளது. இந்தச் சார்பற்ற அல்லது சமயங்களுக்கு அப்பால் நிற்கின்ற (Secular ஆன) ஒரு தமிழ்ப் பண்பாடு உண்டு என்பதனை அழுத்திக் கூறுவதில் தனிநாயக அடிகளாருக்கு இருந்த இடம் மிக முக்கியமானது என்பது நமக்குத் தெரிந்ததே. மொழியையும், வாழ்க்கையை மையமாகக் கொண்ட ஒரு பண்பாட்டுக் கொள்கை உருவாக்கம், இதனால் தமிழ்நாட்டில், இந்தியாவில் ஏற்பட்டது. இதன் காரணமாக அகில இந்திய அடிப்படையில் தமிழ்க் கிறிஸ்தவர்கள், தமிழ் முஸ்லிம்கள், தமிழ் வைஷ்ணவர்கள் என்று சொல்லுகின்ற முறைமை ஏற்றுக்கொள்ளப் படத்தக்க ஒரு மொழித் தொடராகிற்று. தமிழ்க் கிறிஸ்தவர்கள், தமிழ் முஸ்லிம்கள், தமிழ் வைஷ்ணவர்கள் என்று சொல்லுகின்ற இந்தத் தொடர் மரபானது, இந்த இரண்டு பிரதானமான அம்சங்களைக் கொண்டுள்ளது. ஒன்று, இந்த மொழிப் பாரம்பரியத்தைப் பகிர்வு செய்து கொள்ளுதல், இரண்டாவது, இதற்கு ஒரு மானிடவியல் பரிமாணம் இதன் அடித்தளத்திலே உண்டு. அது இந்தத் திராவிட மக்களினுடைய, திராவிடமொழி பேசுகின்றவர்களிடையே காணப்படும் உறவுமுறை ஆகும். இந்தப் பிரதேசத்தினுடைய மிக முக்கிய ஒரு பண்பாக 'வசை நிலை உறவுமுறை' (classificatory kinship) என்று சொல்லப்படுகின்ற இது, மிக முக்கியமான ஒன்றாகும். இதன் காரணமாக சமூக உறவு நிலையிலும், மொழி வெளிப்பாட்டு நிலைமையிலும் இந்த ஒருமைப்பாடு முக்கியமானதாகும்.

இந்த ஒருமைப்பாட்டை சமயங்களை ஊடறுத்து எடுத்து இலக்கியங்கள் காட்டியுள்ளன. அகம், புறம், திருக்குறள் போன்றவையும் பக்தி இலக்கியங்களுங்கூட இவ்வாறான ஒரு பொதுமையுணர்வுக்கு இடமளிக்கின்றன. இவ்வாறு நான் சொல்வது ஒரு வேளை ஆச்சரியத்தைத் தருவதாக இருக்கலாம். உண்மையில் 20ஆம் நூற்றாண்டில் தமிழ் பக்தி இலக்கியத்தின் உலகநிலைக் கண்டுபிடிப்பு ஏற்பட்டது, ஜீ.யூ. போப் போன்றவர்களால்தான். கிறிஸ்தவத்தைப் பரப்ப வந்தவர்கள் திருவாசகத்தின் மகிமையை உணர்ந்து கொண்டார்கள். அந்தப் பக்திப் பாரம்பரியம், தமிழ்க் கிறிஸ்தவத்துக்கும் வளத்தையும் செழுமையையும் ஊட்டிற்று.

இதுவரை கூறியவற்றால் 'தமிழ்ப்பண்பாடு' என்பது ஒன்று உண்டு என்பது ஏற்றுக்கொள்ளப்படத்தக்க ஒரு எடுகோள் எனக் கொண்டு, அடுத்த விடயத்திற்குச் செல்ல விரும்புகிறேன்.

மதத்துக்கு இலக்கியம் எவ்வாறு முக்கியமாகிறது? மதத்துக்கும், மொழிக்கும்; மதத்துக்கும் மொழி வெளிப்பாடாகிய இலக்கியத்துக்கும் பல்வேறு நிலைகளில் தொடர்பினை அல்லது தொர்புகளை எடுத்துக் கூறலாம். மதம், தன்னுடைய நிலைப்பாட்டை எடுத்துக் கூறுவதற்கே மொழி வேண்டும். எனவே மொழி மிக அத்தியாவசியமாக வேண்டப் படுவது என மிக எளிமையாகச் சொல்லிவிடலாம். நான் அதிலும் பார்க்கச் சற்று ஆழமாகச் சென்று, இன்னொரு விடயத்தை முதன்மைப் படுத்த விரும்புகிறேன். மதம் பற்றிய அந்தக் கோட்பாட்டினை மக்ஸ் வெபர் (Max Weber) என்கின்றவரும், கிறிஸ்தவ இயல் அல்லது இறையியலாளரான பி. தில்லீக் (P.Tillich) என்பவரும், இந்தக் கோட்பாட்டினை முன்வைத்திருக்கிறார்கள்.[4] அதாவது மனிதனுடைய சீவிய நிலையில் அன்றாட வாழ்நிலையில் (existential situations) அவன் பல பிரச்சினைகளுக்கு அகப்பட்டுக்கொள்ளக் கூடியவனாகவுள்ளான். அத்தகைய பிரச்சினைகள் பல, சிக்கல் நிறைந்தனவாக மனிதனை இருதலைக் கொள்ளி எறும்பு நிலைப்படுத்துவனவாகவும், எங்கும் திரும்பமுடியாத ஒரு நிலையில் அகப்படுத்துவனவாகவும் அமையும். பிறப்பு, சுகவீனம், இழப்பு, மரணம் எனப் பலவிதமான மனித வாழ்நிலை இன்னல்கள், பிரச்சினைகள், சிக்கல்கள் ஏற்படுகின்றன. இவற்றினால், மனிதனுக்கு உணர்ச்சிநிலை நெருக்குவாரங்கள் இருதலைக்கொள்ளி எறும்பு நிலை ஏற்படுகின்றன. இந்த மனித அந்தரிப்பு நிலைகளுக்கு, இந்த இன்னல்களுக்கு, ஒரு நிலையான, ஒன்றிணைந்த, முரணற்ற ஒரு விடையைத் தருகின்றதற்காக, அந்த விடையைத் தந்து இந்த உலகத்தை ஒரு அர்த்தமுள்ள பொருளாக்கு வதற்காக மதம் தேவைப்படுகிறது. அது வழங்கும் கோட்பாடு 'விதி'யாக இருக்கலாம், 'தேவ சித்த'மாக இருக்கலாம். 'பாவபுண்ணிய'மாக இருக்கலாம் அல்லது 'கர்மா'வாக இருக்கலாம். இந்தக் கோட்பாடு களினூடாக எங்களுடைய சுக துக்கங்களுக்கு, எங்களுடைய எழுச்சி உணர்ச்சிகளுக்கு, எங்களுடைய பாரபட்சங்களுக்கு நாம் ஒரு பதிலைக் காணக்கூடியதாக இருக்கிறது. இவ்வாறு செய்கின்றபொழுது நம்மை, ஏதோ ஒரு வகையில் உணர்வு ரீதியாகப் பாதிக்கின்ற வேறு விடயங் களுக்கும் இந்த மதத்தின் வழியாகவே விடைகளைக் காண முடிகிறது. அந்த அளவில் மதம் என்பது மிக முக்கியமான சமூக நிறுவனமாக மாறும். அந்த அளவில் அது உயிர்நிலைப்பட்ட (Spiritual ஆன) ஒரு நிறுவனம் ஆகும்.[5] மனித வாழ்க்கையிற் காணப்படும் இருதலைக் கொள்ளி எறும்பு நிலைப்பாடுகளை, மனித அந்தரிப்பு நிலைகளை, இந்த அந்தரிப்பு நிலைகளினூடே நாம் அனுபவிக்கின்ற துன்பங்கட்கு, மனப்போராட்டங்களுக்கு அல்லது நாம் பெறுகின்ற திருப்திகட்கு, அல்லது நமக்குக் கிடைக்கின்ற தேற்றங்களுக்கு அல்லது நாம் காண

விரும்புகின்ற பக்தி உணர்வுகட்கு, வாய்க்கால் அமைத்துக் கொடுப்பது தான் இலக்கியம். இப்படிச் சொல்லுகிறபோது, ஆழமான மனித உணர்வுகளை ஏதோ ஒருவகையில் ஒரு மதக் கருத்துநிலைப்படுத்திப் பார்ப்பதற்கு இலக்கியம் அவசியமாகின்றது தெரிய வரும். இந்த இலக்கியம் மூலம்தான் இந்த மனித மூலங்களை, இந்த மனித அசௌகரியங்களை மனித முரணிலைகளை நாம் எடுத்துக்கூறலாம். உண்மையில் மதமில்லாத இலக்கியம் இருக்கலாம்; உண்டு. ஆனால் இலக்கியமில்லாத மதம் இருக்க முடியாது. இந்த வழியில் பார்க்கின்ற போது, தாம், குறிப்பாகப் பாரம்பரிய சமூகங்களிலிருந்து வரும் நாம், பண்டைய நாகரிகத்தின் வாரிசான ஒரு பாரம்பரியத்தைப் பேணுகிற நாம், ஏதோ ஒரு வகையில் இரண்டு விடயங்களை, மத அனுபவங்களையும், மத உணர்வையும் வெளிப்படுத்திக் கொள்வதற்கு இலக்கியத்தைப் பயன்படுத்துகின்றோமென்பது தெரியவரும். அந்த இலக்கியம் பல்வேறு வகையில் அமைந்தது. கடவுளை வேண்டிப் பாடுவதாகலாம்; அது ஒரு 'பக்திப் பாடலாக' இருக்கலாம் அல்லது சித்தர் பாடலாக இருக்கலாம்; மறைஞானக் கவிதையாக இருக்கலாம். ஏதோ ஒரு வகையில் இந்தப் பாடல்கள் - இந்த இலக்கியங்கள் - மனிதனுடைய எண்ணங்களுக்கும், மதங்களுடைய குவிமுனைப்பு களுக்கும் (Focusகளுக்கும்) வாயிலாக அமைகின்றன. மக்கள் தங்கள் நம்பிக்கைகள், எதிர்பார்ப்புகளை, ஓலங்களைச் சொல்ல இலக்கியங்கள் அவசியமாகும்.

தமிழன் சைவனாக இருந்தால் அவன் 'சிவனே'! என்று சொல்ல வேண்டும்; அதனை உரத்து, மனம் நிறைய நெகிழச் சொல்ல வேண்டும். அதற்குச் சைவ இலக்கியங்கள் வேண்டும். தமிழன் கிறிஸ்தவனாக இருந்தால், 'ஆண்டவரே!' என்று நெஞ்சு கரையச் சொல்ல வேண்டும். அதற்குத் தமிழ்க் கிறிஸ்தவ இலக்கியம் கட்டாயம் அவசியம். அந்தக் கிறிஸ்தவத் தமிழிலக்கியம், தமிழிலக்கிய மரபின் குறியீடுகளையும், படிவங்களையும் கொண்டிருப்பது தவிர்க்க முடியாததொன்றாகும். ஏனென்றால், தமிழ் தெரிந்த ஒருவனுடைய மனதில் தெய்வீகம் பற்றிய உணர்வுநிலையை ஏற்படுத்துவதற்கு அந்த மொழியின் குறியீடுகள் பயன்படுத்தப்பட வேண்டுவது அத்தியாவசியமாகும்.

இந்தப் பின்னணியில் தமிழ்நாட்டுக்குக் கிறிஸ்தவம் வந்தமை, வந்த காலத்தில் தமிழ்ப்பண்பாட்டின் தன்மை எவ்வாறு இருந்தது என்பது பற்றியும் ஒரு சிறிது கூறலாமென்று நினைக்கின்றேன். இதை மிக நுணுக்கமாகப் பார்க்காது சற்று மேலோட்டமாகவே பார்க்க விரும்புகிறேன்.

இந்து சமயமென்பது, பிரதானமாகச் சைவம், வைஷ்ணவம் எனப் பக்தி நிலைப்பட்ட ஒரு மரபினைத் தமிழ்நாட்டில் வகுத்துக் கொண்டது. மற்றைய இந்துமதப் பிரிவுகள் தமிழ்நாட்டில் இந்த இருபெரும் பிரிவுகளுக்குள்ளே உள்வாங்கப்பட்டன எனலாம்.

பக்திநிலை என்பது, தெய்வத்தோடு மனிதனுக்குள்ள உறவை அல்லது தெய்வத்தோடு இவனுக்குள்ள அல்லது இவளுக்குள்ள உறவை ஆள்நிலைப்படுத்தல் (Personalize படுத்தல்) ஆகும். ஆண்டானாக, தமையனாக, தகப்பனாக, கணவனாக, மனைவியாக, குழந்தையாக ஆள்நிலைப்படுத்துதல் (Personalize பண்ணுதல்) இதன் பண்பாகும்.

மற்றது சமணம். இன்று அது சைவத்தால் பெரிதும் உள்வாங்கப் பட்டு விட்டது. கிறிஸ்தவம் தமிழ்நாட்டுக்கு வந்த காலத்தில், இம்மதம் பற்றி ஒரு சமூக வரலாற்றுப் பிரச்சினை உண்டு. அதை எடுத்துக்கூற விரும்புகிறேன். குறிப்பாகப் போர்த்துக்கேயர் காலத்தில் நிகழ்ந்த ஒன்றைக் கூறவேண்டியுள்ளது. இஸ்லாம், தமிழ்நாட்டுக்கு ஏற்கனவே வந்துவிட்டது; இஸ்லாமும், கிறிஸ்தவமும் தமிழ்மொழியினுடைய வளத்தேடல்களுக்கான, தமிழினுடைய ஆற்றல்களை அறிந்து கொள்வதற்கான சவால்களாக அமைந்தன. ஏனென்றால் இரண்டு மதங்களுமே இந்தியப் பண்பாட்டு வட்டத்திற்கு வெளியேயிருந்து வந்தவை. இந்த இரண்டு மதங்களுமே இந்தியப் பண்பாட்டுக்குள் வருகின்ற மதங்களுக்கு ஏதோ ஒரு வகையில் பொதுவாக இருந்த மறுபிறப்புக் கோட்பாட்டை ஏற்றுக்கொள்ளாதிருந்தன. இவை இன்னொரு நாகரிகத்தினுடைய, செமித்திய நாகரிகத்தினுடைய சிசுக்களாக விளங்குபவை. இந்த இரண்டு மதங்களும் மறுபிறப்புக் கோட்பாட்டை நிராகரித்தன. இஸ்லாத்தில் அல்லாவே இறைவன், முகமதுநபி அவருடைய தூதுவன் என்கின்ற ஏகதெய்வக் கொள்கையும், முகமதுநபியில் இறைத்தூது நிறைவெய்துகிறது என்னும் கருத்தும், அச்சாணியானவையாகும்.

கிறிஸ்தவம், அரசியல் வலிமையோடும், சமூக வலிமையோடும், தமிழ்நாட்டினுட் பரவத்தொடங்கிய காலத்தில், இந்து சமயத்தில் சமூக இருகிளைப்பாடொன்று காணப்பட்டது. அவ்விரு கிளைப்பாடு, இந்து சமூக அமைப்புக்கு இயல்பான ஒன்றே. அதனைத் தமக்கு மிகவும் பிரயோசனமான முறையில் கிறிஸ்தவம் பயன்படுத்திக் கொண்டது. இந்து சமயத்தின் ஒரு சமூகக் கூறு அதனைப் பயில்கின்ற அல்லது அதன் வழி நிற்கின்ற உயர்நிலைப்பட்டவர்களின் சமூக மரபுகளாகும். இங்கு நான் நீட்டிப் பேச நேரமின்மை காரணமாக அதனை மிகச் சுருக்கிச் சொல்கிறேன். இந்த உயர் நிலையினை ஏதோ ஒருவகையில் கோயிலை மையமாகக் கொண்டது எனலாம். இவர்கள் கோயிலுக்குட்

செல்லக்கூடியவர்கள். ஆனால் இந்த 'ஆகம' வட்டத்துக்குள் வராத, ஆனால் தங்களை இந்துக்களாகவே கருதிக்கொண்டு வந்த, வெவ்வேறு தெய்வங்களை வழிபடுகின்ற, அதிகார வரன்பாட்டு முறைமைகளைக் கொண்டிருந்த, அதிகார வரன்முறையுள்ள ஒரு சமூகத்தின் அடிநிலை மக்களாக வாழ்ந்து வந்தார்கள். அவர்களிடத்திலே உயர்நிலை இந்துப் பண்பாடு சரிவரச் செறிந்திருக்கவில்லை. கால்டுவெல் சொல்லுவார், இது ஏறத்தாழ இரு வேறு மதங்கள் பயிலப்படுவது போலவே காணப்படு கிறதென்று.[6] அவர் கூறினார், அத்துடன் அந்த அடிநிலையிலுள்ளவர் களை மீட்டெடுப்பது, கிறிஸ்தவத்தின் கடமையென்றால் அடிநிலையிலே இருந்தவர்கள் உயர்நிலைப் பாரம்பரியத்தினுடைய வாகனங்களாக உயர்நிலைப் பண்பாட்டினைக் கொண்டு செல்பவர்களாக அமைய வில்லை. அமைவதற்கான வழிமுறைகளும், நமது சமூக அமைப்பு முறைமைகளில் இருந்ததில்லை. நமது சமூக அதிகார வரன் முறைக்கோட்பாடு, அவர்களைத் தள்ளி வைத்தது. இதன் காரணமாக சமூக மாற்றங்கள் பல நிகழ்ந்தன. அல்லது இதைப்பயன்படுத்தி, பல சமூக மாற்றங்கள் ஏற்படுவதற்கு வாய்ப்புக்கள் இருந்தன. இந்தப் பின்னணியைப் பார்த்துக் கொண்டோமேயானால் மிகச் சுருக்கமாக, தமிழ்நாட்டில் கிறிஸ்தவம் பரவியபொழுது, கிறிஸ்தவமும் தமிழும் எதிர்நோக்க வேண்டியிருந்த சவால்கள் பற்றி ஒரு சிறிது தெரிந்து கொள்ளலாம்.

இவ்வாறு நோக்கும்பொழுது, உண்மையில் தமிழ்நாட்டுத் தளத்தில், இஸ்லாத்தோடு கிறிஸ்தவத்தை ஒப்பிட்டு நோக்குவது மிகப் பொருத்தமானதாக இருக்குமென்று நம்புகிறேன். இஸ்லாத்தில் அறபு மறைமொழி. தொழுகைக்கோ மற்ற முக்கிய சமய ஆசாரங்களுக்கோ அறபினையே பயன்படுத்த வேண்டும். கிறிஸ்தவத்தில் இலத்தீனைப் பயன்படுத்துகிற ஒரு மரபு இருந்ததென்றாலும், வணக்கத்திற்கு அல்லது ஒருங்குதிரண்டு சேர்ந்து பிரார்த்திப்பதற்குத் தமிழைப் பயன்படுத்த வேண்டிய அல்லது பயன்படுத்துகிற - அந்தப் பிரதேச மொழியைப் பயன்படுத்துகிற - ஒரு மரபு இருந்தது. அடுத்தது, இஸ்லாத்திலே நிலவும் காப்பிர் (kafir) என்கிற கோட்பாடாகும். இந்தக் கொள்கையின்படி, இஸ்லாத்தின் நம்பிக்கைகளை ஏற்றுக் கொள்ளாதவர்களிடத்திருந்து, இஸ்லாத்தின் நடைமுறைகளை ஒதுக்கு நிலைப்படுத்திக் கொள்வது ஒரு சமூக மரபாகிற்று. இதனால் இஸ்லாத்தின் மார்க்க விடயங்களை மறைநிலைப் பொருள்களாகப் பேணிக்கொள்ளுகின்ற ஒரு தன்மை வளரத் தொடங்கிற்று. இந்த ஒரு பண்பு காரணமாகத்தான், தமிழ்நாட்டு இஸ்லாத்திலே 'அறபுத் தமிழ்' என்னும் இலக்கிய நடைமுறை வளர்ந்ததெனலாம். அறபுத் தமிழ் என்பது இஸ்லாம் பற்றிய மார்க்க விடயங்களை - தமிழிலுள்ள

மார்க்க விடயங்களை, அறபு லிபியில் எழுதி வைத்துக்கொள்ளலாகும். அறபுத் தமிழின் பயன்பாடு படிப்படியாகத்தான் குறைந்துகொண்டு வந்திருக்கிறது என்று இஸ்லாமியத் தமிழ் அறிஞர்கள் கூறுவர். இப்படிப் பார்க்கிறபோது, கிறிஸ்தவம் இவ்விடயத்தில் வேறுபட்டது என்பது தெரிய வரும். கத்தோலிக்கர்கள் முதலில் விவிலியத்தை மொழி பெயர்க்கவில்லையென்பது உண்மை. அதை சீகன்பால்க்தான் செய்தார்.[7] அவர் லூதரன் திருச்சபையைச் சார்ந்தவர். இருந்தாலும் கத்தோலிக்க மரபிலும் விவிலியத்தின் உயிர்ப்பான தன்மை களெல்லாம், அதனுடைய உயிர்நிலைகளெல்லாம் வழிபாட்டுப் பாடல்களாகவும், ஸ்தோத்திரங்களாகவும், தமிழிலேயே எடுத்துக் கூறப்பட்டன. 'கார்டில்ஹா' (Cartilha) என்று சொல்லப்படுகின்ற எழுத்தேட்டில் அர்ச்சிஷ்ட பிரான்சிஸ் சேவியர் காலத்திலேயே உரோம எழுத்துக்களில் எழுதப்பெற்றிருந்த தமிழ் வாக்கியங்கள் இவை. 'உலகத்தை எல்லாம் படைச்சவனே, பிதாவே' என்கின்ற சொற்கள் உரோமன் லிபியிலே எழுதப்பெற்றுப் பாடமாக்கப் பெற்றன.[8] அதிர்ஷ்டவசமாக அந்தப் பாடத்தினுடைய, அந்தக் கையெழுத்துப் பிரதியுடைய படம் இப்பொழுது எமக்குக் கிடைக்கிறது. கிறிஸ்தவம் அந்த மக்களினுடைய மொழியை அறிந்து, அந்த மக்களினுடைய மொழியிலேயே சொல்ல வேண்டிய தேவை அதற்கிருந்தது. மற்றது, கூட்டு வணக்கத்தில் (Congregational) வழிபாட்டில் அதற்கு நம்பிக்கை உண்டு. இதன் காரணமாக ஒருமைப்பட்ட கூட்டு வழிபாட்டு முறைமை அத்தியாவசியமாகின்றது. தமிழ்நாட்டின் ஆரம்பகாலத்துக் கிறிஸ்தவ மதமாற்றங்களை எடுத்து நோக்குவோமே யானால், பிற்காலத்தில் புரட்டஸ்தாந்தும் செய்தது போலல்லாமல். கத்தோலிக்கம் எப்போதும், குழும நிலைகளில் மதமாற்றம் செய்வதையே (Community Conversion) வேண்டிற்று.[9] இதன் காரணமாகத்தான் அரசியல் ஆட்சி மாறிய காலங்களிலும், அந்த மதக் குழுமங்களைக் கத்தோலிக்கத்தினாற் பேணக்கூடியதாக இருந்தது. உதாரணமாக டச்சுக் காலத்தில் எவ்வாறு தங்கள் மதங்களை அவர்கள் பேணினார்கள் என்பதற்கு, டச்சுக்காலத்தில் யாழ்ப்பாணத்தின் பல்வேறு மீனவக் கிராமங்களிலே இந்த மதம் பேணப்பட்ட முறைமை, நல்லதொரு உதாரணமாகும். எனவே அவர்கள் இந்த மொழியைத் தேடிச் செல்ல வேண்டிய, அதனைத் தமது ஊடகமாக, சாதனமாகப் பயன்படுத்தும் தேவை அவர்களுக்கு ஏற்படுகிறது. ஏறத்தாழ, நான் நம்புகிறேன்; 1500 வருடங்கட்குப் பிறகு, தமிழிலே மீண்டும் பிற மதத்தினரால் தமிழ் இலக்கண நூல்கள் எழுதப்படுகின்றன. முதலிற் சமணர்கள் எழுதத் தொடங்கிய பின்னர், மீண்டும் தமிழிலக்கண நூல்கள் பெஸ்கியால், பெஸ்கி முதல் வருகின்ற அத்தனை மிக முக்கியமான கிறிஸ்தவப்

பாதிரிமார்கள் எல்லோருமே ஏதோ ஒரு வகையில் ஒரு தமிழ் இலக்கண நூலை எழுதியிருப்பார்கள். இப்படிப் பார்க்கின்ற பொழுது, இந்தக் கிறிஸ்தவமானது, தமிழோடு சேரவேண்டிய, இணைந்து போகவேண்டிய ஒரு தேவை வளர்ந்து கொண்டு செல்வதை அவதானிக்கலாம். தமிழ்நாட்டைப் பொறுத்தவரையில் தமிழ்க் கிறிஸ்தவத்தின் மூலம், முதன்முதலாகத் தேவ ஊழியத்தைத் தொண்டாகக் கருதுகின்ற ஒரு குழுவினரை, அந்தக் குழுவினரைத் தனது மதத்தினுடைய முதுகெலும்பாகக் கொண்ட ஒரு மதத்தினை எதிர்கொள்ள வேண்டியிருந்தது (Missionary Activities). இந்த ஒரு நிலையை பௌத்தம் வந்தபோதோ, சமணம் வந்தபோதோ தமிழ்நாடு எதிர்நோக்கவில்லையென்றே நான் கருதுகின்றேன். இதன் காரணமாகத் தான் தமிழ்நாட்டில் எத்தனையோ சமூக - இலக்கிய மாற்றங்கள், எத்தனையோ சமூகச் சவால்கள் ஏற்படுகின்றன.

மற்றது; ஒரு நிச்சயமான அரசியற் பின்னணிப் பலத்தோடேயே இந்த மதம் வருகிறது. சில கிறிஸ்தவ ஆசிரியர்கள் சொல்லுவார்கள், 'இது இந்த மதத்தின் பலமல்ல. பிற்காலத்தில் இம்மதத்தின் பலவீனமே இதுதான்' என்று.[10] உண்மையில் இது கிறிஸ்தவத்திற்குப் பலமாகவும், பலவீனமாகவும் அமைந்தது. ஏனென்றால் எந்த அரசுகளின் வழியாக, இந்த மதம் வந்ததோ; அந்த அரசுகளினுடைய பண்பாட்டுக் குறியீடுகளை ஏற்றுக்கொள்வது மிகச் சிரமமாக இருந்தது. அத்தகைய அரசுகள் இந்த நாட்டை விட்டு, இந்தப் பிரதேச நாடுகளை விட்டுப் போகும்வரை, ஒரு வழியில், ஒரு வகையில் பலமாக அமைந்தது. இன்னொரு வகையில் இந்த அரசுச்சார்பு பலவீனமாகவும் அமைந்தது. அந்தச் சவாலை ஏற்பதற்குத்தான் கிறிஸ்தவத்தில் நாங்கள் அண்மைக்காலத்தில் காணுகின்ற எத்தனையோ மறையியல் எழுச்சிகளைக் காண்கிறோம்.

இவ்வாறு செயல்முனைப்புடன் தொழிற்பட்ட கிறிஸ்தவமானது, தமிழ்ப்பண்பாட்டுடன் இணைய முனைகின்றது.

மேற்கு நாட்டுச் சமூகவியலாளர்கள் கத்தோலிக்கம் பற்றிச் சொல்லுகிறபொழுது, குறிப்பாகப் புரட்டஸ்தாந்தத்தோடு அதனை ஒப்புநோக்கிச் சொல்லுகிறபொழுது, ஒன்று சொல்லுவார்கள். அதாவது, கத்தோலிக்கம் ஏதோ ஒரு வகையில், ஒரு அதிகார வரன்முறைக்குப் பழக்கப்பட்ட மரபு[11] ஆகுமென அவர்கள் கூறுவர். இதன் காரணமாக ஐரோப்பிய வரலாற்றிலேயிருந்த நிலமானிய உடைமை போன்ற பல்வேறு நவீன காலத்துக்கு முற்பட்ட (Pre-Modern) அம்சங்களோடு, கத்தோலிக்கம் இணைந்து நின்ற நிலைமையைக்

காணக்கூடியதாக இருக்கிறது. அந்த அம்சம் இங்கும் காணப்படுகிறது. இதனால் கத்தோலிக்கம் நமது சமூகத்தின் பல்வேறு மரபுகளை இணைத்துக்கொள்ள வேண்டிய - அவற்றுடன் இணைந்து வாழ வேண்டிய - சகவாழ்வு நடத்த வேண்டிய - தேவை ஒன்று ஏற்பட்டது. (இதனை Accommadation Method என்று கூறுவார்கள்.)

இப்படியாக வந்து சேருகின்ற ஒரு மதத்திற்கு, அந்த மதத்தினுடைய வெளிப்பாடாக அந்த மதம் அனுஷ்டிக்கப்படுவதற்கு, தமிழனொருவன் அது தன்னுடைய மதம் என்று சொல்லுவதற்கு அந்த மதத்தினுடைய இறைவனைத் தன்னுடைய ஆண்டவனே! என்று சொல்லிக் கதறுவதற்கு, அவனுக்கு வேண்டிய இலக்கியத்தளம் அல்லது எழுத்துத்தளங்கள் யாவை? இந்த எழுத்து அல்லது இலக்கியத்தளங்கள் இல்லாது அந்தக் கூவலையோ, அந்த மனநிறைவையோ, அந்தத் திருப்தியையோ பெற்றுவிட முடியாது.

ஆரம்ப காலத்திலேயே கத்தோலிக்கத்தினுடைய இந்த இலக்கியத் தேவைகளை எண்டிறிக்குப் பாதிரியார் (Henrrique Henriiques) நூல்கள் பூர்த்தி செய்தன. கிறிஸ்தவத்தின் எழுத்து நிலைத் தேவை, அந்நாட்களில் நான்கு அம்சங்களைக் கொண்டிருந்ததாகச் சொல்வர். முதலாவது, மத விளக்கத்தை வினா - விடை வடிவிலே சொல்லுகிற தேவை. இது மத ரீதியாக அவர்களுக்கு அத்தியாவசியமாகத் தேவைப்பட்டது. அடுத்து, பாவ மன்னிப்பு (Confession) சொல்லுகின்ற முறைக்குத் தமிழ் அத்தியாவசியமாகத் தேவைப்படுகிறது. மூன்றாவது, கிறிஸ்தவக் கொள்கையை (Doctrine) எடுத்துச் செல்வதற்கான எழுத்துத் தளமாகும். அடுத்தது, கிறிஸ்தவ மதத்திலுள்ள அர்ச்சிஷ்டர்களின், புனிதர்களின் வாழ்க்கை வரலாறுகளைச் சொல்வதாகும்.

சிவபுராணம் இல்லாமல் சைவத்தைக் கற்பனை பண்ண முடியாது. ஆழ்வார்கள் இல்லாமல் வைஷ்ணவத்தைக் கற்பனை பண்ண முடியாது. தீர்த்தங்கரர்கள் இல்லாமல் சமணத்தைக் கற்பனை பண்ண முடியாது. ஜாதகக் கதைகள் இல்லாமல் பௌத்தத்தைக் கற்பனை பண்ண முடியாது. அதேபோல கிறிஸ்தவத்துக்குச் செழுமை கொடுக்க வேண்டுமானால், கிறிஸ்தவத்திலுள்ள சிறப்பானவர் களுடைய வாழ்க்கை பற்றிய இலக்கியங்கள் அல்லது இலக்கிய முறைமை தேவைப்பட்டன. ஏனென்றால், எந்த ஒரு 'விசுவாசத்திற்கும்' சில 'ஐதீகங்கள்' தேவை. சமூகவியலாளர் மதத்தைப் பற்றிக் கூறுகிற போது, மதம் என்பது நம்பிக்கை. அல்லது விசுவாசம் என்றும் (Faith என்றும்) அதற்கு இரண்டு அம்சங்கள் தேவை என்றும், ஒன்று (Ritual) சடங்கு/கரணம் மற்றது, ஐதீகம் புனைவு, (Myth) என்றும் சொல்வார்கள்.

எனவே ஐதீகக் கதைகள் மிக அவசியமாகத் தேவைப்பட்டன. இந்தத் தேவைகளைப் பூர்த்தி செய்கின்ற வகையிலே எண்டிறிக்குப் பாதிரியாரினுடைய (Henrrique Henriiques) 'தம்பிரான் வணக்கம்', 'கொம்பேசியானோ', 'கிறிஸ்தியானி வணக்கம்' போன்ற நூல்களும் 'அடியார் வரலாறு' (Flos Sanctorum என்னும்) நூலும் எழுந்தன. 'புலசந்தோர்' என ஆயர் அவர்கள் இனம் கண்டுள்ள அந்தச் சொல்லினுடைய பிறப்பிடம் இது என்று சொல்லலாம்.[12]

இவ்வகையிலே நாம் நோக்கும்பொழுது, முக்கியமாக அடுத்த மூன்று விடயங்கள் பற்றிக் குறிப்பிட வேண்டியுள்ளது.

முதலாவது, தமிழரிடையே ஆரம்பத்தில் கிறிஸ்தவம் இருந்த நிலை என்ன என்பதாகும்.

தென்னிந்தியாவில் கிறிஸ்தவத்தினுடைய வரலாற்றைத் தோமையாருடைய வரலாற்றிலிருந்தே கூறுவது வழக்கம். போர்த்துக்கேயர் வந்தபொழுதே மலையாளத்திலிருந்து சீரியக் கிறிஸ்தவர்களோடு இணக்கங்கள் அல்லது உடன்பாடுகள் ஏற்படுத்திக் கொண்டார்கள். ஆனால் 1514இல் பாப்பரசர் போர்த்துக்கேய அரசனுக்கு வழங்கிய 'பதுறாடோ' (Padroado) காரணமாக, மதப்புரவலராகவிருக்கும் உரிமை அரசனுக்கு வழங்கப்பட்டது.[13] அதன் காரணமாக, அவரது ஆட்சி செல்லுகின்ற இடங்களிலெல்லாம், அவர் தமது அரசாட்சியை மாத்திரமல்லாமல், வாஸ்கோடகாமா சொன்னதுபோல, 'தேடினார்', கிறிஸ்தவர்களுக்காகவும் தேடல்கள் நடத்தினார். அந்தக் கிறிஸ்தவர்களின் பரிபாலனம் இவருக்குரியதாகவே இருந்தது. இந்தக் காலம் முதல் - 1514 முதல், பிரான்சிஸ் சேவியர் வருகின்ற 1542 முதல், புரட்டஸ்தாந்து மதத்தைச் சேர்ந்த லூதரன் பாதிரிமார் வருகின்ற காலம் வரை உள்ள காலம் வரையும் - 1706 வரையுமுள்ள காலப் பகுதி முக்கியமானதாகும். இந்தக் காலப் பகுதியை இரண்டு கட்டங்களாகப் பிரிக்கலாம். முதலாவது கட்டம், அர்ச். பிரான்சிஸ் சேவியருடைய காலகட்டம். அவர் முஸ்லிம்களினுடைய ஒடுக்குமுறையின்கீழ், பொருளாதார ரீதியில் 'சிரமப்பட்டுக்' கிடந்த முத்துக்குளிக்கின்ற பரவர்களை விடுவிப்பதற்காக மேற்கொண்ட இயக்கமானது, அவர்களைப் பொறுத்தவரையில் ஓர் ஆன்ம விடுதலை இயக்கமாகவும் மாறிற்று என்பார்கள். ஆனால் இந்தக் காலகட்டத்தில் அந்த மதம், நான் முன்னர் ஒரு இடத்தில் கூறியது போல, பறங்கி மார்க்கமாகவே இருந்தது. பறங்கியரால் கொண்டுவரப்பட்டு, அவர்களால் எடுத்துக்கூறப்பட்டு, அவர்களால் வழிநடத்தப்படுகிற ஒன்றாகவே இருந்தது. ஆனால் அந்தக்கட்டத்தில், நான் முதலிலே சொன்ன, நமது சமுதாயத்தின்

அடிநிலையிலே தான் இந்த மதம் சுவறியது என்பதை வற்புறுத்திக் கூறுவது அவசியமாகின்றது. அடிநிலையிலே சுவறியதன் காரணமாக உயர்நிலைக்குப் போவது, அதற்குக் கஷ்டமாகவும் இருந்தது. இதற்கு எதிர்நிலையாக இரண்டவாது கட்டம் அமைகின்றது. தத்துவ போதகர் என அழைக்கப்படும் றொபேட் டீ நொபிலியினுடைய *(1557-1656)* காலமாகும். உரோமப் பிரபுத்துவக் குடும்பத்தைச் சார்ந்த அவர் தன்னை ஒரு க்ஷத்திரிய சந்நியாசியாகவே கொண்டார். அவர் இந்த உயர் பண்பாட்டு வட்டத்திற்கே சொந்தம். இந்தக் காலத்தில் தான் 'பறங்கி நிலைகள்' மாறி, பெரிய சுவாமியார் சந்நியாசியாகவும், அவருக்கு உதவுகின்றவர் பண்டாரமாகவும் எடுத்துக்கூறப்பட்டனர். இவ்வாறு குறிப்பிடுவதற்கு 1923இல் பாப்பரசருடைய அனுமதிகூடக் கிடைத்தது.[14]

இதனை அடுத்துவரும் மிக முக்கியமான காலப்பிரிவு உண்டு. நான் அதுபற்றி இங்கு பேசுவதற்கான அவகாசம் போதாமலிருக்கின்றது. அது லூதரன் சபையினரின் வருகையாகும். *1706*, அவர்கள் வந்தனர். தேனிஷ் மன்னனது உந்துதல் காரணமாக இது நடந்தது. *1726* அளவில், இவர்கள் விவிலியத்தை மொழிபெயர்க்கிறார்கள். இந்த விவிலியத்தின் மொழிபெயர்ப்புக் காரணமாக, இந்த லூதரன் பாதிரிமார்களுக்கும், தஞ்சாவூரிலுள்ள கத்தோலிக்கருக்குமிடையே வாக்குவாதம் நிகழ்ந்தது. இந்தக் காலகட்டத்திலேதான் கத்தோலிக்கத்தின் தமிழ் நிலைப்பாடு பூரணமாகிறதென்று நாம் கருதுகிற வீரமாமுனிவர் மதுரையிலே பணியாற்றுகிறார் *(1680-1747)*.

இந்த நிலைமை அங்கு அவ்வாறிருக்க, யாழ்ப்பாணத்தில் சற்று வித்தியாசமான ஒரு நிலைமை ஏற்படுகிறது. யாழ்ப்பாணத்தில் நடந்த ஒரு சம்பவம், உண்மையில் வட இலங்கையில் நடந்த ஒரு சம்பவம். கத்தோலிக்க உலகத்தினுடைய மனச்சாட்சியையே உலுக்கிற்று. இதன் காரணமாக, தென்னிந்தியாவில் அல்லது தென்னிந்தியத் தமிழகத்தில் கத்தோலிக்கத்தினுடைய இறுக்கநிலை பற்றிப் பார்ப்பதிலும் பார்க்க, இலங்கையின் வடக்குக் கரையோரத்தில் அது எவ்வாறு வளர்கின்றது, அது எவ்வாறு நிலைபெற்றுள்ளது என்பன பற்றிய சிரத்தை கத்தோலிக்கர் வாழ்ந்த நாடுகளில் காணப்பட்டது. அதுதான் மன்னாரிலே ஏற்பட்ட கொலையாகும்.[15] இச்சம்பவம் இப்பகுதியின் கத்தோலிக்க வரலாற்றிலே மிக முக்கியமானது. இந்தப் பகுதியிலே கத்தோலிக்கம் அன்று முதல், இன்று வரையும் அந்தக் குழுமத்தினுள்ளே மிக வன்மையான, பிடிப்புள்ள மதமாக இருந்து வருவதற்கு, அந்த வரலாற்று நினைவு (History Memory) மிக முக்கியமாக இருந்து

வந்துள்ளது என்பது மறுக்க முடியாத ஒரு உண்மையென நான் கருதுகிறேன். இன்றுவரை அதனுடைய எதிரொலிகளை நாம் கேட்கிறோம்.

மற்றது, யாழ்ப்பாணத்தில் எவ்வாறு கத்தோலிக்கம், பிடிப்புள்ள ஒரு மதமாகச் சுவறியிருந்தது என்பதாகும். யாழ்ப்பாணத்திற்கு அருகேயுள்ள தீவுப்பகுதியில் ஆரம்பத்திலிருந்தே கத்தோலிக்கம் நிலை கொண்டிருந்தது என வரலாற்றுக் குறிப்புக்கள் உள்ளன. யாழ்ப்பாணப் பிரதேசத்தைப் பற்றிக் குறிப்பிடுவதற்கு முன்னர் தனதிவே (Tanadive) எனும் தீவைப் பற்றிக் கூறுகின்றனர். அது 'காரைதீவு' என இனங் கண்டுள்ளனர். ஒருவேளை அந்த ஆரம்பநிலைப் பாரம்பரியம் காரணமாக ஆயர்களின் பிறப்பிடமாக அப்பகுதி அமைகின்ற ஒரு நிலை பிரதேசத்திற்கு உண்டோ? என நான் சந்தேகிக்கிறேன். இந்த மரபு இணைவதற்கான இன்னுமொரு காரணியும் மிக முக்கியமானது. தத்துவபோதகர் இந்தியாவில் தமக்கு ஏற்பட்டுள்ள கருத்து வேறுபாடுகள் காரணமாகப் பிணக்குகள் ஏற்பட்டபொழுது, யாழ்ப்பாணத்திற்கு வந்ததாகக் கூறப்படுகின்றது. நான் நம்புகிறேன், இந்தக் கிறிஸ்தவத்துறை எடுக்க வேண்டிய மிக முக்கியமான ஆய்வுப் பணிகளிலொன்று, தத்துவபோதகர் யாழ்ப்பாணத்தில் என்ன நிலையில் இருந்தார்? என்ன பணிகளைச் செய்தார்? என்பது நிச்சயமாக அறியப்பட வேண்டிய, எழுதப்பட வேண்டிய ஒன்றாகும். ஏனென்றால் அது உலகக் கத்தோலிக்க வரலாற்றில் ஓர் அங்கமாகும். இப்படிப் பார்க்கிறபொழுதுதான் நாம் கத்தோலிக்கம் இந்த நாட்டின் வரலாற்றோடும், மக்களின் வாழ்க்கையோடும் இணைகின்ற முறைமைகளைக் காணலாம். அர்ச். பிரான்சிஸ் சேவியர் காலத்தில் அவருக்குத் தமிழ் தெரியாததன் காரணமாகத் தமிழ் தெரிந்த எண்டிறிக்குப் பாதிரியாரைக் கொண்டு, தமிழில் பிரார்த்தனைகளையும், மத அனுட்டானத்துக்கு வேண்டிய பிறவற்றையும் எழுதுவித்தார். எண்டிறிக்குப் பாதிரியாரின் பணி, இந்தப் பண்பாட்டிணைவுக்குப் பெரிதும் உதவிற்று. அவர் தமிழ் - போர்த்துக்கேய அகராதி ஒன்றினையும், தமிழ் இலக்கணமொன்றையும் எழுதினார். தமிழ் மக்களிடையே வேலை செய்கிறவர்கள் - அவன் சமணத்தின் தொல் காப்பியனாக இருக்கலாம், அல்லது கிறிஸ்தவத்தின் எண்டிறிக்குப் பாதிரியாராக இருக்கலாம் - தமிழ் மக்கள் தம்முடைய மொழியை எவ்வாறு பயன்படுத்துகிறார்கள் என்பது பற்றி அறிய வேண்டிய அத்தியாவசியம் இருக்கும் போலத் தெரிகிறது. இத்தத்துவ போதக சுவாமிகள் அவர்கள் நாற்பது தமிழ் உரைநடை நூல்கள், மூன்று கவிதை நூல்கள், சமஸ்கிருதத்தில் எட்டு நூல்கள், அதிலே ஒன்றுக்குப் பெயர் 'கிறிஸ்து கீதை', நான்கு தெலுங்கு நூல்கள் ஆகியவற்றை எழுதினார்.

இந்தக் கிறிஸ்தவ முயற்சிகள் தமிழோடு இணைந்ததற்கு உதாரணம் வேண்டுமென்றால், 'சந்தியாகு மாயோர் அம்மானை' யாகும். இந்த அம்மானையில் தியோகுப்பிள்ளை ஆண்டகை அவர்கட்கும், எனக்கும் முக்கியமான ஈடுபாடு உண்டு. 1647இல் இயற்றப்பட்ட இந்த அம்மானையிலுள்ள மற்றப்பகுதிகளை விட்டாலும், அந்த வாழ்த்துப் பகுதியை நான் உங்களுக்கு வாசித்துக்காட்ட விரும்புகிறேன்.

செழிக்குநதிசூழ்ந்த தென்கரையில் முன்னாக
வெளிப்படச் செய்தவ்விடத்தில் மேவுங்கிரந்தமதைக்
கேட்டு மனமகிழக் கேளாதோர் கேட்டுவர
நாட்டுத் தமிழ்ப்படுத்து நற்குருக்கள் தந்தவுரை
நெல்லிலுமியுமுண்டு நீரில் நுரையுமுண்டு
சொல்லில் வழுவுமுண்டு சூரியனிற் குற்றமுண்டு
கல்லார் மனத்திலிருள் கற்றோர்கனம் விளக்கும்
எல்லாமறிவோ ரெனைப் பழுது சொல்லாமல்
கண்டவினை நீக்கிக் கற்றோர்கள் முன்னேற்றி
அண்டர் சந்தியாகுகதை யன்பாயவனியிலே
ஆசையுற்றுக்கேட்போ ரறிந்தெழுதியே படிப்போர்

இதைப் படிக்கிறபொழுது 'சந்தியாகு மாயோர் அம்மானை' அல்ல, அல்லி அரசாணிமாரின் ஞாபகம் வரும். புவந்திரன் களவு ஞாபகம் வரும். 17ஆம், 18ஆம் நூற்றாண்டுகளிலே தோன்றி, இப்போது பெரிய எழுத்து நூல்கள் என்று சொல்லப்பட்ட, கோயில் வீதிகளிலே மாத்திரம் விற்கப்படுகின்ற அந்த நாட்டார்நிலை இலக்கியங்கள் முழுவதினுடைய ஞாபகங்களும் எங்களுக்கு வரும். அந்த நாட்டார் நிலை இலக்கிய அடித்தளத்திலே நின்றுகொண்டுதான் இவர்கள் இந்தப் பாடல்களை இயற்றினர். 'வியாகுலப் பிரசங்கம்'16 என்கின்ற ஒன்றிலேயும் இது காணப்படுகின்றது.

இந்தச் சிறு பாரம்பரியத்திலே (Little Tradition) உள்ளவர்களைத்தான் கத்தோலிக்கர்கள் மதம் மாற்றிக்கொண்டார்கள் என்பதற்கு உதாரணமாக, 35ஆம் பக்கத்திலேயுள்ள ஒரு பாடற்பகுதியை நான் உங்களுக்கு வாசித்துக் காட்டுகிறேன். 'எரிமோசு பிசாசுகளை ஏவுதல்' என்று சொல்லுகிறபொழுது...

நாராயணக்கணமே நமனே நமதிடத்தில்
வாராய் வயிரவனே மாகாளிமார்த்தாண்டா
கூழியினமே குறள்குட்டி ஆத்தாளே
ஊழிநரகிருக்க உற்ற உலூசியுடன்
கையன் பெரும்படையன் சூமனரசிங்கனுடன்

செய்யுங் கொலைத்தணியன் சீரான கண்ணகையும்
சத்தியொடு கறுப்பன் சாமுண்டி சண்டிகையும்
பத்தினிமைக்காளி படர்ந்ததுர்க்கை காடேறி

இவை யாழ்ப்பாணத்தின் சிறுபாரம்பரியத்து மக்களிடையே நிலவிய வழிபாடுகளாகும். சிறு தெய்வ வழிபடுவோர் நிலையிலே தான் முதலில் வழிபாடு பரவியது. அதற்கெதிராகத்தான், தத்துவ போதகர் சுவாமிகள், சமூகத்தின் மேற்படிகளுக்குச் சென்றார். இதற்கான சான்று தெல்லிப்பளையிலே இருந்து வந்த நூலிலே காணப்படுவது மிகவும் முக்கியம் என்று கருதுகின்றேன். அந்நூலில் மிக அழகான பாடல்கள் பல இருக்கின்றன. அவற்றுக்கு ஒரு வரியை மாத்திரம் வாசிக்கலாமென்று நம்புகிறேன்.

தாயார் முலைத் தேடித் தாபமுறத் தத்தளித்து
வாயால் நெருடி வளர்முலையின் பாலருந்தி
அப்பாவென மொழிந்து அன்னை தனையறிந்து
சப்பாணி கொட்டித் தவழ்ந்து நடைபயின்று
வாசக் குலமடவார் மைந்தருடன்கூடி
ஓசைத்தெருநீள மோடிவிளையாடினராம்

இவ்வாறு செல்கின்றது அந்தப் பாடல். 'நாட்டுத் தமிழ்ப் படுத்தியது' தான் இவர்களுடைய பணி. இந்த அம்மானை மாணிக்க வாசகர் சொல்லுகிற திருவம்மானை அல்ல. இது கதைப்பாடலாக மாறிய அம்மானை. இவ்வாறு அடி நிலை மக்களுடைய அல்லது நாட்டார் நிலை மக்களுடைய பாடல் மரபுகளைப் பயன்படுத்துகிற வழக்கம் கிறிஸ்தவர்களுக்கு மாத்திரமல்ல, இஸ்லாமியர்களுக்கும் இருந்தது. படைப்போர் போன்ற இலக்கியங்களை வாசித்தால் தேசிங்கராஜன் வாசித்தது போல இருக்கும். உரைநடையில் லயிக்க வேண்டுமானால் அந்த வியாகுலப் பிரசங்கத்திலே அவ்வின்பத்தைப் பெறலாம்.

இது மாத்திரமல்ல, தமிழ்நாட்டுச் சூழலில் இவர்கள் தங்கள் தெய்வங்களைக் கண்ட முறைமைகளிலே 'தமிழ்ப் பண்பாடு' அல்லது 'பக்திப் பண்பாடு' ஏதோ ஒரு வகையில் தெரிகின்றது. இந்தப் பண்பாட்டினுடைய கொடுமுடியான வீரமாமுனிவரே தித்தேரியம்மானையில் கண்ணியம் 'தித்தேரி அம்பாள்' என்று கூறுவார். அதாவது கித்தேரி மாதாவைத் தமிழ்மக்களின் தாய்த்தெய்வவழிபாட்டு வழிவரும் 'அம்பாள்' ஆகவே பாடுகிறார். மற்றைய உதாரணங்களை எடுத்துக் கூறுவதற்கு நேரம் போதவில்லை. சைவத் தமிழ்ப் புலவர்கள் 'நான் எவ்வாறு தூயதமிழில் பாடுகிறேன்' என்று சொல்வார்களோ,

அதைப்போல 'பேதுரு புலவர் தூயதமிழால் தெரிந்து ஓர் காவியம் பாட' என்று சொல்லுவார். வீரமாமுனிவர் பல இடங்களிலே செந்தமிழால் செய்யப்பட்டது என்பதனை அழுத்தி, அழுத்திச் சொல்லுவார். இந்தத் தமிழ்ப்படுத்துமைக்கு மிகப் பெரிய உதாரணமாக அல்லது மிகச் சுவாரஸ்யமான உதாரணமாக நான் ஒன்றைச் சொல்ல விரும்புகின்றேன். அது வீரமாமுனிவர் எழுதிய 'ஞான சூத்திரங்கள்' எனும் நூலாகும். இது எங்களுடைய ஆத்திசூடி, கொன்றை வேந்தனை ஒத்தது. 'அறமில்லாக் கல்வி கத்தியில்லா உறை', 'கல்வியும் அறமும் வேதியக் கொழுங்கு', 'தான் தனக்குக் குருவானால் பித்தனுக்குச் சீஷன்' எனவரும் வரிகள் எத்துணை தமிழ்நிலை நின்று உபதேச மொழிகள் கூறப்படுகின்றன என்பது தெரிய வரும். அது மாத்திரமல்ல, மிக முக்கியமானது, வீரமாமுனிவர் திருக்குறளுக்கு எழுதிய உரையாகும். எவ்வாறு பரிமேலழகர், மனக்குடவர், காளிங்கர், பரிதியார் ஆகியோர் எல்லோரும் தங்கள், தங்களுடைய மதச்சார்பிலே நின்று எழுதினார் களோ, அதேபோல வீரமாமுனிவரும், கிறிஸ்தவமதச் சார்பிலே நின்று கொண்டு, குறளுக்கு உரை சொல்லுகிறார். கிறிஸ்தவத்திலே 'ஊழிலே' நம்பிக்கை கிடையாது. ஊழ் என்பதற்கு வீரமாமுனிவர் தரும் விளக்கம் சுவையானது. 'ஊழ் - அதாவது பழைய காலத்தில் செய்த பாவ புண்ணியங்கள் ஒருத்தன் நினையாத சமயத்திலே பலன் கொடுக்க வருவதற்கு ஏதுவான தேவசித்தம்'. கிறிஸ்தவ நிலை நின்றுகொண்டு ஊழுக்கு விளக்கம் கொடுக்கின்ற பாங்கு இங்கு நன்கு புலப்படுகின்றது. இதுபோல 'கொல்லான் புலாலை மறுத்தானு'க்கு என்ற குறளுக்கு அவர் கொடுத்த விளக்கமும் முக்கியமானது. ('ஓர் உயிரைத் தானே கொன்று அதன் புலாலைத் தான் உண்ணல்' பாவம் என்பார்.) முழுத் தமிழ்ப் பாரம்பரியத்தையுமே தங்களுடைய பாரம்பரியமாக்கிக் கொள்ளுகின்ற ஒரு முயற்சியில் வீரமாமுனிவர் இறங்கி விடுகிறார். இது 18ஆம் நூற்றாண்டின் நடுக்கூறுகளில் நடைபெறுகிறது. இதன் பின்னர் படிப்படியாகக் கிறிஸ்தவம் தமிழ்ப் பண்பாட்டுடன் ஒன்றிணைந்து, இன்று அது தமிழ்ப் பண்பாட்டினுடைய ஓர் அங்கமாக விளங்குகின்றது என்பதனைக் கூறி, இந்த வாய்ப்பினைத் தந்த எல்லோருக்கும் நன்றிகூறி முடிக்கின்றேன். நன்றி!

சான்றாதாரக் குறிப்புகள்

1. For more on this see, A. I. Bernard, "Tall and Straight" in *Flames of Greatness, : Triple Jubilee Souvenir*, Catholic Press, Jaffna, 1992, pp. 32-36.
2. காண்க. பேரருட்திரு. வ. தியோகுப்பிள்ளை, இலக்கிய மன்றம்: 'போத்துக்கீசர் காலத்தில் எழுந்த கத்தோலிக்க தமிழ் இலக்கிய நூல்கள்' இத்தலைப்பைத் தாங்கிய தொடர் கட்டுரைகள் தொண்டன், (மட்டக்களப்பு) மாத இதழில் 1972 ஆடி - கார்த்திரை வரையான இதழ்களில் வெளிவந்துள்ளன.

3. See among others, Rahni Kothari, *Rethinking Development, In Search of Humane alternatives*. Ajanta Publications, Delhi, 1990, pp. 191-224 also Sebasti L. Raj, 'Human Rights Movements within Hinduism: The Contributions of the Dravidian Movements" in *Studia Missionalia*, 39 (1990), pp. 321-339 and M. Amaladass. 'Periyar and Liberation in Tamil Nadu' in Paul Puthenangady, ed., *Towards An Indian Theology of Liberation*, ITA, Bangalore, 1986, pp. 184-198.

4. Paul Tillieh, *Theology of Culture*, Oxford University Press, New York, 1959, esp. pp. 24-50

5. See Mircea Eliade, *The Sacred and the Profane: The Nature of Religion*, Harcourt Brace Ltd., New York, 1959, pp. 162-215.

6. இதுபற்றி எனது 'தமிழ் இலக்கியத்தில் மதமும் மானிடமும்' எனும் நூலில் விரிவாக ஆராய்ந்துள்ளேன்.

7. கு. எரோனிமுசு, 'தமிழில் பொது விவிலியம் சில சிக்கல்களும் சிறப்புக்களும்' - மறையருவி ஜூலை - செப். 1992, பக். 104-121.

8. See S. Rajamanickam, S. J., *The First Oriental Scholar*, De Nobili Research Institute, Madras, 1972, pp. 174-179.

9. காண்க. கா. சிவத்தம்பி 'தமிழ் இலக்கியத்தில் மதமும் மானிடமும்', தமிழ்ப் புத்தகாலயம், சென்னை - 1983, பக். 38-39.

10. See among others S.G. Perera, *Historical Sketches*, Catholic Book Depot, Colombo, 1962, pp. 13-25 and Francois Houtart, *Religion and Ideology in Sri Lanka*, TPI, Bangalore, 1974, pp. 101-135.

11. See Hans Kung, *Structures of the Church, Burns and Oates*, London, 1963, pp. 95-154.

12. இக்கட்டுரையினைத் தொடர்ந்து தரப்பட்டுள்ள ஆயர் அவர்களின் உரையில் 'புலச்சந்தோர்' என்ற சொல்லினுடைய பிறப்பிடம் பற்றிக் குறிப்பிடப்பட்டுள்ளது.

13. See F. Houtare, Religion and Ideology ... *op.cit.*, pp. 124-129.

14. See s. Rajamanickam, *The First Oriental Scholar*... op.cit., pp. 120-157.

15. See S. Gnana Pragasar, *A History of the Catholic Church in Ceylon*, catholic Press, Colombo, 1921, pp. 39-46.

16. காண்க. யாக்கோமே கொன்சால்வஸ், வியாகுலப் பிரசங்கம்.

13
பண்பாட்டின் அரசியல்

தமிழ்நாடு முற்போக்கு எழுத்தாளர் சங்கத்தின் இக்கூட்டத்தில் பேச வாய்ப்பளித்தமைக்கு நன்றி கூறுகிறேன். நண்பர் பாலாஜி, பிரளயன், சிவக்குமார் ஆகியோரிடம் பேசிக் கொண்டிருக்கும் பொழுது இந்த விஷயம் பற்றிப் பேசலாம் என்று கூறினார்கள். இந்த விஷயம் பற்றி மிக நுணுக்கமாக என்னால் இப்போதைக்குக் கூற முடியாவிட்டாலும் விவாதம் நடத்தலாம் என்று கூறினேன். என்னுடைய உடல்நிலை சரியில்லாத காரணத்தால் உட்கார்ந்து பேச உங்கள் அனுமதி கோருகின்றேன்.

பண்பாட்டின் அரசியல் என்பது இன்று ஒரு முக்கியமான விஷயமாக இருக்கிறது. Politics ஏன் முக்கியமானது என்பதை நாம் அடிமனதில் எப்பொழுதும் வைத்துக்கொள்ள வேண்டும். நாம் சமூகமாற்றம், புரட்சி போன்ற விஷயங்களைப்பற்றிப் பேசினாலும், அவைகள் முற்றிலும் சமூக பொருளாதாரக் காரணிகளால் தோற்று விக்கப்பட்டு அவற்றின் காரணமாக முழுமை எய்துகின்றன என்றாலும் கூட அந்த மாற்றத்தைச் செய்வதற்கு அரசியல் முக்கியமாகிறது. ஏனென்றால் அரசியல் என்பது அதிகாரம் சம்பந்தப்பட்டது. அதிகாரம் இல்லையென்றால் மாற்றம் நிகழாது. அந்த அதிகாரத்தின் தன்மை மாற்றத்தின் தன்மையை தீர்மானிக்கும். இதை நாம் சோசலிச நாடுகளின் வரலாற்றிலிருந்து கண்டு கொண்டோம் என்று கூடச் சொல்லலாம். எனவே, அரசியல் என்பதை நாம் அடித்தளமான ஆதார சுருதியான ஒரு விஷயமாகக் கருத வேண்டும்.

அரசியல் என்பதை நாம் இரண்டு தளங்களில் விளங்கிக் கொள்ள வேண்டும். அரசியல் என்று நாம் சாதாரணமாகச் சொல்வதொன்று. மற்றொன்று அதிகாரத்தை நியாயப்படுத்துவது Legitimisation of Power என்பது. ஆகவே அரசியல் முக்கியமானது.

பண்பாடு என்பது மிக சுவாரஸ்யமான விஷயம். நம்முடைய கடந்தகால, நாம் படித்த காலத்து வரலாற்று நூல்களைப் பார்த்தால், அவர்கள் அரசியல், பொருளாதாரம், சமூகம், வெகுஜன கலாசாரம், பண்பாடு என்று தனித்தனியான நூல்களாகப் போட்டு வைத்திருப்பார்கள். நீலகண்ட சாஸ்திரிகள் புத்தகத்தையோ அல்லது வேறு யாருடைய

புத்தகத்தையோ பார்த்தால், நாம் படித்தகாலத்தில் அப்படித்தான் இருக்கும். ஆனால் இன்று அப்படியான நோக்கு பொருத்தமில்லை என்று வரலாற்று ஆசிரியர்களால் கைவிடப்பட்டுவிட்டது. இப்பொழுது, குறிப்பாக கடந்த 30 வருடங்களாக, அறுபதுகளிலிருந்து அல்லது ஐம்பதுகளிலிருந்து அல்லது 2ஆம் உலக யுத்தத்திற்குப் பின்னர் நிச்சயமாகக் காணமுடியாது.

இந்தப் பண்பாட்டினை சமூக விஞ்ஞானத் துறையில் பகுப்பாய்வு செய்வதற்கான ஒரு Focal Point ஆக ஒரு குவிமையமாக, பண்பாட்டை கொள்ளுகிற ஒரு புலமை முறை ஒரு Intellectual Trend இப்போது வளர்ந்து, அது கடந்த ஐந்நூறு வருடங்களில் மிக முக்கியமான இரண்டு சிந்தனை மரபுகளையே தோற்றுவித்திருக்கிறது. Cultural Studies உகாட் காலத்திலிருந்து வருகிறது. இப்பொழுது அதற்கு முழுப்பரிமாணம் கிடைத்திருக்கிறது. சிங்கின்ஸ் போன்றவர்கள் சொல்லுகின்ற Cultural Materialism. நான் அவற்றுக்குள் செல்லவில்லை. பண்பாட்டை Focal Point ஆக, குவிமுனையாகக் கொண்டு பார்க்கிற, விஷயங்கள். தனித்தனியே அரசியல், பொருளாதாரம், கலைத்துறை, ஆர்ட் நடவடிக்கைகள் என்று பார்க்காமல் இந்த Cultural முழுவதையும் புரிந்து கொண்டு பார்ப்பதற்கு ஒரு தேவையொன்று இருந்து வருகிறது. சமூகத்தைப் புரிந்து கொள்வதற்கு, சமூக அரங்கியலை, Social Movements ஐ, Social Science ஐ புரிந்து கொள்வதற்கு, இந்த Cultural ஐ ஒரு Focal Point ஆகக் கொள்கின்ற ஒரு புலமை நெறி, ஒரு Intellectual Trend இப்பொழுது காணப்படுகிறது.

இதற்குக் காரணம் என்னவென்றால், இந்தப் பண்பாட்டினுள் தான் இரண்டு முக்கியமான விஷயங்கள் மூன்று என்று கூட சொல்லலாம்; நான் இரண்டை மட்டும் குறிப்பிட விரும்புகிறேன். வெளிப்படுகின்றன ஒன்று, இந்த சமூக ஓட்டத்தினுடைய, அதாவது இந்த மனிதனுடைய ஒருமித்த குழுமநிலை, அந்த வாழ்க்கை ஓட்டத்தினுடைய, Group Societyயினுடைய மாற்றம் சமூக ஊடாட்டத்தினை (Social Interactions) தீர்மானிப்பது இந்தப் பண்பாடு என்ற தளத்திலேதான் நிகழ்கின்றன. உற்பத்தி உறவுகளின் சமூக உறவுகூட பண்பாடு என்கின்ற பாவு ஊடாகத்தான் இடம்பெறுகிறது. இந்த நடைமுறையில், குழும நிலையான நடவடிக்கைகள் புறப்பாக்க மனிதர்கள் React பண்ணுவதும், அதே நேரத்தில் தனிமனிதர்களாக (Individuals React) பண்ணுவதும், ஆக இரண்டு Reactions இருக்கிறது. இந்த Reactions சேர்ந்தது தான் பண்பாடு.

பண்பாடு என்றால் என்ன? என்று இந்த நேரத்தில் கூற வேண்டும். பண்பாடு என்பது நமது வாழ்க்கை முறையில் ஒட்டு மொத்தமான

ஒருமித்த நிலையை, மிகமிக சாதாரண விஷயங்களிலிருந்து, மிக உயர்ந்தது என்று சொல்கின்ற விஷயங்கள் வரையிலான எல்லா வற்றையும் ஒருங்கு தரித்தவை. சமையல் நேரத்தில் சோறாக்கி, கறியை இரண்டாவது ஆக்குவது என்பதில் கூட Cultural இருக்கிறது. ஏன் கறியை முதலில் ஆக்கி, பிறகு சோற்றை ஆக்குவதில்லை. நாம் அப்படி ஏன் செய்வதில்லை. அதில் கூட பண்பாட்டின் பாரம்பரியம் என்பது (Cultural Tradition) வருகிறது. பண்பாட்டின் பாரம்பரியம் என்பது மிகச் சாதாரணமானது. அதைப்பார்த்தால் ஒரு நாட்டின் உணவு, மரபு, சூழலின் (environment) தன்மைகள் இவைகளெல்லாம் சின்ன விஷயம். பௌதீக வாழ்க்கையில் ஒவ்வொரு அம்சங்கள். நம்பிக்கைகள் அவைகளின் பெறுமானங்கள் (Values) யாவற்றினதும் ஊடாட்டம் தான் பண்பாடு.

ஒருவரேகூட சிலவேளை இரண்டு மூன்று பண்பாட்டில் இருக்கலாம். அல்லது இரண்டு மூன்று பண்பாடு சேர்ந்து இருக்கலாம். இவ்விஷயத்தை நாம் பிறகு பார்க்கலாம். பண்பாடு என்பதை நாம் சரியாகப் புரிந்துகொள்ள வேண்டும். இது வாழ்க்கையிலிருந்து அப்பாற்பட்டதல்ல. ஒன்றுக்கொன்று முரணானதாகவும் இருக்கலாம். சுவாரஸ்யமான உதாரணங்கள் எல்லாம் இருக்கிறது. இப்பொழுது, ஒரு பகுத்தறிவு சார்ந்த கொள்கைகளை உடையவரை எடுத்துக் கொண்டால், பெரும்பாலும் நாம் கேள்விப்பட்டிருக்கிறோம். எனது மனைவிக்கு தெய்வ நம்பிக்கையுண்டு. நான் அதிலெல்லாம் தலையிடுவதில்லையென்று கூறுவார். இது Interplay of Culture. இந்த வாழ்க்கையின் அர்த்தம் இந்த Interplayயில்தான் வருகிறது. தனியே விலகி இல்லை. Culture என்பது தனியே எடுத்துப் பார்ப்பதல்ல. இது Music academyயில் உள்ள பாட்டோ அல்லது கரிசல் கிருஷ்ணசாமியின் பாட்டோபோல் தனியாக எடுத்து பார்க்க முடியாது. முழு Interaction சேர்ந்தது தான் Culture.

நாம் வேஷ்டி கட்டும்போது எப்படி உணர்கின்றோம். சட்டை போடும்போது எப்படி உணர்கின்றோம். இவைகள் எல்லாமே Culture தான். இந்த Culture எதுக்குள் Operate பண்ணுகிறது என்றால் Idealogy என்று சொல்லப்படுகிற கருத்து நிலையில் தான் Culture முக்கியத்துவமடைகிறது. இந்த Cultureக்கும் Idealogyக்கும் எப்பொழுதும் தொடர்புண்டு. நம்முடைய Culture நம்முடைய Idealogy ஐ தீர்மானிக்கும் நம்முடைய Ideology ஏதோ ஒரு Culture ல் இருந்துதான் வரும். இது ஒன்றினுடைய Culture ஆக இருக்கலாம் அல்லது இரண்டு மூன்றினுடைய சேர்க்கையாக இருக்கலாம்.

பண்பாட்டின் அரசியலை (Politics of Culture) ஐ புரிந்து கொள்ள வேண்டுமென்றால் முதலில் Idealogy என்றால் என்ன என்று புரிந்து கொள்ள வேண்டும். Idealogy சம்பந்தமாக பல கருத்துக்கள் உண்டு. மார்க்ஸ் ஒரு கருத்தைக் கூறுவார். அவர் Forced Consciousness என்று சொல்லுவார். அதாவது, சமூக வாழ்க்கையிலுள்ள, சமூக வாழ்க்கை யோடு இணைந்து போவதற்கு வேண்டிய சில உணர்வுகளைத் தருவது போன்று பலவற்றைப் பேசியிருக்கிறார். அவற்றை உள்வாங்கி Idealogy பற்றிய மிக நுட்பமான விளக்கங்கள் வந்துள்ளன. விளக்கங்களின் ஊடாக பிரதானமாக மார்க்சிய சிந்தனையாளர்கள் நம்புவது என்னவென்றால், Idealogy என்பது, அதாவது நாம் உலகத்தை விளங்கிக் கொள்வதற்கு, உலகத்தின் நடவடிக்கைகளில் சில அர்த்தங்களைக் கண்டுகொள்வதற்கு உதவுகின்ற ஒரு விஷயம். அல்லது கட்டமைப்பாய் இருக்கின்ற பிரமாணங்கள், கருத்துக்கள், நிறுவனங்கள் இவை யாவும் சேர்ந்தது தான் Idealogy. இந்த Idealogy ஐ வைத்துக் கொண்டு தான் நாம் உலகத்தை விளங்கிக் கொள்ள முடியும். இந்த Idealogy என்பது தான் Culture ன் புறவேறு. இந்த Culture க்குள்ளே தான், அதாவது Idealogy மூலம் உலகத்தை அர்த்தப்படுத்திக் கொள்கிறோம். இது மிகவும் முக்கியமானது. இதற்குள்தான் நம்முடைய நம்பிக்கைகள் இருக்கின்றன, நம்முடைய நிறுவனங்கள் அமைந்துள்ளன. பெறுமானங்கள் அமைந்துள்ளன. எல்லாமே இருக்கின்றன. இதை நாம் நன்றாகப் புரிந்து கொள்ள வேண்டும்.

நாம் சாதாரணமாகப் பேசுகிற போதே Idealogy வேறு மாதிரி என்று சொன்னாலே, நாம் ஒரு விஷயத்தைப் பார்த்து விளங்கிக் கொள்வது போல் மற்றவர் பார்ப்பது இல்லை. காரணம் என்ன? அவருடைய நம்பிக்கைகள் மாறுபடுகின்றன. Idealogy என்பது உலக நோக்கோடு சம்பந்தப்பட்டது (world view). ஒரே நேரத்தில் ஒரு சமூகத்தில் ஒரு Idealogy தான் இருக்கும் என்பது இல்லை. ஒரு Frame workற்குள் இரண்டு, மூன்று Idealogy இருக்கலாம். அப்படி இருந்திருக்கிறது. அப்படியானால் Idealogy என்பது அதனை முனைப்புப்படுத்துவதுதான் பண்பாட்டின் தன்மை. இதனால் இந்தப் பண்பாட்டைபற்றி பேசுகிறபோது அந்த நடைமுறைகள் யாவற்றையும் ஒருங்கு திரட்டிப் பார்க்க வேண்டும். நாம் சொல்லுவோம் நம்முடைய theatrical culture, நம்முடைய Political culture, நம்முடைய Religious culture, என்ற சொற்களைப் பயன்படுத்துவோம். நடைமுறைகள் யாவற்றையும் அர்த்தப்படுகின்ற விடயங்கள், பெறுமானங்கள் யாவற்றின் தொகுதி தான் இந்த Idealogy.

Culture ஏன் முக்கியமாகிறது என்று சொன்னால், அந்த Cultureக்குள் தான் Idealogy ஏதோ வகையில் இருக்கிறது. அதிலிருந்து பிரிந்து போக முடியாது. இதைப் பார்க்கிறபோது தான் பண்பாடு என்பதனை நம்முடைய வாழ்க்கை முழுவதினதும் ஒட்டுமொத்தமான ஒரு முழுமையாகக் கொள்ள வேண்டும். ஏனென்றால் நாம் அவ்வாறு முழுமையாகப் பார்க்கின்ற தன்மையை சிலவேளைகளில் எளிமைப் படுத்தப்பட்ட மார்க்ஸிய நோக்குகளால் தவற விட்டு விட்டோம் என்பதை இப்போது வன்மையாக சொல்லப்படுகிறது. குறிப்பாக குறுகிக் கூறல் (Reductionism) மற்றும் தனிப் பொருளாதாரக் காரணத்தை மாத்திரம் கூறுவது. ஆனால் பொருளாதாரக் காரணங்களும் வேலை செய்கிறது. இந்தியாவின் ஆரம்பகால இடதுசாரி வரலாற்றின் அடியாகச் சென்றால் நம்முடைய பலம் மிக அதிகமாக இருந்திருத்தல் வேண்டும். அப்படியில்லாமல் போக காரணமென்ன? Theoretical ஆக பல விஷயங்கள் அதில் உள்ளன.

Culture என்பதை ஒட்டு மொத்தமாக எடுத்துப் பார்க்க வேண்டும். ஏனென்றால், Base, Super Structure என்று சொல்கிற theory உள்ளது. அதன்படி Base, Super Structure ஐ தீர்மானிக்கிறது என்று எடுத்துக் கொள்கிறோமே தவிர இந்த Super Structure Base ஐ தாங்கும் என்பதற்கு நாம் அழுத்தம் கொடுப்பதில்லை. இதை architectural theory என்று கூறுவார்கள். சில வேளைகளில் விழுதுகள் கூட ஆலமரத்தைத் தாங்கும். சில வேளைகளில், சில Ideas கூட கிராமப் புறத்தில் இருந்து வந்து அந்த அமைப்பு முறையே போய் சென்னையில் ஒரு சேரியில் வசிக்கிறபோதுகூட கிராமப்புற நினைவுகள், கிராமப்புற சாதிக் கொடுமைகள் இவையெல்லாம் இந்த சேரியில் நிற்கும். ஏன்? இந்த பொருளாதாரத்தில் நிற்பதற்கு நியாயமில்லை. ஆனால் அது நிற்கிறது. இதை தவறு என்று கூற முடியாது. இரண்டும் React பண்ணும் என்பதை மறந்து விடக் கூடாது. எல்லாக் கஷ்டங்கள் இருந்தாலும் பரவாயில்லை, எதிர்காலம் நன்றாக வரும் என்ற நம்பிக்கை உண்டு. எனவே, Baseக்கும் Super structureக்கும் இடையே ஒரு ஊடாட்டம் இருக்கும். Baseம், Super structureம் சேர்ந்தது தான் Culture தனியே Super structure என்று கூறாமல், முழுவதையும் சேர்த்துதான் பார்க்க வேண்டும்.

Social Relations of Production - முழுவதையும் சேர்த்துப் பார்க்கிறோம் அப்படிப் பார்க்கும் போதுதான் சமயத்தை, பொருளாதாரத்தை, அரசியலை எல்லாவற்றையும் ஒன்றாகப் பார்க்க வேண்டும். தனியாக அரசியலை, தனியாக பொருளாதாரத்தை, தனியாக மதத்தைப் பார்க்காமல், இவைகள் எப்படி ஒன்றுக்குள் ஒன்று ஊடாடிப்போய்

இருக்கிறது என்பதையும் பார்க்க வேண்டும். The Politics of Religion, the Economics of Politics என்று, இந்த economics of Politics அதாவது அரசியலின் பொருளியல் அம்சங்கள் சிலது இருக்கிறது தான்; ஒருவர் ஏன் அரசியல் வாதியாய் இருக்கிறார்? அதனால் அவருக்கு பலன் என்ன? இவைகள் economics of Politics, ஒன்றுக்குள் ஒன்று ஊடாடிக் கிடக்கிறது. Cultural studies என்பது இந்த Interactions எல்லாவற்றையும், சேர்த்துப் பார்க்க வேண்டும். இந்த விஷயம் சம்பந்தமாக மார்க்ஸியம், Culture உடன்தான் இருக்கிறது என்பதை அழுத்திச் சொல்ல விரும்புகிறேன். அதாவது பல்வேறு வரலாற்றுச் சூழல்களில், பல்வேறு இயங்கியல் வரலாற்றில் வாழ்ந்த அறிஞர்கள், வாழ்ந்த சிந்தனையாளர்கள் இந்த விடயங்களைப் பற்றி சிந்தித்திருக்கிறார்கள்.

இவ்வாறு சிந்தித்தவர்களில் முக்கியமானவர், இந்தியா, இலங்கை போன்ற நாடுகளுக்கு இன்னும் நுணுக்கமாக ஆராயப்பட வேண்டியவர் இந்த கிராம்ஷி என்று சொல்லப்படுகின்ற அண்டானியோ கிராம்ஷி என்பவர் தான். அவர் இரண்டு விஷயங்களைச் சொன்னார்: ஒன்று, ஒவ்வொரு சமூகத்திலும் அதனுடைய இயக்க பண்பாட்டு அல்லது பண்பாட்டு இயக்கத்தில் மேலாண்மை செலுத்துகிற சில கருத்துக்கள் உண்டு. இந்தக் கருத்துக்களின் மேலாதிக்கம் தொடர்ந்து பேணப்படுவதால் அந்த அமைப்புகள் பேணப்படுகின்றன. அதில் பிரதானமாக கல்வி முறையை எடுத்துக் கொள்ளலாம். கல்வி முறை, அரசாங்க நிறுவனங்கள் மூலம், பாடசாலைகள் மூலம், பல்வேறு நிறுவன அமைப்புகள் மூலம் ஒரு குறிப்பிட்ட உலக நோக்கை, குறிப்பிட்ட Idealogy ஐ கருத்து நிலையை நிரந்தரப்படுத்துகிறது. கல்வி என்றால் இப்படித்தான் இருக்கும், ஒருவர் படிக்க வேண்டிய விஷயங்கள் இதுதான்; படிக்கின்ற முறையும் இது தான் என்று வரையறுக்கப்படுகிறது. ஒரு சிறு உதாரணம் கூறலாம். Physics, Chemistry, Zoology படிக்கின்ற முறையெல்லாம் மாறியிருக்கிறது. ஆனால் தமிழ்க் கல்வி மாறவில்லை. தமிழ் Language teaching மாறிவிட்டதா? என்றால் இல்லை ஏன்? ஏனென்றால் இது Idealogy யுடன் சம்பந்தப்பட்ட விஷயம்.

அதில் மாற்றம் வரக் கூடாது. வந்தால் தமிழுக்கு ஏதாவது நிகழ்ந்து விடும். ஆனால் தமிழ் மாறிக் கொண்டிருக்கிறது. நேற்று கூட ஒரு மாணவி, வினைச்சொல் எப்படி வரும், பெயர்ச்சொல் எப்படி வரும், சோழர் காலத்தில் வினைச்சொல் எப்படி வந்தது, விஜயநகர காலத்தில் எப்படி வந்தது என்று கேட்டாள். ஏனென்றால் தேர்வுக்கு அதுதான் வருகிறது. இது வெறும் இலக்கணமும், வினைச்சொல்லும் சம்பந்தப்பட்ட விஷயமில்லை. ஏனென்றால் இது Idealogy Civil Society பற்றி ஒரு Idealogy வைத்திருக்கிறார். Political பற்றி வாழ்க்கை

நடத்துகிற Civil society பற்றி அதில் உள்ள நியமங்கள் யாவை? அதில் குடும்பம் எவ்வாறு பேணப்படுகிறது. அதில் மதம் எவ்வாறு நோக்கப் படுகிறது. நேரடியான பிரச்சினை இது. ஏன் இத்தாலியில் தொழிலாளர்கள் பலமாக இருந்தும், கம்யூனிஸ்ட் கட்சி ஆட்சியை அமைக்க முடியவில்லை. அல்லது ஏன் அவ்வளவு பலமாக இருக்க முடிய வில்லை. இதைப் பற்றிய ஆய்வுகளுக்குப் போய் தான் தனது 17 வருட சிறை வாழ்க்கையில் இந்த விஷயங்களைக் கண்டுபிடித்தார்.

Civil society என்ற கோட்பாட்டில் உள்ள Culture என்ன? அதில் எது dominant ஆக, Hegemonic ஆக உள்ளது என்கின்ற விஷயம் பற்றி ஆராய்ச்சி செய்தார். துரதிஷ்டவசமாக சோஷலிசத்தை நடைமுறைப் படுத்திய நாடுகளில் இந்த மாதிரி விஷயங்களில் ஊடாட்டங்கள் இல்லாமல் போனதின் காரணம் அதன் வீழ்ச்சிக்கு இட்டுச்சென்றது. சோஷலிசத்தின் வீழ்ச்சிக்கு புறசக்திகளுடன் அகசக்திகளும் இருந் திருக்கிறது. Glasnost சம்பந்தமாக புறத் தலையீடு நிச்சயமாக இருந்திருக்க வேண்டுமென்பதை நாம் மறுக்க முடியாவிட்டாலும் கூட, அதே நேரத்தில் சோஷலிசத்தில் ஏற்பட்ட பிரச்சினைகள் எல்லாம் உள்ளுக்குள் இருந்துதான் வந்தது. இது பற்றிய பார்வைகள் அவசியம் அதனைத் தொடர்ந்து வந்த, ஸ்டாலின் சம்பந்தமான பிரச்சினைகள் ஏற்பட்ட பின்னர், அதனைத் தொடர்ந்துவந்த சிந்தனையாளர் குழு (Frankfurt school என்று சொல்லப்படுகின்ற சிந்தனையாளர் குழு) மார்க்ஸிய நிலையிலிருந்து கூறுவதாக சொல்லிக் கொண்டு, தங்களையே மார்க்ஸாகக் கருதிக் கொண்டனர். குழும நிலையிலும், தனி நிலையிலும் விவாதம் நடைபெறுகிறது என்பதை ஆராயப் புகுந்தனர். அவர்கள் எல்லாருடைய முடிவுகளும் ஒரே மாதிரி இருக்க வேண்டுமென்பதில்லை. Critical school என்று சொல்லுவார்கள். Critical Philosophy என்று சொல்லுவார்கள். நாம் அனைத்தையும் ஏற்றுக்கொள்ள வேண்டுமென்பதில்லை. ஆனால் இதைப் பற்றிய சிந்தனை மரபு ஒன்று இருந்து வந்திருக்கிறது. உளவியலையும், மார்க்சியத்தையும் சேர்த்துப் பார்க்கிறோம். அதற்கு ஒரு தன்மை உண்டு. I don't know that. இன்றைக்கும் லக்கான் போன்றவர்கள் Psycho analysis என்று கூறுவார்கள். French சிந்தனையாளர்களிலும் பலர் உண்டு. அவர்களில் லூஷியன் ஷெவே. அவர் man and maxism என்கின்ற அற்புதமான நூலை எழுதியிருக்கிறார். அது 10 அல்லது 20 வருடங்களுக்குள்தான் ஆங்கிலத்தில் மொழி பெயர்க்கப்பட்டது. இந்த மாதிரியான சிந்தனை மரபுகளெல்லாம் வரத்துவங்குகிறபோதுதான் நாம் சொல்கிற Culture முக்கியமாகிறது. அதன் பின்னர் சமூக உருவாக்கம் என்ற கொள்கை என்பது வருகிற போது நமக்குத் தரப்பட்ட எளிமைப் படுத்தப்பட்டதே, மார்க்ஸியம் ஆகும். இது மார்க்ஸ் எழுதியதல்ல.

நாம் புரிந்து கொண்டது, இரண்டு வர்க்கங்கள் அல்லது மூன்று வர்க்கங்கள். ஒரு வர்க்கத்தின் மேல் இப்படியாக இன்னொரு வர்க்கம். ஒரு உற்பத்தி முறையிலிருந்து இன்னொரு உற்பத்தி முறை என்று ஒரு படிமுறையான வளர்ச்சி என்று வைத்துக் கொண்டோமல்லவா. வரலாற்றுச் சூழலில் சமூகங்களின் அமைப்பைப் பார்க்கின்றபோது ஒரே நேரத்தில் பல பொருளாதார முறைமைகள் இருப்பதும், அவற்றில் ஒன்று மேலோங்கி இருப்பதும், நாம் காணக்கூடியதாக இருக்கிறது. குறிப்பாக மூன்றாம் உலக நாடுகளில் சிறப்பாகக் காண்கிறோம்.

தமிழகத்தில் ஒரு கிராமத்தில் உள்ள நிலச் சொந்தக்காரரை உதாரணத்திற்கு எடுத்துக் கொள்வோம். அவரது மகன் விவசாயம் செய்கிறார். அவரை நம்பி விவசாயக் கூலிகள் உள்ளனர். மகன் டாக்டர். அமெரிக்காவிலிருந்து பணம் அனுப்புகிறார். வேறொரு மகள் டீச்சராக இருக்கிறார். இன்னொரு மகன் இஞ்சினியர். இவருடைய பணமும் வருகிறது. இந்தப் பணத்தை வைத்து இவர்களை படிப்பித்தார். இதை தனி Fedal என்று சொல்ல முடியுமா? இதில் இரண்டு மூன்று உறவுகள் வருகிறது. ஆனால் ஒன்று மேலோங்கி இருக்கிற சூழ்நிலையில் கிராமத்தில் இருக்கிற சூழ்நிலையில் Fedal element நிச்சயமாக dominate செய்யும். அதில் ஒரு system தான் இருக்கிறதா என்றால் இல்லை. இரண்டு மூன்று Production Relation வருகிறது. இது மேலோட்டமாக சொல்லப்பட்டதே தவிர, உதாரணத்தில் பிழை இருக்கலாமே தவிர அதன் அடிப்படையில் புரிந்துகொள்ள வேண்டும். சமூக பொருளாதார உருவாக்கம் (Social Economic formation) என்ற கோட்பாடு எதை உருவாக்க வேண்டும் என்று சொன்னால், பல்வேறு முறைமைகள் இருந்தாலும் கூட ஒன்று dominant ஆக இருக்கும். இந்த dominant ஆனது சில உறவுகளைத் தீர்மானிக்கும். இப்பவும் தமிழகத்தில் இது உள்ளது. அதன் பின்னர் தான் Levels of Production பற்றி பார்க்க வேண்டியதிருந்தது. ஒரு கோவில் பூசகருடைய மகன் இஞ்சினியர் ஆனாலும் அவர் பூசகர் தொழிலை தொடர்கிறார். இந்த system ஐ எவ்வாறு நாம் describe பண்ண முடியும். vertical ஆக இல்லாமல் Horizontal ஆக பார்க்க வேண்டியதிருக்கிறது. இதில் Levelகளைத் தான் பார்க்க வேண்டியதிருக்கிறது.

அதன் பிறகு Structuralism, Post structuralism தோன்றுவதற்கான காரணங்களுக்குள் நாம் செல்ல வேண்டியதில்லை. ஆக சில சிந்தனை மரபுகள் உண்மைகளை எடுத்துக்காட்டுவதாக அமைந்துள்ளது. அவற்றில் இரண்டை கூறவிழைகிறேன். ஏனென்றால் இவை இரண்டும் மார்க்சியத்திற்கு எதிரானவை. இதை வைத்துக் கொண்டுதான் மார்க்சியத்தை முறியடிப்போம் என்று சொல்லப்படுகிறது.

சமூகத்தினுடைய இயக்கம் அதனுடைய அதிகார மையங்களில் தங்கியுள்ளது என்று கூறுகிறார்கள். பண்பாட்டைப் பற்றி பேசுகிற போது இது முக்கியம். யாருடைய பண்பாட்டைப் பற்றி பேசுகிறோம் என்பதும் முக்கியமானது. மற்றது கட்டவிழ்ப்பு வாதம் deconstruction என்று சொல்வது. கட்டவிழ்ப்பு வாதம் என்பது உண்மையாகவே கட்டை உடைப்பதில்லை. கட்டு அவிழ்ப்பு; ஒரு மாதிரி construct பண்ணப்பட்டிருக்கிறது. அப்படி உடைத்துப் பார்க்கிற போது அது எவ்வாறு முந்தி அமைந்திருக்கிறது என்று தெரிய வரும். அதில் உள்ள பிரச்சினை என்னவென்றால் கட்டவிழ்ப்பைப் பார்த்துவிட்டு விட்டுவிட வேண்டும். அதைப் பார்த்து விட்டு அதில் உள்ள பிழை வராமல் புதிய கட்டமைப்பைப் பார்த்துக்கொள்ள வேண்டும். மூன்றாம் உலக நாடுகளுக்கு இந்தியா, இலங்கை போன்ற நாடுகளுக்கு மிக முக்கியம். ஏனென்றால் அந்த system மிகவும் அடிப்படையானது. பகுத்தாயும் போது ஓரிடத்தில் கிடைக்கும் பிடிமானத்தை பிடித்துக் கொண்டு போனால் அந்த அமைப்பு பற்றி முழுமையும் விளங்கும். இவை எல்லாம் பண்பாட்டை விளங்கிக் கொள்வதற்கு பயன்படுத்தப் படுகின்ற சில.

இதுவரையில் கூறியது என்னவென்றால், பண்பாட்டியல் எவ்வாறு முக்கியமாகிறது என்பதும் அது எவ்வாறு குவிமையப் படுத்தப்படுகிறது என்பதும், அண்மைக் காலத்து சிந்தனை வளர்ச்சி களெல்லாம் முழுமையான சமூக ஆய்வுக்கு பண்பாட்டை மையமாகக் கொள்ள வேண்டியதைக் காட்டுகின்றன என்ற விஷயத்தை சொல்வதற்காகச் சொன்னேன்.

இதற்குமேல் தமிழ்ப் பண்பாட்டை பார்த்தோமென்று சொன்னால் அது ஒரு சுவாரஸ்யமான விஷயம். 1929ஆம் ஆண்டு வையாபுரிப்பிள்ளை Lexican னில் கூட பண்பாடு என்ற சொல் இல்லை. முதலில் பண்பாடு பற்றிய பிரக்ஞை தேவைப்படுகிறது. நாம் ஒரு பண்பாட்டில் வாழுவது வாழ்வதுதான். ஆனால் நாம் இந்தப் பண்பாட்டில் வாழ்கிறோம் என்ற பிரக்ஞை முதலில் தேவைப்படுகிறது. நான் எப்பொழுது தமிழன் என்று feel பண்ணுகிறேன். தமிழ்ப் பண்பாடு என்ற consciousness எப்பொழுது வரும்? தமிழில் இதற்கு என்ன கருத்தைக் கொடுப்பது? தமிழ் நாட்டில் தமிழன் என்பதற்கு ஒரு கருத்து இருக்கிறது. இன்னொரு நாட்டில் இன்னொரு கருத்து இருக்கிறது. தமிழ்ப்பண்பாடு என்று சொன்னால் தமிழ் பேசுகிற எல்லாருடைய பண்பாடும் அதில் வராது. அண்மைக் காலத்தில் தமிழ்ப் பண்பாடு என்று கொள்வன வற்றினுடைய அரசியல் பின்னணி என்ன?

திராவிட இயக்கத்தின் வரலாறு என்று எடுத்துக் கொண்டால் அது பண்பாட்டை அரசியல் மயப்படுத்திய ஒரு வரலாறு என்று கொள்ளலாம். "தமிழ்ப் பண்பாடு ஒன்று உண்டு; அது பிராமண பண்பாட்டிற்கு எதிரானது; தென்னிந்தியாவிற்கு ஒரு பண்பாடு உண்டு, அது மதங்களிலிருந்து விடுபட்டது. அது ஒரு Secular ஆன culture. இப்படிக் கூறுவதை நியாயப்படுத்த சமஸ்கிருத தன்மைகள் இல்லாத காலத்துக்கு எவ்வளவு பின்னுக்குப் போக முடியுமோ அவ்வளவு பின்னுக்குப் போவது. அப்படியானால் சிலப்பதிகாரமும் சங்ககாலமும் முக்கியமாகிறது. சிலப்பதிகாரத்திலும், திருக்குறளிலும் வேறு சில கருத்துக்கள் இருக்கின்றது என்று யாராவது சொன்னால் இல்லை யில்லை, தனித்தமிழ் கருத்துக்கள் என்று வாதிடுவது" இப்படியான Politicization of culture. தொல்காப்பியத்தில் எல்லா தமிழ்ச் சொற்களையும் முன்னுக்குக் கொண்டு வந்தது. இதெல்லாம் Creation of Tamil culture. ஆனால் உண்மையிலேயே தமிழ் கலாசாரம் இதுதானா? இப்படியாக culture ஐ உண்டாக்கும் போக்கு official ஆக வளர்ந்து கொண்டே போகிறது. இப்படி official ஆக சொல்லப்பட்ட cultureக்குள் வராமல் கடந்த 25 ஆண்டுகளாக வேறு சில விஷயங்களும் முன்னுக்கு வந்திருக்கிறது. இதற்கு மற்றதாக என்ன வந்திருக்கிறது. கருமாரியம்மன் வந்திருக்கிறது. ஐயப்பன் விளக்கம் வந்திருக்கிறது. How do you explain that. முருகன் வணக்கமும், மாரியம்மன் வணக்கமும் இந்தக் கால கட்டத்தில் மேலே வந்திருக்கிறது. மருவத்தூர் வந்திருக்கிறது. இதைப் பிரித்துப் பார்ப்பதில் உள்ள சிக்கலைச் சொல்கிறேன். ஏதோ ஒரு வகையில் தமிழ் சிறப்பிடத்தின் 50களுக்கு பிந்தைய வரலாறு தமிழ்ப் பண்பாட்டை அரசியல்படுத்திய வரலாறு என்று மிகச் சுருக்கமாகச் சொல்லலாம்.

'தமிழ்க் கலாச்சாரத்தில்' இரண்டு அம்சம் உள்ளது. ஒன்று சிலது தமிழ்ப் பண்பாடு இல்லையென்று சொல்வது. மற்றது இதுதான் தமிழ்ப் பண்பாடு என்று சொல்வது. தனித்தமிழ் இயக்கத்திலும், இரண்டு வகை உள்ளது. தனித்தமிழ் இயக்கம் இதுதான் தமிழ்ப் பண்பாடு என்று சொல்கிறது. இது தமிழ்ப் பண்பாடு இல்லை என்று சொல்கிறது. எதை? Sanscrit words ஐ வைத்து தமிழ்ப் பண்பாடு இல்லை என்று சொல்கிறது. இதை வைத்து ஒரு கலாசாரம் உருவாகிறது. அதே கலாச்சாரம் பெரியார் வருகிறபோது தாக்குப் பிடிக்க முடியவில்லை. தமிழ் கலாச்சாரம் என்ற concept க்குள்ளேயே ஒரு அதிகாரமும் அதற்குள்ளே இருக்கிற அரசியலையும் காணலாம். அப்படிப் பார்க்கிற போது, இந்த அரசியல், அதிகாரம், பண்பாடு ஆகியவற்றினூடே ஒரு தொடர்பு இருப்பதைக் காணமுடிகிறது. இதை ஒரு குறுகிய வட்டத்துள் காண்கிறோம்.

ஆனால் இப்போது நிலைமை மாறி வருகிறது. இவை எல்லா வற்றையும் ஊடறுத்து வெகுஜனப் பண்பாடு என்கின்ற mass culture உருவாகிறது. mass culture என்பது முதலாளித்துவ வளர்ச்சியினுடைய ஒரு முக்கிய அம்சமான நுகர்வோர் கலாச்சாரம் (Consumerist culture) ஆகும். இந்த mass-culture இங்கிலாந்தில் வாழும் முறைமைக்கும், ஜெர்மனியில் வாழும் முறைமைக்கும், தமிழ்நாடு வாழும் முறைமைக்கும் வித்தியாசம் உள்ளது. அது அந்தந்தப் பிரதேசத்தின் தன்மைகளை உள்வாங்கத்தான் பார்க்கிறது. இதனுடைய தாக்கத்தைப் பார்க்கிறோம். தொலைக்காட்சி வரும்போது அந்தப் பிரச்சினையும் வருகிறது. தரப்படுகிற நிகழ்ச்சிகளில் சொல்லப்படுகிற Ideology என்ன? ஒரு Multinational colgate தரும் Sponsor Programme ல் ஒருவர் கூறுகிறார். "இது ரிஷிகள் பிறந்த நாடு". இதற்கு என்ன பொருள் கொடுப்பது? இதன் Idealogy ஏதாவது, ஒருவகையில் இந்த நாட்டின் பாரம்பரிய பண்பாட்டை mass culture உடன் இணைப்பது. mass culture வந்தபிறகுதான் இலக்கியத்தில் தெளிவான வித்தியாசம் தெரிகிறது. mass culture ல் வருகின்ற இலக்கியங்கள் வேறு, சமூக பிரச்சினைகளில் வருகின்ற இலக்கியங்கள் வேறு. கல்கியில் ஜானகிராமனும் எழுதலாம், மாயாவியும் எழுதலாம். கலைமகளிலும் அப்படி எழுதலாம். புதுமைப்பித்தன் இதிலும் எழுதலாம் அதிலும் எழுதலாம் எப்படி வேண்டுமானாலும் செய்யலாம். மௌனி அப்படிச் செய்யலாம். ஆனால் இப்போது அப்படியில்லை. வாழ்க்கையைப் பற்றிய உண்மைகளை அறிய ஆனந்த விகடன், குமுதம் கதைகளை வாசிக்க வேண்டியதில்லை.

ஆனந்த விகடன், குமுதம் வாழ்க்கையைக் காட்டுவதற்காக கதைகளை பிரசுரிப்பதில்லை. Serius வேண்டுமென்றால் கோணங்கி, தமிழ்ச்செல்வனிடம் செல்ல வேண்டும். வாழ்க்கையும் மாறிவிட்டது. வாழ்க்கையைப் பார்க்கின்ற முறைமையும் மாறிவிட்டது. நமக்கு மட்டுமல்ல! உலகம் முழுதும் இதுதான். ரோஸ்பேரி குவீனியோ அல்லது ரோஸ்பேரி ரோஜர்லோ அல்லது பார்பாரா கார்ட்லாண்ட் புத்தகத்தைப் படித்து விட்டு Airoplaneலேயே வைத்து விட்டு போய் விடுகிறான். நாமெல்லாம் நாவலைப் படித்து விட்டு எப்படி வீட்டுக்குக் கொண்டு போவது என்று பார்ப்போம். அவர்கள் Airoplaneல் படித்து விட்டு இருக்கையில் வைத்துவிட்டு போய் விடுகிறார்கள். Consumerist culture நம்முடைய பாரம்பரியத்தை எப்படிப் பயன்படுத்துகிறது. இதற்குள்தான் நாம் பார்க்கும் அரசியல் வருகிறது. ஒன்றுக்கொன்று போட்டியிடுகிற சக்திகள் பற்றிக் காணலாம்.

மற்றொன்று மிக முக்கியமாகப் பேசப்படுகிற Gender culture பெண்களை நோக்குகிற கலாச்சாரம். நமது கலாச்சாரத்தில் மிக முக்கியமானது. ஆண் ஆதிக்க வாதம் இடம்பெறும். ஆண் நோக்கானது, பெண்களை ஒரு Human being லிருந்து ஆண்களிலிருந்து வேறுபட்ட ஒரு வகையான மனிதப் பிறவிகள் என்று பார்க்கிற தன்மை உள்ளது. அது பார்க்கிற முறைமையில் பல வித்தியாசங்கள் உண்டு. ஆணுடைய சம்பளம் கூடுதலாக இருக்கும். பெண்ணின் சம்பளம் Complementary ஆக இருக்கும். இந்த system மாறி ஆணின் சம்பளம் குறைவாகவும் பெண்ணின் சம்பளம் கூடுதலாகவும் இருந்தால் சமூக உறவு எவ்வாறு இருக்கும்? இதை நாம் ஏற்றுக் கொள்வோமோ? பெண்ணினுடைய சமூக கடமைகள் எவ்வாறு தீர்மானிக்கப்படுகின்றன. இந்தப் பண்பாட்டில் பெண்களை எவ்வாறு பார்க்கிறோம் என்பது முக்கியமான விஷயம். Politics of Gender.

14

யாழ்ப்பாணப் பண்பாட்டின் தெரியப்படாத பக்கங்கள்

இவ் ஆய்வு நூல் இலங்கையின் தமிழ்ப் பிரதேச உள்ளூர் (local) வரலாறுகளில் முக்கியத்துவம் வாய்ந்த ஒன்றாக எனக்குப் படுகிறது. இந்நூலாசிரியர் தாம் இப்பொழுது வசிக்கும் கனடா நாட்டுப் பின்புலத்திலிருந்து, தனது கிராமத்தை - தான் விட்டுப் போன வாழ்க்கையை, பதிவு செய்யும் முயற்சியாகக் கொண்ட இப்பணி, ஒரு பல்கலைக்கழக முதற் பட்டத்திற்கான ஆய்வேடு என்ற வடிவினூடாக வரும் பொழுது, இந்நூல் அறியாமலே விஞ்ஞான பூர்வமான ஒரு சமூக ஆவணமாக அமைந்து விடுகிறது.

இந்நூலுக்கான தனது அணிந்துரையில் பேரா. தொ. பரமசிவன் கூறுவதிலிருந்து தமிழகத்து வரலாறு எழுதியற் பின்புலத்திலும் கூட இது முக்கியத்துவம் பெறுகிறது என்பது புலனாகிறது. இம்முன்னுரையில் இந்நூல் அல்லது இத்தகைய ஊர் வரலாறுகள் குறிப்பாக நமது வரலாற்றுப் பாரம்பரியச் சூழலில் பார்க்கப்பட வேண்டிய முறைமை பற்றிச் சிறிது நோக்குவது அத்தியாவசியமாகிறது.

வரலாறு என்பது எப்பொழுதுமே அதன் தேவை உணரப்படும் பொழுதுதான் தோன்றுகிறது. மக்களுக்கு அவர்களுடைய குடும்ப, குழும நிலைகளில் அடையாளம் தேவைப்படுகிறபொழுது நாங்கள் யார், என்று வரைவுபடுத்திப் பார்க்க வேண்டிய சமூக, பொருளதாரத் தேவைகள் ஏற்படும் பொழுது வரலாறு தோன்றும். இது காரணமாகவே ஒவ்வொரு குடும்பத்துக்கும் அந்தக் குடும்பத்துக்கு மேற்பட்ட அலகு களான சமுதாயம் (Community), வர்க்கம் (Class), நாடு (Country), தேசம் (Nation) என இந்த வரலாறு விரிந்து செல்லும். வரலாறுகள் முதலில் வாய்மொழி நிலையிலேயே ஆரம்பமாகின்றன. குழும நிலைகளில் கணக்குழு நிலைகளில் இந்த வரலாறுகளைப் பாடுவதற்கென்றே பாடுநர் குழாங்கள் (Bards) இருக்கும். சங்க இலக்கியத்திற் பேசப்படும் பாணர் இத்தகைய வம்சா வழிப் பாடுநர்களே.

இந்த வாய்மொழி வரலாறுகள் விஞ்ஞான பூர்வமான வரலாறு களாக மாறுவது, தேச, அரச நிறுவன வாக்கத்துடன் தொடர்புறுகின்ற ஒரு விடயமாகும்.

இன்றுள்ள நிலையில் நாம் வரலாறு எனும்பொழுது முதலிற் கணக்கெடுப்பது தேச நாட்டு வரலாறுகளே. அந்த வரலாற்றினுள்ளும் அரசியல் வரலாற்றையே நாம் பெரிதும் முனைப்புறுத்திக் கூறுகிறோம். அந்த அரசியல் வரலாறு மன்னராட்சிக் காலங்களில் ஆட்சிப் பரம்பரைகளின் வரலாறாக அல்லது அத்தகைய பரம்பரைகளின் இடையே நிலவிய ஊடாட்டங்களாக அமையும். இன்றைய நிலையில் நாம் நாட்டு வரலாறுகளையும் இனக்குழும வரலாறுகளையும் முதன்மைப்படுத்துகிறோம். பிரதானமாக இத்தகைய வரலாறு களுடைய தளமாக அமைவது ஒரு புவியியற் கூறு ஆகும். ஒரு குறிப்பிட்ட புவியியல் வரையறைக்குள் வாழுகின்ற மக்களிடையே ஏற்பட்ட ஆட்சிகள் அவற்றுக்குப் பின்புலமாக அமைகின்ற விடயங்கள் முக்கியமாகின்றன.

இனக் குழுமங்களின் வரலாற்றைப் பேசும்பொழுதுகூட இந்த புவியியல் தளம் முக்கியமாகிறது. அப்புவியியல் வரையறையைத்தான் நாங்கள் 'நாடு' எனக் கொள்கிறோம். நாடு ஆட்சிக் கூறாக அமையும். (அரச உருவாக்கத்துக்கும் வர்க்க உணர்விற்கும் மக்களின் அடையாள உணர்வுகளுக்கும் உள்ள ஊடாட்டங்களினூடேயே வரலாறு மேற் கிளம்புகிறது. விரிவஞ்சி அந்த விளக்க முறைமைக்குட் செல்வதைத் தவிர்த்துக் கொள்ளுகிறேன்.)

வரலாறு எழுதியல் நோக்கில் ஒரு பொதுக் கூறாக நாடு/தேசத்தை எடுத்துக்கொண்டால் அந்த நாட்டு உருவாக்கத்தினுள் பல கூறுகள் வரும். பிராந்தியம் (Region) என ஒரு மட்டமும் அதன் கீழ் அலகாக ஒரு உள்ளூர் (Locality) பிரதேசம் வரும். மேற்கு நாடுகளில், குறிப்பாக எனது பரிச்சயத்திற்கு உட்பட்ட அளவில், இங்கிலாந்தின் வரலாற்றில் இந்த உள்ளூர் அலகுகளின் வரலாறு மிக முக்கியமானதாகும். அந்த நாட்டில் அல்லது தேசத்தின் ஒட்டு மொத்தமான, முழுமையான வரலாற்றை எழுதுவதற்கு அப்பிரதேசத்தினுள் வரும் சகல மக்களினதும் வளர்ச்சி நிலைகளையும் சுட்டிக்காட்டல் வேண்டும். நாட்டின் வரலாற்றொருமைக்குள் அந்நாட்டின் செழுமைக்கு உதவும் பன்முகப்பாடுகள் பல கணக்கிடப்படாமலே போய்விடலாம். வரலாற்றினை மேலிருந்து கீழாக எழுதாது அந்த நாட்டினது ஆக்கக் கூறுகள், அலகுகளின் ஒட்டுமொத்தமான இணைவாகப் பார்ப்போமே யானால் அந்த வரலாறு ஒரு மேலாண்மைச் சக்தியின் வரலாறாக அமைவதை ஓரளவேனும் தவிர்க்கலாம். இந்த வகையில்தான் உள்ளூர் வரலாறுகள் முக்கியமாகின்றன. இத்தகைய உள்ளூர் வரலாறு யாது என்பது பற்றிய நம்முடைய மனப்பதிவுகள் பல்வேறு பட்டனவாக இருப்பதை நாம் காணலாம்.

நமது சமூகம் இயல்பாகவே அதிகாரப் படிநிலையை சமூக - சமயத்தின் அடிப்படை உண்மைகளுள் ஒன்றாக நம்பித் தொழிற் படுவதால் உள்ளூர் மட்டங்களில் எழுதப்படும் வரலாறுகள் அந்த ஊர்ப் 'பெரியவர்களின்' வரலாறாகவோ அல்லது 'முக்கியமான குடும்பங்களின்' வரலாறாகவோ அமைந்து விடுவது இயல்பு. 'சமரகவி' கூட ஒரு வரலாற்று ஏடுதான். (சமரகவிக்கான யாழ்ப்பாண வழக்குச் சொல் 'கல்வெட்டு' ஆகும். இது நடுகல் மரபு வழியாக வருவது. வீரர் இறந்தவிடத்து அக் கல் அவர் உருவு வரைவையும் பெயரையும் முக்கிய புகழையும் கொண்டிருக்கும். ஏறத்தாழ 7ஆம் நூற்றாண்டுக்குரிய 'செங்கம்' நடுகற்களில் இப்பண்பினைக் காணலாம்.)

இன்னொரு நிலையில் சாதிகளின் வரலாறு முக்கியமாவதைக் காணலாம். கிராமத்திலுள்ள ஒவ்வொரு சாதிக் குழுமங்களுக்கும் தங்கள் தங்கள் சாதி பற்றிய ஐதீகங்கள் உண்டெனினும் மேலாண்மை யுடைய அன்றில் மேலாண்மையை அவாவுகின்ற சாதிக் குழுமங்களே வரலாறு எழுதும் வழக்கம் உண்டு. இத்தகைய வரலாறுகள் மட்டக் களப்பு மாவட்டத்தில் காணப்படுகின்றன. பிரதானமாக முக்குவ குலத்தோருடைய வரலாறுகளில் பல இப்பண்பினை உடையவை. வேறு சில நூல்கள் மாவட்ட, பிரதேச வரலாறுகளை பெருந்தனக் குடும்பங்களின் வரலாறாகவே எழுதும் முறை உண்டு. உண்மையில் மயில்வாகனப் புலவருடைய யாழ்ப்பாண வைபவமாலை யாழ்ப் பாணத்தில் குடியேறிய முதலிமார் குடும்பங்களை மையமாகக் கொண்டே எழுதப்பட்டது. அந்தக் குடும்பங்களின் வழிவந்தவர்களே பிற்காலத்தும் சமூக மேலாண்மையுடையோராக விளங்கியமையால், யாழ்ப்பாண வைபவமாலை யாழ்ப்பாண வரலாற்றின் மூலச் சான்றாயிற்று.

யாழ்ப்பாணத்து முக்குவ குலத்தவரின் குல மரபுப் பாரம் பரியங்களைக் குறிக்கும் 'வெடியரசன் மாலை' வெளியிடப்பட்ட பொழுது தான் வைபவமாலையில் பேசப்படாத பிற வரலாற்று நிகழ்ச்சிகளும் உள்ளனவென்பது தெரியவந்தது.

ஆனால் இன்றுவரை வெடியரசன் மாலை யாழ்ப்பாணத்தின் உயர் ஆராய்ச்சி மையங்களில் ஒரு சான்றாவணமாகப் பயன்படுத்தப்பட வில்லை என்றே கூறலாம்.

உள்ளூர் வரலாறு என்னும் எண்ணக்கரு எவ்வாறு திரிபுபடுத்தப் படலாம் என்பதற்கான சில தடயங்களை மேலே காட்டினேன்.

உள்ளூர் வரலாறு என நாம் கொள்ள வேண்டுவது அவ்வப் பிரதேசத்தினுள் வருகின்ற யாதேனும் ஒரு வாழ்வியல் ஒருமையுடைய, பிரதானமாக ஒரு புவியியல் வரையறையுடைய ஒரு உள்ளூர்ப் பிரதேசமாக இருத்தல் வேண்டும்.

இது கிராம/பட்டின/நகர நிலைப்பட்ட ஒன்றாக அமைந்து அதன் பிரதான பண்புக்கான அமைவிடம் முழுவதையும் தனக்குள் கொண்டு வருதல் வேண்டும்.

அந்த உள்ளூருக்குள் ஒரு சமுதாய உணர்வு இருத்தல் வேண்டும். சாதிகள் வேறுபடினும், அவற்றுக்கிடையே உயர்வு தாழ்வு பேசப் படினும் சிற்சில ஊரவர்கள், பிரதேச வாசிகள் சாதி வேறுபாடுகளை ஊடறுத்து அந்தப் பிரதேசம் முழுவதையுமே உள்ளூர் அலகாகக் கொள்ளுவர்.

யாழ்ப்பாணத்தினுள் அத்தகைய பருமட்ட பிரதேச அலகுகளாக வடமராட்சி, தென்மராட்சி, கரைச்சி, பச்சிலைப்பள்ளி, வலிகாமம் மேற்கு, வலிகாமம் வடக்கு, தீவுகள் ஆகியனவற்றைக் கூறலாம்.

உள்ளூர் வரலாறு (Local History):

உள்ளூர் வரலாறு என்பது உண்மையில் ஓர் இடம் சார்ந்ததாகவே அமையும். ஒரு வரையறுக்கப்பட்ட இடப்பரப்பைச் சுட்டுவதாகும். இத்தகைய ஒரு வரலாற்றை மேற்கொள்ளும்பொழுது அந்த இடப்பரப்பின்;

1. புவியியல் அமைப்பு.
2. வளங்கள்.
3. வாழும் மக்களின் குழுமநிலை அம்சங்கள் - சமூக ஒழுங்கமைப்புக்கள்.
4. அவ்விடப் பரப்பினுள் வரும் பல்வேறு பொருளாதார உற்பத்தி முறைமைகள் அல்லது உறவுகள் பற்றிய விளக்கம், சந்தைப்படுத்தல் போன்றவை உட்பட.
5. வாழ்வுமுறை/பண்பாட்டு அம்சங்கள்.

   அ. மதம்சார் ஒழுங்கமைப்புக்கள்

   ஆ. மதம் சாரா ஒழுங்கமைப்புக்கள்
6. இடப்பகுதியின் நிர்வாக ஒழுங்கமைப்புக்கள் (எவ்வெப் பெரும் பாகங்களின் கீழ் இவ்விடப்பகுதி வருகின்றது என்பதும் அவற்றுக்கும் இதற்குமான ஊடாட்டங்கள் என வருபவை, முதல்மட்ட அல்லது தொடக்கமட்ட ஆய்வுத் தேடல்களாக அமையும்.)

இவற்றுக்கு மேல்,

7. அவ்விடப் பகுதியின் தொல்லியற் சான்றுகள்

8. ஐதீகங்கள், வாய்மொழி மரபுகள் என்பன தேடிப் பெறப்படும்.

இன்னொரு மட்டத்தில், அவ்விடப் பரப்பில் வாழ்ந்த உள்ளூர் நிலைப்பட்ட, வெளியூர் நிலைப்பட்ட முக்கியஸ்தர்களின் தொழிற் பாடுகள் பற்றிய அறிகை ஆகியனவும் இடம்பெறும். ஒட்டு மொத்தமாக நோக்கும்பொழுது அவ்விடப் பிரதேசத்தின் பேரலகாக உள்ள அந்தப் பெரும் பாகத்துடன் (அது மாவட்டமாக, மாநிலமாக, நாடாக, பிராந்தியமாக, சர்வதேசியமாக விரிக்கப்படலாம்.) இந்த அலகுக்குள்ள உறவுகள் யாவற்றையும் ஒன்றிணைத்து, ஏறத்தாழ ஒரு முழுமையான பகுதியாகவும், பகுதியின் முழுமையாகவும் பார்த்தல் வேண்டும்.

இத்தகைய வரலாற்றுத் தேடலில் அறிகையில் ஈடுபடுவோரது உளப்பாங்கு, கருத்துநிலை ஆகியன முக்கியமானவையாகும். அவ்விடப் பகுதியை முதன்மைப்படுத்துவதோ, அதன் ஏதோவொரு அம்சத்தை முதன்மைப்படுத்துவதோ என்ற விருப்பு வெறுப்பில் ஈடுபடாது, உண்மைக்கான தேடலாக அமைதல் வேண்டும். ஒட்டு மொத்த முழுமையினுள் இவ்விடப் பகுதி பெறும் தனித்துவம், இத்தனித்துவம் இடையலகு, பேரலகுகளில் வகிக்கும் வகிபாகம் ஆகியவை பற்றிய அறிவு முக்கியமாகும்.

கடந்த சில வருடங்களாக வரலாறு எழுதியலில் அடிநிலை மக்கள் பற்றிய வரலாறு மிக முக்கியம் பெறுகின்றது. இதனை ஆங்கிலத்தில் Subaltern Studies என்பர். இத்தொடரை ‘விளிம்பு நிலை’ மனிதர்கள் பற்றிய ஆய்வியல் எனச் சிலர் மொழிபெயர்ப்பர். உண்மையில் இந்த ஆங்கிலப் பதம் படைச்சேவையில் உள்ள அடிநிலைப் போர்வீரர்களைக் குறிப்பதாகும். போர்களின் வரலாறு எழுதப்படும்பொழுது பொதுவாக உயர்பதவி உத்தியோகத்தர்களின் பெயர்களே குறிப்பிடப்படுவது வழக்கம். சாதாரண படைவீரரின் வகிபாகம் எடுத்துப் பேசப்படுவதே இல்லை. இந்த Subaltern Studies, வரலாற்றை எழுதும்போது இந்தக் கடைநிலை ஊழியர்களின் வகிபாகத்தை முக்கியத்துவப்படுத்தியே எழுதும்.

பொதுவாக தேச/நாட்டு, பெரும் பிரதேச வரலாறுகள் எழுதப்படும் பொழுது முக்கியமான பெருமனிதர்களின் நிலைநின்றே வரலாற்று எடுத்துரைப்பு நிகழும். ஆனால், ஒரு விரிவான உள்ளூர் வரலாறு எழுதப்படும்பொழுது அந்த ஊரின் சகலரும் - அடிநிலை,

கடைநிலை மக்கள் உட்பட எல்லோரது வரலாறும் வரும். இதனால் உள்ளூர் வரலாறு சரியாக அணுகப்படுமேயானால் நியமமான 'மக்கள் வரலாற்றை (Peoples History) எழுதுவதற்கான ஒரு சூழமைவு ஏற்படும். உள்ளூர் வரலாறு எழுதப்படும்பொழுது இக்கண்ணோட்டங்கள் தவிர்க்கப்பட முடியாதவையாக அமையும்.

உள்ளூர் வரலாறு என்ற எண்ணக்கரு பற்றி நாம் இதுவரை பார்த்த உண்மைகளை மனங்கொண்டு யாழ்ப்பாணப் பிரதேசத்திற்கும் இந்நூலுக்கும் வருதல் அவசியமாகிறது.

யாழ்ப்பாணத்தின் வரலாற்றுப் போக்கு என இன்று நம்மில் பலரிடையே பதிந்துள்ள, நமது மாணவரிடையே நாம் பரப்பும் கருத்து நிலைகளைச் சிறிது நோக்கினாற் கூட அவ்வரலாற்றோட்டம் ஒட்டு மொத்தமான வரலாற்றினது அல்லாத ஒரு சமூக அதிகார வலுவும் ஏற்புடைமையுமுள்ள ஒரு குழுமத்தினரின் கருத்து நிலைப் பாய்ச்சலின் பாய்தளமாகவே இருப்பதை அவதானிக்கலாம். பட்டினப்பாலைக் குறிப்புக்கள் ஈழத்துப் பூதன்தேவனாருடன் தொடங்கி சைவ நாயன்மார்களுக்கு வந்து யாழ்ப்பாண அரசின் வரலாற்றோடு வந்து போர்த்துக்கேய ஒல்லாந்த காலத்து ஒடுக்கு முறைகளைக் கடிந்து ஆங்கில ஆட்சியை, நிர்வாக முறைமையை ஏற்று, அதனுள் நின்று தொழிற்படுகின்ற சமூகக் கல்விக் கொள்கைகளை ஆதரித்து அவற்றின் பிரதிநிதியாக ஆறுமுகநாவலரைக் கொண்டு, ஆறுமுக நாவலர் சுட்டி நிற்கும் மதப் பண்பாட்டுக் கருத்து நிலையின் தொடர்ச்சியாக சேர் பொன்னம்பலம் இராமநாதனைக் கொண்டு, இந்தப் பாரம்பரியங்களின் தொடர்ச்சியாகவே இனக்குழும அரசியலுக்கு வர விரும்புவதற்கான ஏறத்தாழ ஒரு நேர்கோட்டைக் காணலாம்.

இந்தப் பாய்வின்பொழுது வந்து சேரும் சக்திகளின் பங்களிப்புக் களை தமிழுக்கு ஆற்றிய தொண்டுகளாகப் பார்த்து தமிழைச் சைவத்துடன் மாத்திரமே இணைத்துப் பார்ப்பதான ஒரு மௌனப் போராட்டத்தின் தொடர்ச்சியாகக் காணப்படுவதை அவதானிக்கலாம்.

இந்த யாழ்ப்பாண, தமிழ் வரலாற்றினுள் 'நற்குலங்களிலே' பிறவாதவர்கள் வரலாறோ அவர்கள் பங்களிப்போ பேசப்படு வதில்லை. பிரதேச வேறுபாடுகள், மதப் பண்பாட்டு வேறுபாடுகள் முதல் அரசியல் வேறுபாடுகள் பற்றிய வரலாறுகள் ஏறத்தாழ எழுதப்படாமலே போய்விட்டன. உதாரணமாக யாழ்ப்பாணத்தின் நவீனமயப்பாடு (Modernization), ஜனநாயக மயப்பாடு (Democratization) - சமபோசனம், சம வாக்குரிமை ஆகியன எவ்வாறு நிகழ்ந்தன என்பது பற்றியோ, யாழ்ப்பாணத்தின் தீண்டாமை எதிர்ப்பு வரலாற்றையோ,

நாமின்னும் இப்பிரதேசத்து வரலாற்றின் ஓரங்கமாகப் பதிவு செய்யவே இல்லை. சைவ மத நம்பிக்கை உடையோரிடையே தானும் காணப்படும் அகவேறுபாடுகள் பற்றிய ஆய்வுகளும் குறிப்புக்களும் கிடையாது. ஆகமம் சாராத வழிபாடுகள் பற்றிய ஆய்வு இப்பொழுது தான் முன்னிலைக்கு வருகின்றன.

இவை யாவற்றுக்கும் மேலாக யாழ்ப்பாண வாழ்க்கையின் சமூக யதார்த்தமான சாதி முறைமை அரசியல் ரீதியாகப் போற்றப்பட முடியாத, போற்றப்படாத அரசியற் சூழ்நிலைக்கு வந்த பின்னரும் கூட, சமூக வாழ்வியலில் அவற்றைப்பற்றி பேசாது, நாடகங்களில் வரும் பக்கச் சொல் போன்று (Aside) சாதி முறைமையினைப் பேசுமொரு நிலையும் காணப்படுகிறது.

நாம் இவை பற்றி மிக ஆழமாக மிகுந்த உன்னிப்புடன் சிந்தித்தல் வேண்டும். நம்மிடையே நிலவும் அக வேறுபாடுகளை, சமவீனங் களை வாய்திறந்து, மனந்திறந்து எவ்வித தயக்கமும் இன்றிக் கூற முடியுமோ அப்பொழுதுதான் நாம் ஒரு நாட்டினமாக மேற் கிளம்பலாம். இத்தகைய ஒரு விரிநிலைச் சிந்திப்பு மிகமிக அவசியம், அத்தியாவசியம் என்று கூடச் சொல்லலாம். இவ்வாறு சிந்திக்கும் பொழுதுதான் திரு. முத்துராஜாவின் இந்த நூல் முக்கியமாகப்படுகிறது.

இந்நூலை வாசிக்கும்பொழுது நமது மனப்பதிவில் பட்டுத் தெறிப்பது இந்த நூலின் ஒளிவு மறைவற்ற எடுத்துக்கூறல் முறையாகும். திரு. முத்துராஜா அவர்கள் ஆழியவளைக் கிராமத்தைப் பற்றிய இந்த ஆய்வில், சாதிகளின் பெயரை மிகமிக இயல்பாக எவ்வித மனத்தயக்கமுமின்றிக் கூறிச் செல்கிறார்.

"நாம் இதுகளைப் பற்றியெல்லாம் பேச வேண்டுமா?" என்ற பூசி மெழுகும் நியாயிப்புகளுக்கு இடம் கொடுக்காது உள்ளதை உள்ளவாறே கூறுகிறார். அவ்வாறு உள்ளதை உள்ளவாறே கூறுவதானால், ஒருவரைத் தாழ்த்தியோ, மற்றவர்களை உயர்த்தியோ கூறாது செல்வதுதான் முறைமை. உண்மையில் ஏறத்தாழ 19 வருட காலத்துக் கனடா வாழ்க்கை இவருக்குத் தனது சொந்த கிராமத்தையே ஒரு விடயப் பொருளைப் பார்ப்பது போன்ற (தனக்குப் புறம்பாக உள்ள Object ஒன்றைப் பார்த்தல், அதாவது objective நிலையில் பார்த்தல். புறநோக்கு எனும் மொழிபெயர்ப்பு இதற்குப் பொருந்தாது.) அவதானிப்புணர்வுடன் அங்குள்ளவற்றை விபரிக்கின்றார்.

யாழ்ப்பாணத்து வாழ்க்கை பற்றிய சமூக மானிடவியல் ஆய்வுகள் ஒருபுறம் மிகமிகக் குறைவு. யாழ்ப்பாணத்தவர் எவருமே அத்தகைய நோக்கில் எழுதவில்லை எனலாம். (சித்தார்த்தனுடைய The Karmic

Theatre ஓரளவில் விதிவிலக்கானது. ஆனால் அது கூடப் பண்பாட்டு நெருடலான விடயங்களைக் கூறவில்லை.)

மறுபுறத்தில் எழுதப்பட்டவை எல்லாமே ஆங்கிலத்திலேயே உள்ளன.

(பக்தவத்சல பாரதியின் நூலைத்தவிர தமிழர் மானிடவியல் பற்றிய நூல்களைத் தமிழில் காண்பது அரிது.)

முத்துராஜா மெச்சத்தகுந்த உணர்திறனுடன் சாதிகள் பற்றிய விடயங்களை மிகத் தெளிவாகச் சொல்லுகிறார்.

இந்நூலின் எடுத்துக் கூறுமுறைமை, இந்த நூலினை ஒரு சமூக ஆவணமாக்கியுள்ளது.

இந்திய - இலங்கைச் சூழலில் சாதி முறைமையின் ஒரு முக்கிய அம்சம், சாதிகளின் மேல் நிலையாக்கத்துடன் ஏற்படுகின்ற நவீன மயப்பாடு கொண்டு வரும் சமஸ்கிருத மயப்படுகையாகும். இந்த நூலில் அந்த சமஸ்கிருத நெறிப்படுகையை விபரிக்கும் அதே வேளையில், அதற்கு முந்தைய நிலையை மிகத் தெட்டத்தெளிவாக விபரிக்கின்றார். உண்மையில் யாழ்ப்பாணத்து மீன்பிடித் தொழில் பற்றிய இவரது விவரணத்தில் ஆசிய, ஆபிரிக்க மட்டங்களில் அபிவிருத்தி அடையாத நிலையில் நடைபெற்று வந்த மீன்பிடி முறைமைகள் மனக் கூச்சமின்றி சொல்லப்படுகின்றன. ஆழியவளைக் கிராமத்தில் மீன்பிடி இரு நிலைகளில் செய்யப்படுகிறது. இச் சமூகத்தினர் ஆழ்கடலிலும் பரவைக் கடலிலும் பரிச்சயமுள்ளவர் களாவர். இந்த மீன்பிடி முறைமைகள் எவ்வாறு ஒரு வாழ்க்கை முறையின் தளமாக அமைகின்றன என்பதனை இவர் நூலிலிருந்து தெளிவாக அறியமுடிகின்றது. உண்மையில், மரபு மாற்றங்களுக்குப் பின்புலத்திலுள்ள உற்பத்தி முறைமை மாற்றங்கள் மிக உன்னிப்பாகக் கவனிக்கப்பட வேண்டியவை. நவீனமயவாக்கத்தின் வருகை, சந்தைப் படுத்தப்படல் முறைமை மாற்றங்கள், உபரிச் சேகரிப்பின் வேறுபடும் தன்மை ஆகியனவும் கல்வி, வீதிப் போக்குவரத்து வசதி போன்ற நவீனவாக்கச் செயற்பாடுகளும் எவ்வாறு அச்சமூகத்தை மாற்றியுள்ளன என்பதனைப் பொருளியல் வரலாற்று நோக்குடன் பார்த்தல் அவசியம்.

இதில் ஆழியவளை என்னும் அலகு, வடமராட்சி என்னும் பிரதேச அலகினுள் இணையும் முறைமை, கிளிநொச்சி, பளை, யாழ்ப் பாணமாகிய பிரதான நகரங்களுடன் இணையும் முறைமை ஆகியனவற்றை நோக்கும்பொழுது உண்மையில் நாம் ஆழியவளைக் கிராமத்தின் வரலாற்றினூடாகவே, யாழ்ப்பாண மாவட்டத்தினது வரலாற்றின் தெரியப்படாத பக்கங்களுக்கு வருகிறோம். இந்த ஆய்வு, முதற்

பட்டத்துக்கான இறுதி வருடத் தேர்வுத் தேவைக்காகச் செய்யப் பட்டது. எனவே, இதற்குள் எல்லாம் இருப்பதாகவோ, பேசப் படுவதாகவோ கொள்ள முடியாது. கொள்ளவும் கூடாது. ஆனால் இந்த நோக்குமுறை முக்கியமானது.

தங்கள் தங்கள் வாழ்க்கைப் பின்புலம் பற்றிய தாழ்ச்சியுணர்வு, குற்றவுணர்வுகள் இல்லாமல் தயக்கமின்றிப் பட்டவர்த்தனமாக எடுத்துப் பேசும் பலம் வருகின்றபோதுதான் நாம் நமது பிரதேசத்தினுள், மாநிலத்தினுள் உண்மையான ஒற்றுமை, அதிலும் பார்க்க ஒருமைப்பாடு உடையவர்கள் ஆகிறோம். இந்நூல் என்னைக் கவர்வதற்கான இன்னொரு காரணம், அண்மைக் காலத்தில் வளர்ந்துவரும் பண்பாட்டாய்வியற் துறையின் (Cultural Studies) ஒரு முகிழ்ப்பினை இதிலே நான் காணுகிறேன். பண்பாட்டாய்வியல், பண்பாட்டு மானிடவியலிலிருந்து வேறுபடும் புள்ளி மையம் முக்கியமானது. பண்பாட்டு மானிடவியல், வாழ்க்கையின் பாரம்பரிய நடைமுறை களுக்கு முக்கியத்துவம் கொடுக்க, பண்பாட்டு ஆய்வியலோ நவீன உலகின் இன்றியமையா வாழ்க்கை முறைகள் (ஊடகம், உடுப்பு மோஸ்தர்கள் போன்றவை) எவ்வாறு மக்களின் பண்பாட்டு இருப்பினையும் அவர்கள் நடைமுறைகளையும் விருப்பு வெறுப்பு களையும் பாதிக்கின்றன என்பதனைப் பற்றி ஆராய்கின்றது. இந்த ஆய்வியல் பிரிட்டன், அமெரிக்கா ஆகிய நாடுகளிலேயே பெரிதும் வளர்ந்துள்ளது.

மூன்றாவது உலகநாட்டு சூழல்களில் இவை எவ்வாறு தொழிற் படுகின்றன என்பது பற்றிய ஆய்வுப் பரிச்சயம் மிகக் குறைவே. முத்துராஜா அவர்கள் ஆழியவளையின் மாறிவரும் சமூகத்தின் சமூக ஊடாட்டங்கள், அரசியல் மயவாக்கம் போன்றவை பண்பாட்டு முறைமைகளுடன் குறிப்பாக புதிய குறியீடுகளைத் தோற்றுவிப்பதன் மூலம் அல்லது பழையனவற்றை எவ்வாறு புதுக்கி அமைத்துக் கொள்கின்றது என்பதன் மூலம் நிகழ்கின்றன என்பதைப் பற்றி எழுத வில்லை. ஒரேவிடங்களில் ஆழியவளைப் பண்பாட்டை நாட்டார் நிலை (Folk) நின்று நோக்குகின்ற ஒரு தன்மையும் காணப்படுகிறது. ஆயினும் இந்தத் தகவல்களினூடாக நாம் பண்பாட்டு ஆய்வியலுக்கான கூறுகளை மிகத் தெளிவாகக் காணக்கூடியதாக உள்ளது.

இந்நூலின் பிற்சேர்க்கையாக வரும் இறுதி அத்தியாயம் உண்மையில் நூல் ஏறத்தாழ முற்றுருப்பெற்றபின் சேர்க்கப்பட்டதாகும். ஏனெனில் இந்நூலின் அச்சுருவாக்கத்திற்கான படியைத் தயார் செய்த பின்னரே இவர் அந்த அத்தியாயத்திற் பேசப்பெறும் பயணத்தை மேற் கொண்டார். ஊரிலிருந்து திரும்பி வந்தபொழுது அவர் பதிவு

செய்திருந்த மாற்றங்களை விபரித்தபொழுது அவை தவிர்ப்பின்றிப் பதியப்பட வேண்டியதன் அவசியத்தை வற்புறுத்தினேன். பிற்சேர்க்கையாக உள்ள அத்தியாயம் இந்நூலின் முழுமைக்கு உதவுகின்றது. ஏறத்தாழ 1950 இல் இருந்து 2003 டிசெம்பர் வரை ஏற்பட்ட மாற்றங்கள் இந்நூலிலே பதிவு செய்யப்பட்டுள்ளன.

சமூக மானிடவியல் ஆராய்ச்சிகளை மேற்கொள்பவர்கள் தாம் ஒரு காலகட்டத்தில் ஆராய்ச்சி மேற்கொண்டு அவ்வாராய்ச்சியினைப் பிரசுரித்தவர்கள், பதினைந்து இருபது வருடங்களின் பின்னர் அங்கு மீளவும் சென்று தாம் விட்ட இடத்திலிருந்து ஏற்பட்ட மாற்றங்களைப் பதிவு செய்வர். இந்த எழுதுமுறையை ஆய்விடத்துக்கு மீளச் செல்லுதல் (Revisiting the Area of Study) என்பர்.

உண்மையில் ஆழியவளை எப்படி அண்மைக்காலப் பிரச்சினைகளினூடே நவீனவாக்கத்தைப் பெற்றுள்ளது என்பதும் இந்த நவீன வாக்கம் ஏற்படுத்தியுள்ள சமூக மாற்றமும் இந்தச் சமூக மாற்றத்தினைக் காட்டும் காட்சிப்புல மாற்றங்களும் அவற்றுக்கு மேலாக பெறுமான நியம மாற்றங்களும் எவ்வாறு நிகழ்ந்துள்ளன என்பதை மிகத் துல்லியமாக வெளிக்கொணருகின்றன. இந்தப் பிற்சேர்க்கை அத்தியாயந்தான் இந்த நூலை யாழ்ப்பாணச் சமூகத்தின் அடிநிலைப் பட்ட நுண்குறு (Micro-History) வரலாறாக, அந்த வரலாற்றின் மறுக்கமுடியாத ஒரு முக்கிய அம்சமாக முத்தாய்ப்பு வைக்கின்றது. இசை மொழியியற் கூறினால் அந்த அத்தியாயம் கவர்ச்சிமிக்க ஒரு 'ஆவர்த்தனத்தின்' வனப்புமிக்க 'தீர்மானமாகின்றது.'

இந்நூலின் முக்கியத்துவம் அது ஆழியவளையைப் பற்றித் தரும் தகவல்கள், தரவுகளில் மாத்திரம் தங்கியிருக்கவில்லை. யாழ்ப்பாணச் சமூகக் கட்டமைப்பு, பண்பாட்டுருவாக்கம் போன்ற விடயங்களைப் பார்ப்பதற்கான ஓர் அணுகுமுறை - புலமைக் குற்றங்கள் அதிகமில்லாத ஒரு கற்றறி ஒழுங்காற்றலுக்கான ஒரு விதை இதனுள் இருக்கிறது. இதுவே இந்த நூல் மிகப் பரந்துபட்ட நிலையில் வாசிக்கப்பட வேண்டும் என்பதற்கான தேவையாகும்.

இறுதியாக ஒரு குறிப்பு

ஆழியவளையின் பெயர்ப்பொருத்தம் முதல் அங்குக் காணப்படும் பொருளாதாரப் பண்பாட்டு நடைமுறைகள் எவ்வாறு ஐந்திணை மரபுக் காலத்துத் தமிழ் மரபின் தொடர்ச்சியைக் காட்டுகின்றன என்பது ஆழியவளைக் கரைவலை முறைமையை அகநானூற்றுப் பாடல் வரிகள் சிலவற்றின் தொடர்ச்சியாகப் பார்ப்பது மிகுந்த ஆச்சரியத்தைத் தருகின்றது. ஆகம மரபுகளுக்குள் அழிந்துபோன தமிழ்ப் பாரம்பரியத்

தொடர்ச்சிகள் பலவற்றை மிகச் சாதாரண மக்களிடையே அவர்கள் பேச்சுவழக்கிலே காணக்கூடியதாக உள்ளது என்பது ஒரு மிக முக்கியமான அம்சமாக எனக்குப் படுகிறது.

பண்பாட்டு வளர்ச்சிகளில் முன்னேற்றங்களில் வேர் அறாத வளர்ச்சிகளே பொதுமைகளுக்குள் தனித்துவங்களைப் பேணுவதற்கு உதவுவதாகும். அவ்வகையில் இந்நூலின் பொருள், அதனிலும் பார்க்க அது சொல்லப்பட்டுள்ள நெஞ்சந் திறந்த எடுத்துரைப்பு முறைமை இந்த நூலின் மிக முக்கியமான பலம் என்று கருதுகிறேன்.

இதைச் சொல்கின்றபொழுது இது ஒரு முன்னோடிப் பணி என்பதனையும் மனத்திருத்திக் கொள்ளல் வேண்டும்.

25.12.2003

திரு. க. முத்துராஜாவின் 'ஆழியவளை'
என்ற ஆய்வேட்டுக்கான முன்னுரை

15

இஸ்லாத்துள் தமிழும், தமிழினுள் இஸ்லாமும் இணைந்து நிற்பதற்கான ஒரு உச்சநிலை உதாரணம்

இலங்கைக் கிராம நிலையில் வாழும் முஸ்லிம்களினது வாழ்வியற் பண்பாட்டில் ஆழ்ந்த ஈடுபாடு கொண்ட வழக்கறிஞர், சட்டத்தரணி ஜனாப் முத்துமீரான் அவர்கள் இத்தொகுதியிலே இலங்கையின் பல பாகங்களிலும் வாழும் முஸ்லிம் மக்களிடையே பயிலப் பெறும் தாலாட்டுப் பாடல்கள் சிலவற்றைத் தொகுத்துத் தந்துள்ளார்.

நிந்தவூர், பொத்துவில், இறக்காமம், வாழைச்சேனை, அக்கரைப்பற்று ஆகிய கிராமங்களிலும், மன்னாரிலும், காலி ஜிந்தோட்டையிலும், மாத்தறை மாவட்டத் திக்குவலையிலும் இப் பாடல்களைச் சேகரித்துள்ளார்.

"கிராமத்து முஸ்லிம்கள் என்ற நிலைப்பாடு மிக முக்கியமான தாகின்றது. ஏனெனில் பல்கிப் பெருகி வரும் நவீன மயமாக்கமும், நவீன மயமாக்கத்தின் பல பண்புகளை உள்ளடக்கும் அதே வேளையில் தனக்கென சில சிறப்பியல்புகளைக் கொண்டதுமான நகரமயவாக்கமும் கிராம நிலையில் காணப்படுகின்ற பலவற்றைத் தொடர்ந்து பேண முடியாத நிலைமையை ஏற்படுத்துகின்றன.

மேலும் கிராமத்து வாழ்வியல் நிலையென்பது பாரம்பரியங்களின் பிரக்ஞை பூர்வமான தொடர்ச்சியாக அமையும், அமைகின்றன என்பதை விளங்கிக்கொள்ள தவறக்கூடாது. பல்வேறு பகுதிகளில் வாழுகின்ற முஸ்லிம்கள் வேறுபடும் சூழல்களிடையேயும் தங்கள் அடிநிலைப் பண்பாட்டமிசங்களை எவ்வாறு பேணுகின்றனர் என்பது மாத்திரமல்லாமல் தங்களுக்குப் பின்வரும் சந்ததியினருக்கு அவற்றை எவ்வாறு கையளிக்கின்றனர் என்பதும் தெரிய வருவதற்கான ஒரு தடயமாக இவரது தொகுதிகள் அமைகின்றன.

இலங்கை முஸ்லிம்களின் கிராமத்து வாழ்வியல் நிலையெனும் பொழுது சமூகமானிடவியல்/சமூகவியல் சார்ந்த ஒரு நோக்கு முக்கியமாகிறது. இஸ்லாம் மத்திய கிழக்குப் பாரம்பரியத்தைச் சார்ந்த

ஒரு மதமாகும். அதன் வளர்ச்சியும், பரவலும் அரபு, பாரசீகப் பண்பாட்டு நாகரிகங்களோடு சம்பந்தப்பட்ட ஒன்றாகும். அத்தகைய புலநகர்வுப் பாரம்பரியமுள்ள ஒரு மதப் பாரம்பரியம் (இஸ்லாமிய பாரம்பரியம்) தென்னாசியர் சூழலின் மரபுவழி வாழ்வியல் அமிசங்களோடு எவ்வாறு இணைந்துள்ளதென்பது முக்கியமானதொரு விடயமாகும். அதாவது இலங்கையிலே குறித்த பாரம்பரியங்களின் எந்த எந்த அமிசங்களோடு எவ்வாறு இஸ்லாமிய வாழ்வியல் இணைந்து நிற்கின்றதென்பது சமூக வரலாற்று ஆய்வுக்குரிய ஒரு விடயமாகும். இஸ்லாமிய பாரம்பரியம் எவ்வாறு இணைந்துள்ள தென்பதும் இந்த இணைவினால் இஸ்லாத்தை ஏற்றுக் கொண்டவர்களின் பாரம்பரிய மொழிப் பயன்பாடு/பண்பாட்டில் எத்தகைய மாற்றங்கள் ஏற்படுகின்றன என்பதும் முக்கியமான அமிசங்களாகும்.

அந்த அளவில் இந்த ஆய்வு இஸ்லாமிய நிலைப்படவும் மிக முக்கியமாகின்றது என்பதை மறந்துவிடக் கூடாது. கிராமத்து வாழ்வியல் எனும் பொழுது இன்னுமொரு மட்டமும் முக்கியமாகின்றது. இலங்கையிலும், தமிழகத்திலுமுள்ள முஸ்லிம்கள் தமிழையே தமது தாய் மொழியாகக் கொண்டுள்ளமையை அறிவோம்.

உலக நிலைப்பட்ட முஸ்லிம்களின் வாழ்வில் அச்சாணியான அம்சம் அவர்கள் இஸ்லாமியர்களாக இருக்குமதேவேளையில் பல்வேறு மொழிகளைப் பேசுபவர்களாக இருப்பதாகும். அவற்றுள் அரபு, பாரசீகம், உருதுமொழிப் பண்பாட்டுருவாக்கங்களில் இஸ்லாத்துக்கு முக்கியமான இடமுண்டு. ஆனால் முஸ்லிம்கள் பேசும் எல்லா மொழிகளிலும் இந்நிலை இருப்பதில்லை. பங்களா தேசின் தோற்றம் இஸ்லாத்துக்குள்ளும் மொழிப் பண்பாட்டுக்குமுள்ள முக்கியத்துவத்தைக் காட்டுவதாகும்.

முஸ்லிம் மக்களுள் தமிழ்நாட்டுப் பிரதேசத்தைச் சார்ந்தவர்கள் தமிழையே தாய் மொழியாகக் கொண்டுள்ளனர். ஒவ்வொரு மொழிப் பண்பாட்டுக்கும் ஒவ்வொரு தனித்துவமுண்டு என்னும் உண்மையை மனத்திருத்திக் கொண்டு தமிழுக்கு வரும்பொழுது தமிழைப் பொறுத்த வரையில் ஒரு வரலாற்றமிசம் முக்கியமாகின்றது. அதாவது மற்றெந்த இந்திய மொழிகளிலும் காணப்படமுடியாத அளவுக்குத் தமிழில் இந்திய மரபில் முக்கியத்துவம் பெற்றுள்ள மதங்கள் யாவுமே, பண்பாட்டு அந்நியப்பாடு இல்லாது இணைந்துள்ளமையாகும்.

சமணம், பௌத்தம், சைவம், வைஷ்ணவம், இஸ்லாம், கிறிஸ்தவம் என இந்தப் பட்டியல் நீளும். அந்தளவுக்கு முஸ்லிம்களின் இஸ்லாமிய வாழ்வுக்கு தமிழ்மரபு இடர்ப்பாடுகளை ஏற்படுத்தவில்லை. இதனை இன்னொரு புறத்திலிருந்து பார்க்கும்பொழுது இஸ்லாம் தமிழோடிணைந்து தமிழ்வழிப் படிமங்கள் மூலம் தன்னைச் சுட்டிக்

கொள்கின்றதென்பது ஒரு பிரதான ஆய்வுப் பொருளாகும். ஒரு நல்ல உதாரணம் பெருமானார் நபியவர்களை நபிகள்நாயகம் என்றும், பெருமானாரென்றும் குறிப்பிடுவதாகும். இங்குப் பெருமானார், நாயகம் ஆகிய இரு பதங்களுக்கும் தமிழ் மரபிலுள்ள கருத்தாழமும், உணர் வாழமும் ஓர் அசாதாரண வலுவைக் கொடுக்கின்றன.

தாலாட்டுப் பாடல் என்று வருகின்றபொழுது இந்தப் படிம உருவாக்கங்கள் மிக அற்புதமாக அமையும். இத்தகைய பின்புலத்திலே சிந்திக்கும்பொழுதுதான் இத்தொகுப்பு, மொழி நிலை நின்ற சமூக - பண்பாட்டு மாணவன் எனும் வகையில் எனக்கு மிக மிக முக்கியமா கின்றது.

வாழ்வியற் பண்பாட்டில் தாலாட்டுப் பெறுமிடம் அதுவொரு பண்பாட்டுச் சுட்டியாக அமையும் தன்மையாகும். தமிழையும், இஸ்லாத்தையும் பொறுத்தவரை இந்த இணைவு எவ்வாறு புலப்படுகின்றது எனும் மதநிலைத் தேடல்கள், இவற்றுடன் இப்பாடல்களில் கவித்துவ வசீகரம் ஆகியன முக்கியமான விடயங்களாகும்.

தாலாட்டுப் பாடல் பற்றி ஆராயும் பொழுது அதன் வகை நிர்ணயம் மிக மிகத் திட்டவட்டமானதாக இருத்தல் வேண்டும். தாலாட்டினை வாய்மொழிப் பாரம்பரியத்தின் வழி வருவது என்று கொள்ள வேண்டுமே தவிர நாட்டார் (folk) வழி வருவதாகக் கொள்ளக் கூடாது. நாட்டார் எனும் எண்ணக்கரு பற்றி ஆய்வுகளின் பொழுது, நாட்டார் (folk) எனும் இச்சொல் செந்நெறி சார்ந்தவற்றுக்கு (Classical) எதிர் நிலையாகக் கொள்ளப்படுவதை அறிவோம். தாலாட்டுச் செந்நெறி மரபுக்கும் உரியது. சகல பண்பாடுகளிலும் அது 'உயர்' வைத்தே போற்றப்படுகின்றது.

இன்னொன்று, நாட்டார் (folk) என்பது சாதாரண நிலையினர் என்ற ஓர் உள்ளீட்டு அர்த்தத்தையும் கொள்வதற்கான வாய்ப்பு உண்டு. அது பொருந்தாது. தாலாட்டினைப் பாடுகின்றவர்களின் சமூகநிலை வேறுபடுமெனினும், ஏதோ ஒரு வகையில் தாலாட்டு முறைமையில்லாத குழந்தை வளர்ப்பு இல்லையென்றே கூறலாம்.

தாலாட்டினை வாய்மொழி மரபு சார்ந்ததாகவே கொள்ளல் வேண்டும். எழுத்தறிவு நிலைப்பட்ட பெண்களும் ஏதோ ஒரு வகையில் தாலாட்டு இசைப்பர். அவ்வாறு இசைக்கும் பொழுது, மிக விரிந்த அளவுக்கு இல்லையென்றாலும் பாடுவதை அல்லது உச்சரிப்பதை எழுத்து நிலை வழியாகப் பெற்றுக்கொள்ளாது வாய்மொழி வழியாகவே பெற்றுக் கொள்கின்றனர். இப்படி நோக்கும்பொழுது தான் 'தாலாட்டு' எனும் சொல்லின் கருத்து முக்கியமாகின்றது.

'தாலாட்டு' எனும் சொல்லினை தமிழ் லெக்சிகன் தாலு+ஆட்டு என்றே பிரிக்கும். 'தாலு' எனும் சொல் நாவினை/அண்ணத்தினைக் குறிக்கும் ஒரு சொல்லாகும். இப்பொழுது தான் தாலாட்டின் அடிப்படை இயல்பு வெளி வருகிறது. அதாவது, அது நாவை ஆட்டுவதால் எழுப்பப்பெறும் ஒலியாகும். உண்மையில் இந்த நா ஆட்டுதலில் சொல் முக்கியத்துவம் பெறுவதில்லை. அழுகின்ற பிள்ளையை 'சோ, சோ' 'ர ர ர', 'ல ல' என்று அழுகையைத் தணிப்பதற்கு எழுப்பப்பெறும் ஒலியே தாலாட்டின் தோற்றநிலை வடிவமாகும். அதற்கு மேல் அந்தப் பிள்ளை ஒலிக்கப்படுவதை உற்றுக் கேட்பதன் மூலம் தான் பேசாமல் (அழாமல்) இருக்கும் நிலை வருகின்றது. ஆங்கிலத்தில் தாலாட்டை Lullaby என்றே சொல்வார்கள். அதாவது Lulling the baby. Lull என்பதற்கு Calm or send to sleep with soothing sounds or movements - அதாவது குழந்தையை தூங்கச் செய்வதற்கான ஆறுதலாக மெல்லமைதிப்படுத்துவதற்காக எழுப்பப் படும் ஓசையாகும். நாவின் ஆட்டுதலால் அந்த ஓசை கிளப்பப் பெறும். (சிங்களத்தில் இந்த மெல்லோசை 'தொய், தொய்' என்று வரும்.)

தாலாட்டு எப்பொழுது ஒரு வரன்முறையான பாடலாக மாறுகின்றதென்றால் இந்த மெல்லோசை தொடர்ந்து ஒலிக்கப்பட வேண்டுவதன் அவசியம் ஏற்படும் பொழுதே. மெல்லோசைக்கான நா ஆட்டுதலை ஓராட்டு என்று கொண்டால் அந்த ஓராட்டின் (தாலாட்டின்) அடுத்த நிலை அந்த ஓராட்டு லயத்துக்குள் நின்று கொண்டு பாடல்கள் வருவதாகும். இசையைக் கேட்பதன் மூலம் பிள்ளையின் அசௌகரியம் தணியும் என்ற உண்மை தாலாட்டு பலருக்குத் தெரியும். தொடர்ந்து தாலாட்டோசையுடன் பாடல் வரும்.

இன்னுமொரு முக்கிய அம்சம் இந்தத் தாலாட்டினை மேற் கொள்ளும்பொழுது குழந்தை மடியிலோ அல்லது தொட்டிலிலோ அல்லது ஏணையிலோதான் இருக்கும். அதாவது மடியோ, தொட்டிலோ, ஏணையோ அதுவும் ஆடும். அந்தப் பின்புலத்தில் இந்த மெல்லோசையைக் கேட்கும் குழந்தை தனது அசௌகரியம் தணிந்து உறங்கத் தொடங்கும்.

இதுவரை விவரித்த இம்முறைகள் நகரங்களுக்கும் பொதுவானவை; கிராமங்களுக்கும் பொதுவானவை. நகரத்துத் தாய்மார்களும் தாலாட்டுப் பாடுவர். பாடுபவர்கள், நகரமயவாக்கம் ஏற்படுத்தும் சுயநிலைப் பிரக்ஞைக்கும் அப்பாலே போய்ப் பிள்ளையைத் தாலாட்டுவர். பாரம்பரியக் கிராம நிலையில் இந்தச் சுயநிலைப் பிரக்ஞை தாலாட்டுபவரைத் தடை செய்யாது.

உண்மையில் எளிமையும், பிறர் பற்றிய சிரத்தை அதிக மில்லாமையும் ஊடாடுகின்ற கிராமத்துச் சூழலில் பாடலின்

இளமைக்கேற்ப பாடல்கள் உருவாகும். இந்தப் பிரவாகம்தான் கிராமத்துத் தாலாட்டு வசீகரத்துக்குக் காரணமாகின்றது. இத்தொகுதியில் வரும் பாடல்களைப் பாடிக் காட்டியுள்ள பெண்கள் எல்லோருமே 60,65 வயதுக்கு மேற்பட்டவர்கள். (பாடலைப் பாடியவர்கள் பெண் களாகவும், பாடல்களைப் பதிவு செய்ய உதவியவர்கள் ஆண்களாகவும் காணப்படுவதை அவதானிக்கவும்.)

நண்பர் முத்துமீரான் தொகுத்துள்ள இந்தத் தாலாட்டுகளை உன்னிப்பாக நோக்கும் பொழுது இரண்டு விடயங்கள் முக்கியமா கின்றன. ஒன்று கவித்துவ ஆற்றல், வசீகரம். இரண்டாவது இஸ்லாமிய கருத்து நிலை தமிழ் எடுத்துரைப்பு மரபுடன் இயையும் முறைமை. உண்மையில் சமூக இலக்கிய நிலை நின்று நோக்கும் பொழுது இரண்டாவது அம்சமே முக்கியமாகின்றது.

இதனைச் சற்று உன்னிப்பாக நோக்குவோம். இஸ்லாத்தின் பரவுகை மரபு, பாரசீக மொழிகளின் வழியாக ஈடேறியது. இந்தியாவின் வடமேற்கு வாயில்களின் வழியாக அது இந்தியா விற்குள் நுழைந்தபொழுது இந்தியப் பண்பாட்டுடன் அது இயைந்துள்ள முறைமை விரிவாக ஆராயப்பட்டுள்ள ஒரு விடயமாகும். உருது மொழியின் தோற்றம் இந்திய- இஸ்லாமிய இணைவினால் ஏற்பட்ட தாகும். வட இந்தியாவின் முக்கிய மொழிகளான வங்காளம் போன்ற வற்றில் இஸ்லாத்தின் செல்வாக்கு மிக முக்கியமானதாகும். இந்த அரசியல் முக்கியத்துவத்தை பங்களாதேசின் தோற்றத்திலே காணலாம். மேலும் நாம் பலரறியாத ஓர் இலக்கிய வரலாறுண்மை வங்காள இலக்கியத்தின் நஸ்ருல் இஸ்லாத்துக்குள்ள முக்கியமாகும்.

தமிழ் நாட்டிலும் இருமொழி நிலைப்பட்ட முஸ்லிம்கள் உள்ளனர். (தமிழைத் தாய் மொழியாகக் கொண்டவர்கள்; உருதுவை பேசுபவர்கள்.) ஏறத்தாழ 14-ஆம், 15-ஆம் நூற்றாண்டிலிருந்தே இவர்கள் தமிழ்ப் பண்பாட்டுடன் இணைந்துள்ளனர்.

இலங்கையிலும் முஸ்லிம்கள் தமிழையே தாய் மொழியாகக் கொண்டுள்ளனர். அதிலும் வடகிழக்கிலுள்ள முஸ்லிம்கள் ஏறத்தாழத் தமிழ்ப் பாரம்பரியச் சமூகத்தோடு இணைந்தவர்கள் என்று கூறலாம். கிழக்கிலங்கையில், குறிப்பாக, மட்டக்களப்புக்குத் தெற்கே இந்த இயைபுக்கு சமூக ஒழுங்கமைப்பு வலுவும் உண்டு. கிழக்கு முஸ்லிம் களிடையேயும் தாய் வழிக் குடிமரபு உண்டு. கிழக்கிலங்கையில் இஸ்லாம் எப்படிப் பரவியது என்பது பற்றிய உசாவலின் பொழுது கண்டி அரசை வைத்துக் கொண்டு பதில் கூற முனைவது போதாது. ஏனெனில், சமூக இயைபு நெறிமுறைகள் மானிடவியல் நோக்கில் பார்க்கும் பொழுது ஆழமானவையாகத் தெரிகின்றன. இந்த இயையின் ஆழத்திலிருந்துதான் கிழக்கிலங்கை முஸ்லிம்களின் குறிப்பாக,

தென்கிழக்கு முஸ்லிம்களின் 'தமிழ் நிலை எடுத்துரைப்புகள்' வெளி வருகின்றன. ஜனாப் முத்துமீரான் தந்துள்ள இந்தத் தாலாட்டுக்களின் மூலம் வருகின்ற உணர்வுநிலை வெளிப்பாடோ அவற்றுக்கான மொழி நிலைச் சுட்டுகையோ பிரதேச வேறுபாடுகளை அதிகம் அழுத்த வில்லை. உதாரணமாக ஜிந்தோட்டையிலிருந்து வரும் பாடல்களைப் பார்க்கும்பொழுது அவை சுற்றிவரச் சிங்களப் பண்பாட்டையுடைய ஒரு வாழ்நிலையிலிருந்து வருவதாகக் கூற முடியாதுள்ளது. அதே போல இந்துச் சூழலையுடைய மன்னாரிலிருந்து வரும் பாடல்களில் இஸ்லாமியப் படிமங்கள் ஆழத்துடனும், ஆணித்தரத்துடனும் வெளிவருவதைக் காணலாம்.

இத் தாலாட்டுக்கள் ஒன்றை நமக்கு உணர்த்துகின்றன. அதாவது இலங்கை முஸ்லிம்களின் வாழ்வியல் நடைமுறை இஸ்லாத்தையும்-தமிழையும் மிக அற்புதமாக இணைக்கின்றன. உண்மையில் இதனை நாம் மொழி நிலைப்படவோ, மதநிலைப்படவோ பெரிதுபடுத்தக் கூடாது என்றே கருதுகின்றேன். ஏனெனில் இவை மிக்க இயல்பாக எந்தவிதத் 'தெண்டிப்பு'மில்லாத சரயு போல, கங்கை போல, காவேரி போல, மகாவலி போல ஓடுகின்றன, பாய்கின்றன. ஒரு இஸ்லாமியத் தாய் இப்படித்தான் கூறுவாள்; அவளது எடுத்துரைப்பு அவளது தாய் மொழியில் இப்படித்தான் வரும்.

இந்த உண்மையை மனத்திருத்திக் கொண்டு, முதலிற் கூறிய, பாடல்களின் கவித்துவ வசீகரத்துக்குச் செல்லல் வேண்டும். முதலில் குழந்தை பற்றிய படிமங்களை அவதானிக்குமாறு வேண்டுகின்றேன். தங்கக்குடம், தலைவாசல் மாதுளை, மான்குட்டி, மயில்குஞ்சு என்பவை இந்தப் பண்பாட்டின் நுண்ணிதான இரசனை மையங்களாகும். உண்மையில் இந்தப் படிமங்களிலே இந்த அடிநிலை வாழ்விலும் தெரியவரும் அழகிய நுண்ணுணர்வே நம்மைச் சிலிர்க்க வைக்கின்றது. நண்பர் முத்துமீரானுக்கு இஸ்லாமிய உலகமும், தமிழ் உலகமும் கடமைப்பட்டுள்ளன.

-கார்த்திகேசு சிவத்தம்பி
10.4.2007

ஜனாப் எஸ். முத்துமீரான் தொகுத்துள்ள
'இலங்கைக் கிராமத்து முஸ்லிம்களின்
தாலாட்டுப் பாடல்கள்'
நூலுக்கான அணிந்துரை

16
இந்நூல் அளவில் சிறியதெனினும் அறிவாழத்திற் பெரியது

திரு.எஸ்.இராமநாதன் எழுதியுள்ள இந்நூல் அளவில் சிறியதெனினும் அறிவாழத்திற் பெரியது. பெருந் தோட்டப் பகுதிகளிலே குறிப்பாக இலங்கையின் மலைநாட்டு பிரதேசங்களிலே, தேயிலை தோட்டங்களிலே பணிபுரியும் இந்திய வம்சாவளித் தமிழரின் வரலாறு பல முக்கியத்துவங்களைக் கொண்டது.

பிரிட்டிஷ் சாம்ராஜ்யம், தென்னாப்பிரிக்கா, தென்னாசியா, தென்கிழக்காசிய பிரதேசங்களைச் சேர்ந்த நாடுகளில் தனது காலனித்துவ ஆட்சியைத் தொடர்ந்து பேணுவதென்ற தீர்மானத்தை எடுத்த பின்னர், அவ்வந்நாடுகளின் பொருளாதார வளங்களை தமது சுபீட்சத்துக்கு பயன்படுத்தும் முறையினைத் தொடங்கிற்று. பிரிட்டனில் பெருகி வரும் தேசிய கைத்தொழில் தேவைகளைப் பூர்த்தி செய்யும் வகையில் தமது ஆட்சியின் கீழ் வந்த இந்த நாடுகளைப் பயன்படுத்தினர். ஒவ்வொரு நாட்டிலுமுள்ள இயற்கை வளங்களைப் பயன்படுத்தி தமது கைத்தொழில் வளர்ச்சித் தேவைகளைப் பூர்த்தி செய்ய முயன்றனர். இதன் காரணமாக இலங்கையில் முதலில் றப்பர் தோட்டங்களும் பின்னர் கோப்பி, தேயிலைத் தோட்டங்களும் நிறுவப்பட்டு அவற்றின் பரிபாலனம் இங்கிலாந்து கம்பனிகளாலும், அவர்களால் நியமிக்கப்பட்டவர்களாலும் நடைபெற்று வந்தது.

இந்த வணிக, விவசாய முறையானது இந்நாடுகளின் வரலாற்று அனுபவங்களினூடாக வந்ததென்று கூறிவிட முடியாது. இதனால் இத் தோட்டங்களுக்கான உழைப்பாளிகளைப் பொறுத்தவகையில் அதற்காக ஆள்வலுவை உள்ளூரிலேயே பெறுவது சிரமமாயிற்று. இதனால் அவர்கள் தென்னிந்தியாவிலிருந்து குறிப்பாக அக்காலத்தில் சென்னை இராசதானி என்ற பிரதேசத்துக்குள்ளிருந்த கூலியாட்களைப் பெற்றுக் கொண்டனர்.

ஆங்கில ஆட்சியின் வருகையுடன் ஏற்பட்ட மாற்றங்கள் காரணமாக சேலம், கோயம்புத்தூர், திருச்சி போன்ற மாவட்டங்களிலே வாழ்ந்து வந்த அடிநிலை மக்கள் பெரிதும் சிரமப்பட்டுக்கொண்டிருந்தனர். பஞ்சம் தோன்றுமளவிற்கு சிலவிடங்களில் நிலைமை மோசமாகவிருந்தது.

தமிழ்ப் பிரதேசங்களிலிருந்தும், தெலுங்குப் பிரதேசங்களிலிருந்தும் கூலியாட்கள் பெரும் தொகையினராகக் கொண்டு வரப்பட்டனர். தென்னிந்திய நிலையில் தொழிலாளர்களை ஒன்றுசேர்த்து இலங்கைக்கு அனுப்பும் மையமாக திருச்சியில் ஒரு பகுதி விளங்கிற்று. (திருச்சிராப் பள்ளி விமான நிலையத்திற்கு அருகேயுள்ள பிரதேசம் இதற்காகப் பயன்படுத்தப்பட்டது. இதன் எச்ச சொச்சங்கள் இன்னுமுள்ளன.) கடல் மார்க்கமாகத் தலைமன்னாருக்குக் கொண்டு வரப்பட்டு அங்கிருந்து கால்நடையாகவே இவர்கள் தோட்டப் பகுதிகளுக்குக் கொண்டு செல்லப்பட்டனர்.

தொழிலாளர்களின் நேரடிக் கண்காணிப்பிற்கும் அவர்களை நிர்வகிப்பதற்குமென இந்தியத் தமிழர்கள் சிலரை கண்காணியாகத் தெரிந்தெடுத்துக் கொண்டனர். அவர்களையுங் கூட சாதிக்குழும அடிப் படையிலே பார்க்கலாம். இதற்கு நல்ல உதாரணம் இலங்கையில் இன்று அரசியல் முக்கியத்துவம் பெற்றுள்ள தொண்டமான் குடும்பத்தினர் ஆவர். தொண்டமான் என அழைக்கப்படும் பெரும் சாதிக்குழுமம் இன்று வரை தமிழகம் திருநெல்வேலி மாவட்டத்திலுள்ளது. தமிழகத்தின் கலா ரசிகர்களில் ஒருவராகப் போற்றப்பட்ட தொ.மு. பாஸ்கரத் தொண்டமான் இந்தக் குலத்தவரே. நவீன தமிழிலக்கிய உலகில் மிகப் பெரும் புகழீட்டிய தொ.மு. ரவி ரகுநாதன் தொண்டமானின் தம்பியாவார்.

தொண்டமான் குடும்பத்தினர் முக்குலத்தோருள் ஒரு குழுவான கள்ளர் குலத்தைச் சார்ந்தவர்கள், பழந்தமிழிலக்கியங்களிலே பேசப்படும் ஆரலைக்கள்வர் என்போரின் வழித்தோன்றல்களாக இவர்கள் இருக்கலாம் என்று கூறுவர். ஆனால் காலவோட்டத்தில் இவர்களில் பலர் நிலச் சொந்தக்காரர்களாக மாறினர். பிரித்தானிய ராட்சியில் தென்னிந்தியாவில் 19ஆம் நூற்றாண்டில் ஏற்பட்ட பஞ்சம் காரணமாக இப்பிரதேசங்களில் கடும் வரட்சியேற்பட்டது. பஞ்சமும் வந்தது. பிரித்தானியர் தமது வணிக விவசாய பயிர்ச் செய்கைக்காக இந்தப் பிரதேச மக்களைப் பயன்படுத்தினர்.

கங்காணி முறைமை மூலம் இத்தொழிலாளர்கள் கட்டுப்படுத்தப் பட்டனர். கண்காணிப்பு என்ற சொற்களின் அடியாகவே கங்காணி என்ற சொல் வந்திருக்கவேண்டும். இந்த முறைமை தொடங்கப் பெற்ற 19ஆம் நூற்றாண்டின் நடுக்கூறு, பிற்கூறுகளில் கங்காணியாக இருந்தோர் பெரும்பாலும் முக்குலத்தைச் சார்ந்தவர்கள் என்று கொள்ளும் மரபுண்டு. இத் தொழிலாளர்கள் வருடாவருடம் அவர்களிற் சிலர் இடைக்கிடை தமது ஊர்களுக்குச் சென்று திரும்பும் வழக்கமுமிருந்தது என்பது தெரிகிறது. ஆனால் படிப்படியாக இத்

தொழிலாளர்கள் இலங்கையின் பெருந்தோட்டங்களிலேயே தொடர்ந்து வாழ்வதற்கான 'நிரந்தர வசதிகள்' ஏற்படுத்தப்படத் தொடங்கின. அவர்களுடைய வீடுகள் ஒரே Line இல் கட்டப்பெற்ற ஒரு வீட்டுத் தொகுதியின் ஒவ்வோர் அலகுகளாகவிருந்தன. பெரும் பாலும் ஒரே இடத்திலிருந்து கொண்டு வரப்பட்டவர்கள் லயன் களிலும் குடியேற்றப்பட்டாலும் அவர்களிடையே வேறுபாடுகள் காணப்பட்டன.

தேயிலைத் தோட்ட வாழ்க்கை முறையின் பிரதான அம்சம் பெண்கள் தேயிலைக் கொழுந்து பறிக்கின்ற வேலையில் ஈடுபடுத்தப் பட்டமையாகும். ஆண்கள் பெரும்பாலும் தோட்ட பிரதேச மரங்களை வெட்டுதல், தோட்டப்பகுதிகளை செம்மை செய்தல் போன்ற வேலை களிலேயே ஈடுபடுவர். கங்காணி இவர்களின் மேற்பார்வையாளராக கடமையாற்றுவார். இவர்கள் கவனம் குறையாது கொழுந்து பறிக்கின்றார்களா என்பதை மிகுந்த கண்டிப்புடனேயே கண்காணிமார் பார்த்தனர்.

தோட்ட நிர்வாகம் இரண்டு நிலைப்பட்டது. ஒரு நிலை Superintendent என்பவராவார். அவருக்கு உதவியாக உதவி Superintendent மார் இருந்தனர். Superintendent என்பவரை பெரிய துரை என்றும் Assistant Superintendent என்பவரை சின்ன துரை என்றும் தொழிலாளர்கள் அழைத்தனர்.

பறிக்கப்பட்ட கொழுந்துகளை தேயிலைத் தொழிற்சாலைக்குக் கொண்டு சென்று கொடுப்பர். அவ்விடத்தில் தொழிற்சாலை பொறுப்பாளரும் அவரது உதவியாளர்களுமே கொழுந்தை நிறுப்பர். இவர்களும் பெரும்பாலும் இந்திய தமிழர்களாகவிருந்தாலும் வர்க்க (Class) அடிப்படையிலான ஒரு மேலாதிக்க நோக்கு இவர்களிடத்தே யுண்டு. கொழுந்தை குறைய அளந்து விடுவார்களோ என்ற பயமும் தொழிலாளர்களுக்குண்டு.

தேயிலை பெருந்தோட்ட முறையில் தொழிலாளியென்ற வகையில், பெண் முக்கியமானவள் என்றாலும், சமுதாய பாரம் பரியத்தைப் பொறுத்தவரையில் அதாவது, பிதாவழி அதிகார முறைமையில் ஆண்கள் முதலிடம் வகிக்கும் நிலைமையேயுண்டு. இதனால் தொழிலாளியாக சுரண்டலுக்கு ஆட்படுத்தப்பெற்ற பெண், வீட்டுப் பெண்ணாகவும் ஒடுக்கப்படுகிறாள். குடும்பப்பெண் என்ற அலகே லயத்து வீடுகள் காரணமாக பகிரங்கப்பட்ட வாழ்க்கையாகி விடுகிறது. இந்தத் தொழிலாளர்களின் வாழ்க்கையிலுள்ள பிரதான அம்சம் யாதெனில் இவர்கள் ஏறத்தாழ மேலே கூறிய உழைப்புப்

பிரிவின் (Division of Labour) அடிப்படையிலேயே தொடர்ந்து வைத்திருக்கப்படுகின்றமையாகும்.

பெருந்தோட்ட வாழ்க்கைமுறையின் மிகமிகப் பிரதானஅம்சம், அடிநிலைத்தொழில் முறையோ factory முறையோ மாற்றப்பட்டு பேணப்பட்டு வந்துள்ளமைதான். உண்மையில் நிலவுடைமை அமைப்பையும், பாரம்பரிய சமூக உறவுகளையும் பயன்படுத்தி தோட்டத் தொழிலாளர்களின் வாழ்க்கையை ஒரு மட்டத்துக்கு மேலே வளரவிடாது பெரு வணிக முதலாளித்துவம் தடுக்கிறது. உதாரணமாக, தேயிலைக் கொழுந்து பறிக்கின்ற முறையிலோ, தேயிலை செம்மைப் படுத்தும் முறையிலோ புதிய தொழிநுட்ப வளர்ச்சி எதுவுமில்லாமற் பேணப்படுகிறது. அதாவது தோட்டத் தொழிலாளர் ஒரு புறத்தில் பாரம்பரிய சமூக கட்டுக்கோப்புக்குள்ளே வைத்து பேணப்படுபவர்களாகவும் அதே வேளை மிக நுண்ணிய உலக முதலாளித்துவத்தின் சுரண்டலுக்கு ஆட்படுகின்றவர்களாகவும் காணப்படுகின்றனர். இந்த அடிப்படையில் தளமாற்றங்கள் (Radical) எதுவுமில்லாவிட்டாலும் எந்த ஒரு சமூகமும் ஒரே தன்மையான தேக்க நிலையிலிருந்து விடுவதில்லை.

இன்னொரு அம்சம் ஒட்டு மொத்தமான கால மாற்றத்துக்கு இயைந்த மாற்றங்களை தவிர்க்கவும் முடியாதென்பதாகும். இதன் காரணமாக காலத்துக்கு காலம் தொழிலாளர்களின் நிலைமையை முன்னேற்றும் வகையில் பல சட்டங்கள் இயற்றப்பட்டுள்ளன.

சற்று உன்னிப்பாக நோக்கும் பொழுது பெரும் தோட்ட தொழிலாள தமிழர்களை அவர்கள் வாழ்கின்ற பிரதேச மக்களோடு இணைத்து நோக்குவதிலே பெரும் தயக்கம் நிலவி வந்துள்ளமையை அவதானிக்கலாம். கண்டி சிங்கள மக்கள் இத்தொழிலாளர்களோடு இணைந்து கொள்வதை கண்டிய சிங்களத் தலைமை விரும்பாது இருந்தமை இயல்பேயாகும்.

இத்தொழிலாளர்கள் பற்றிய ஒட்டு மொத்தமான தேசிய சிரத்தையொன்று இவர்களுக்காகவெழுந்த கட்சிகள் மூலம் தெரியத் தொடங்கிற்று.

பெருந்தோட்டத் தொழிலாளர்களை பிரதிநிதித்துவப்படுத்து வதற்காக பொது நிலைப்பட்ட இலங்கையின் மற்றைய தொழிலாள இயக்கங்களோடு அவர்களை சேர்த்துக்கொள்ள முடியாது போயிற்று. லங்கா சமசமாஜக் கட்சி, கம்யூனிஸ்ட் கட்சி ஆகியவை இவர்களுக்கான விஷேட தொழிற்சங்க குழுக்களை அமைத்து அவற்றை நாட்டின் ஒருமித்த தொழிலாள தொழிற்சங்கங்களுடன் இணைப்பதற்கான

முயற்சியை மேற்கொண்டனர். ஆனால், தொழிலாளர்கள் தமது இந்திய அடையாளத்தைத் தொடர்ந்து பேணவேண்டிவந்தமை மாத்திர மல்லாது தொழில் நிலையிலும் மற்றைய தொழிற்சங்கங்களோடு இணைத்துப் பார்க்க முடியாத பல விஷேட அம்சங்களையும் கொண்டிருந்தமையினாலும் தோட்டநிலைப்பட்ட தொழிற்சங்கங்கள் மேற்கிளம்பின.

முதலில் இலங்கை-இந்திய தொழிலாளர் காங்கிரஸ் என்ற பெயரில் தொடங்கி பின்னர் தலைமையடிப்படையில் பிளவுறத் தொடங்கிற்று. இவை யாவற்றிலும் திரு.எஸ். தொண்டமான் தலைமையிலியங்கிய இயக்கமே இறுதியில் மேலோங்கிற்று. அஸீஸ் அவர்களுடைய ஜனநாயக தொழிலாளர் காங்கிரஸ் என்ற நிறுவனம் ஓரளவுக்கு பலமாகவிருந்தது. எனினும் காலப்போக்கில் தொண்ட மானைத் தலைமையாகக் கொண்ட இலங்கைத் தொழிலாளர் காங்கிரஸ் மேல்நிலையை எய்திற்று. இந்த மேல்நிலை எய்துகை உள்ளூர் நிலையில் மாத்திரமல்லாது சர்வதேச நிலையிலுமேற்பட்டது. சர்வதேச தொழிலாள நிலையிலும் ILO எனப்படும் உலகளாவிய தொழிற்சங்க நிலையிலும் தொண்டமான் தனது செல்வாக்கைப் பதித்தார். இதனால் தொழிலாளர் என்ற நிலையில் இந்த பெருந்தோட்டத் தொழிலாளர்கள் ஒரு தனிக் கூறாகவே கொள்ளப்படுகின்றனர்.

தொழில் சங்க நிலையில் மாத்திரமல்லாது அரசியல் நிலையிலும் இவர்களின் இருப்பு இலங்கையின் தேசிய அரசியற் கட்சிகளுக்கு, குறிப்பாக ஐக்கிய தேசிய கட்சி, சுதந்திரக் கட்சிகளுக்கு சில முக்கிய பிரச்சினைகளை கிளப்பியுள்ளன. சர்வஜன வாக்குரிமையடிப்படையில் இத்தொழிலாளர்களுக்கும் வாக்குரிமையிருந்ததன் காரணமாக முதலாவது பாராளுமன்றத்தில் ஏறத்தாழ 7 பிரதிநிதிகள் பெருந்தோட்ட பகுதியிலிருந்து தெரிவாகினர். அது மாத்திரமல்லாது மலையகத்தின் பட்டினங்களிலும் பட்டினங்களைச் சார்ந்த இடங்களிலும் இந்திய வம்சாவளியினர் பெரும் தொகையினராக விளங்கினர். இந்த வாக்குரிமைப் பலம் காரணமாகவே இந்திய வம்சாவழித் தமிழர்கள் பலர் எம்பீக்களாக தெரிவாகினர். இந்த நிலைமையைக் கண்டு பயந்த D.S. சேனநாயக்கர் *1948*இல் இலங்கை பிரஜா உரிமைச் சட்டத்தையும் இந்திய பாகிஸ்தானிய பிரஜா உரிமைச் சட்டத்தையும் கொண்டு வந்தார்.

இந்தத் தேர்தல் முறையால் இந்திய வம்சாவளிப் பிரதிநிதித்துவம் இல்லாமலே போகும் நிலையேற்பட்டது. அந்த நிலையிலே தான் பாராளுமன்றத்துக்கு இவர்களுக்கான நியமன எம்பியை நியமிக்கும் வழக்கமேற்பட்டது.

திரு. தொண்டமான் அவர்கள் அத்தகைய நியமன எம்பியாக இருந்தது மாத்திரமல்லால் அமைச்சராகவும் விளங்கினார். இது தொடர்பாக இலங்கை தொழிலாளர் காங்கிரஸுக்கு தலைவரான தொண்டமான், ஒன்றுக்கொன்று வேறுபட்ட அரசாங்கங்களால் நியமிக்கப் பட்ட எம்பியாக மாத்திரமல்லாமல் அமைச்சராகவும் விளங்கினார்.

ஒரு தடவை திரு. தொண்டமான் அவர்களோடு உரையாடிய பொழுது, இப்படி இரண்டு பக்கத்தாராலும் நியமிக்கப்படுவது உங்களது நிறுவனத்தின் சுதந்திர இயக்கப்பாட்டுக்கு குந்தகம் விளைவிக்காதா என்று கேட்டேன். அப்போது அவர் சொன்ன பதில் முக்கியமானது. 'நாங்கள் எத்தனையோ மட்டங்களில் கடும் எதிர்ப்பு களுக்கு மத்தியில் எங்கள் மக்களுக்காகப் போராடுகிறோம். நாம் முன் வைக்கும் கோரிக்கைக்குள் சிலவற்றை அவர்கள் ஏற்றுக் கொள்ளா திருக்கலாம், சிலவற்றை ஏற்றுக் கொள்ளலாம். அவர்களுடைய கட்சி அரசியல் வேறு, எங்களுடைய நிலைமை வேறு. எங்களுக்கு பல தேவைகளிருக்கின்றன. எனவே எங்கள் மக்களுக்குத் தேவையான வற்றைத் தருவதாக அவர்கள் ஒப்புக் கொண்டால் நாங்கள் அவர்களுக்கு உதவி செய்வோம்.

திரு. தொண்டமானின் இந்த நிலைப்பாட்டைக் கோட்பாட்டு நிலை அரசியல் பேசுவோர் ஏற்றுக் கொள்வது சிரமமாயிருக்கும். ஆனால் நடப்பு நிலை (Empirical) அரசியலைப் பொறுத்தவரையில் இது அம்மக்களின் தேவைகளை நிறைவேற்றுவதற்கான ஒரு நடைமுறை என்பதை எவரும் மறுக்க முடியாது. இனக்குழும அரசியல்பற்றிப் பேசும் பொழுது அவரின் நிலைப்பாடு தெளிவாகிறது. தோட்டத் தொழிலாளர்களின் சிறப்புப் பிரச்சினைகளுக்காகப் போராடிய அவர் இம்மக்களின் இனத்துவ அடையாளத்துக்கு தான் எதிரல்ல என்பதையும் கூறி, அதனாலேயே தமிழர் விடுதலைக் கூட்டணியின் 4 பெரும் தலைவர்களுள் ஒருவராக இருப்பதற்கு இசைந்து கொண்டதாகக் கூறியுள்ளார். ஆனால் யதார்த்த அரசியல் நிலையில் இலங்கைத் தமிழ் மக்களின் அரசியல் போராட்டத்தையும் மலையகத் தமிழ் மக்களின் அரசியல் போராட்டத்தையும் இணைத்து விட முடியாது.

திரு.தொண்டமான் தனது நிலைப்பாடுகளை ஒரு கொள்கை (Theory) அடிப்படையில் பார்க்க விரும்பவில்லை என்பது தெரிகிறது. உண்மையில் இலங்கையில் வாழும் தமிழர்கள் என்ற முறையில் இது ஒரு ஆழமான பிரச்சினையாகும். இந்திய வம்சாவளித் தமிழர் என்றவகையில் அவர்கள் அந்தப் பிரச்சினையை எதிர்நோக்கிய

பொழுது, அப்போது ஒரேயொரு இலங்கைத் தமிழ் அரசியற் கட்சியாக விளங்கிய அகில இலங்கை தமிழ் காங்கிரஸில் ஏற்பட்ட பிளவை மறுத்துவிடல் கூடாது. திரு.ஜி.ஜி. பொன்னம்பலம் அவர்கள் அந்தச் சட்ட மூலத்தை எதிர்க்காத நிலையில் திரு. S.J.V. செல்வநாயகத்தின் தலைமையில் பலர் அந்தச் சட்டமூலம் காரணமாகத் தமிழ் காங்கிரஸி லிருந்து விலகி, இலங்கைத் தமிழரசு கட்சியைத் தோற்றுவித்தனர்.

இந்திய வம்சாவளித் தமிழர்களைப் பொறுத்தவகையில் இவர்களின் இருப்பும், தொழிற்பாடுகளும் சமூக, விஞ்ஞான ஆய்வாளர்கள் பலரது கவனத்தை ஈர்த்துள்ளன. பெருந்தோட்ட தொழிலாளர்களாக குறிப்பாக தேயிலைத் தோட்ட தொழிலாளர்களாக கடமை புரியும் இவர்களை ஒரு தனி குழுமமாக வைத்திருப்பதில் அரசியல் இலாபங்கள் உள்ளன என்பது உண்மையே.

இவர்கள் இலங்கைத் தமிழர்களுடன் இணைந்து விடக்கூடாது என்ற ஒரு பயம் அரசாங்க நிலையிலுண்டு. தோட்டத் தொழிலாளர் களின் அரசியல் கட்சிகளும் இவர்கள் தனிக்குழுமமாக இருப்பதையே விரும்புவர்.

இலங்கைத் தமிழர்கள் என்ற எண்ணக்கருவினடிப்படையில் நோக்கும்பொழுது, யாழ்ப்பாணம், மட்டக்களப்பு, திருமலை, மன்னார், வன்னி ஆகிய பகுதிகளில் பாரம்பரியமாக வாழும் இலங்கைத் தமிழ் மக்களுக்கும் மலையகத் தமிழர்களுக்குமிடையே கணிசமான சமூக ஒழுங்கமைப்பு பண்பாட்டு வேறுபாடுகளுள்ளன. ஆனால் 1960, 70களில் ஏற்பட்ட தோட்ட பிரதேச காணிகளை தேசிய மயமாக்கும் நடைமுறை காரணமாக பெருந்தோட்ட தமிழ்க் குடும்பங்கள் பல, வன்னிப்பகுதிக்கு குறிப்பாக, கிளிநொச்சி, மாங்குளம் சார்ந்த பகுதிகளுக்கு விவசாயத் தொழிலாளர்களாகச் செல்லும் ஒரு நிலைமையேற்பட்டது. இப்பொழுது அவர்கள் அப்பிரதேசத்துடன் நன்கிணைந்துள்ளனர் என்பதனைக் குறிப்பிடுதல் அவசியம்.

செங்கையாழியானின் ‘காட்டாறு’ நாவல் இந்த விடயப் பொருள் பற்றிப் பேசுகிறது. இப்பிரதேசத்தில் சிலவிடங்களில் தேர்தல் முடிவு களை நிச்சயிக்கின்ற அளவுக்குப் பெருந்தொகையினராக இவர்கள் உள்ளனர். அத்துடன் உள்ளூர் வாசிகளுடன் திருமண உறவுகளும் ஏற்பட்டுள்ளது. மலையகத் தோட்டத் தொழிலாளர்கள் பற்றிய மிகமிக முக்கியமாக குறிப்பிட வேண்டியது பெருந்தோட்டப் பகுதியான மலைசார்ந்த இடங்களில் இவர்கள் வாழ்வதன் காரணமாக ‘மலையகம்’ என்று குறிப்பிடும் வழக்கம் வந்துவிட்டமையாகும். இப்பிரதேசத்துக்குரிய முக்கிய அரசியற் கட்சியொன்று மலையக மக்கள் முன்னணி என்ற பெயரையே கொண்டுள்ளது.

திரு. இராமநாதன் அவர்களும் இந்நூலின் தலைப்பினை மலையக இந்திய வம்சாவளியென்றே குறிப்பிடுகின்றார். பாரம்பரியமாக 'கந்த- உடரட்ட' எனச் சிங்களத்திலே குறிப்பிடப் பெறும் இப்பிரதேசம் இப்பொழுது 'மலையகம்' என்ற தமிழ்த் தொடர்கொண்டு அழைக்கப் படுவது பெரும்பான்மை சமூகத்தைச் சார்ந்த சில அரசியல்வாதி களிடத்திலே அதிருப்தியை ஏற்படுத்தியுள்ளது என்ற உண்மையையும் மறந்து விடக் கூடாது.

எவ்வளவு நோக்கினாலும் மலையகத் தமிழர்கள் இலங்கைச் சனத்தொகையில் ஒரு முக்கிய அலகாகவிருப்பது மாத்திரமல்லாமல் தனித்துவமான பண்பாட்டாளராகவும் விளங்குகின்றனர். சமஸ்கிருத நெறிப்படுகைக் (Sanskritisation) காரணமாக மலையக நகரங்களின் பல கோவில்களில் யாழ்ப்பாணத்தைச் சார்ந்த பிராமணர்களே பணிபுரிகின்றனர்.

மலையக தமிழரின் வளர்ச்சியிற் கல்விக்கு ஒரு முக்கிய இடமுண்டு. தோட்டங்களின் நிர்வாகத் தேவை அத்தியாவசிய காரணமாக பெருந்தோட்டங்களில் 5ஆம்தரம் வரையிலான வகுப்புக் களையுடைய தோட்டப்பாடசாலைகள் இருந்து வந்துள்ளன. 20ஆம் நூற்றாண்டின் முற்பகுதி, நடுப்பகுதிகளில் தோட்டப் பாடசாலைக் கல்வி மிகவும் குறைந்த தரத்திலேயே இருந்தது. ஆனால் 21ஆம் நூற்றாண்டின் முதற் பத்தாண்டு நிலையில் நின்று நோக்கும் பொழுது, அப்பகுதி கல்வி முறையிலே பெருத்த வளர்ச்சியேற்பட்டுள்ளதை அவதானிக்கலாம். தோட்டப் பாடசாலைகளிலே கல்வி தொடங்கியவர்கள் பல்கலைக்கழகங்களுக்குச் சென்று, பட்டங்கள் பெற்று உயர் நிலை உத்தியோகங்களை வகிப்பது இப்பொழுது சாதாரணமாகி விட்டது என்றே கூற வேண்டும். தோட்டப்பகுதிக்கெனவிருந்த சுகாதாரத் துறையும் பாரிய வரையறைகளுடனேயே தொடக்கத்தில் இயங்கிற்று. இப் பொழுது அது தேசிய நீரோட்டத்துக்குள் கொண்டுவரப்பட்டுள்ளது.

ஈழத்திலக்கியத்தில் மலையக இலக்கியம் இன்று நிரந்தர இடத்தைப் பிடித்துள்ளது. தோட்டப் பகுதியைச் சார்ந்த C.V. வேலுப்பிள்ளை எழுதிய 'In Ceylon's Tea Gardens' என்ற கவிதைத் தொகுதி மிக பிரசித்தமானது. அனைத்திந்திய இலக்கிய முக்கியத்துவ முடைய மு.கணேஷ், N.S.M. இராமையா மலையகத்தைச் சார்ந்தவர்களே. சாரல்நாடான், குறிஞ்சித் தென்னவன், லெனின் மதிவாணன் என முக்கிய எழுத்தாளர்கள் பலர் இன்று எழுதுகின்றனர். இன்றைய நிலையில் மலையக இலக்கியம் ஈழத்திலக்கியத்தின் பெறுமதிமிக்க ஓர் அம்சமாக விளங்குகிறது.

இதுவரை கூறப்பட்ட மேலோட்டமான பின்புலத்தில் இந்நூலை நோக்கும் பொழுது தான் அதன் சிறப்புத் துல்லியமாகத் தெரிகிறது. திரு. எஸ். இராமநாதன் இந்நூலிலே தோட்டத் தொழிலாளர்களின் அரசியல், சமூக வளர்ச்சியைப் பிரமிக்கத்தக்க தாடனத்துடன் தந்துள்ளார். நூலின் முதற்பகுதி மலையகத் தமிழர் பற்றிய சட்ட வாக்கங்களை நேரிலான, நேர்த்தியான முறையிலே தருகின்றது. உண்மையில் இவ்விடயப் பொருள் பற்றி ஆங்கில நூல்கள் எவற்றிலும் காணமுடியாத ஒரு வரலாற்றுப் பார்வை முழுமையொன்றை இந்நூலிலே காணக்கூடியதாகவுள்ளது. இந்நூலினை முழுவதும் வாசிக்கும் பொழுது, நூல் சிறிதாயினும், மலையகத் தமிழர் பற்றிய வரலாற்றையும், வாழ்க்கைப் பிரச்சினைகளையும் மிகுந்த தெளிவுடன் கூறியிருக்கின்றமை தெரிகிறது. இந்நூல் சிங்களத்திலும், ஆங்கிலத்திலும் வெளிவருவது மிக அவசியமென்றே கருதுகிறேன்.

தொழிற்துறை நீதிமானாக விளங்கும் திரு. இராமநாதனின் அகன்ற பார்வையும், ஆழ்ந்த நோக்கும், சீரிய சிந்தனைத் தெளிவும் நன்கு இணைந்துள்ளன. இந்நூலை வாசிக்கக் கிடைத்தமையை ஒரு நல்ல வாய்ப்பாகவே கருதுகிறேன். இது உண்மை, வெறும் புகழ்ச்சியல்ல. திரு. இராமநாதனுக்கு என் வாழ்த்துக்கள். இந்நூலின் ஆங்கில, சிங்கள மொழி பெயர்ப்புக்களை எதிர்நோக்கி நிற்கும்,

12.03.2009
கார்த்திகேசு. சிவத்தம்பி
38, 33வது ஒழுங்கை
வெள்ளவத்தை
கொழும்பு - 06

திரு.எஸ்.இராமநாதன் எழுதிய
'மலையக இந்திய வம்சாவளியினர்:
இருளும் ஒளியும்' எனும்
நூலுக்கு அணிந்துரை
2009, முரசு வெளியீடு மாத்தளை

17

மலையகத் தமிழ் மக்களின் வாழ்க்கை முறைமை

மலையகத் தமிழ் மக்களின் வாழ்க்கை முறைமை சமூக நடத்தை முறைகள், அவர்கள் தங்களைப் பற்றித் தாங்கள் கொண்டுள்ள நோக்கு முறை ஆகியன பற்றி வரன்முறையான ஆய்வு நோக்குடன் எழுதப் பெற்ற இத்தொகுதியினை உங்களிடத்துத் தரும்பொழுது, இந்தத் தொகுதியின் பயன்பாடு, அது எத்தகைய நோக்குமுறையினடியாகத் தோன்றியது என்பன பற்றிய எமது இலக்குகளை எடுத்துக் கூறுகிறது அவசியமாகின்றது.

அவை பற்றிய தரவுத் தருகைக்கு முன்னர் இந்த நூலின் அமைப்பினை விவரிப்பது அவசியமாகும்.

இது ஒரு கட்டுரைத் தொகுதி. ஒன்பது கட்டுரைகளையும், அவற்றுக்கான ஓர் ஆய்வு முன்னுரையையும், ஆய்வின் தோற்றுவாய் பற்றிய ஒரு குறிப்பையும் இரண்டு பின்னிணைப்புக்களையும் கொண்டது.

இக் கட்டுரைகள் மலையகத் தமிழ் மக்களின் வாழ்க்கை முறைமையின் தளமாக அமையும் பிரதான சடங்குகள், வழிபாடுகள், கலைகள் பற்றியன.

இவை உதிரியாகத் தொகுக்கப்படவில்லை. எண்ணித் துணியப்பட்ட ஒரு ஆய்வுத் திட்டத்தின் ஒரு பகுதி இவை.

இந்த ஆய்வுத் திட்டம் பூரணமாவதற்கு இன்னொரு தொகுதியும் வெளிவர வேண்டும். இந்தக் கட்டுரைகள் இந்த ஆய்வு முழுமையின் முதற் கட்டத்தைச் சேர்ந்தனவாகும். ஆனால் துரதிர்ஷ்டவசமாக முதலாம் கட்டத்துக்கெனத் தீர்மானிக்கப்பட்ட எல்லா ஆய்வுக் கட்டுரைகளும் இதில் இடம்பெறவில்லை. (சமகாலப் பண்பாட்டு நடவடிக்கைகளின் வருடாந்தரச் சூழல் பற்றிய விரிவான கட்டுரை, புரட்டஸ்தாந்துக் கிறிஸ்தவம் பற்றிய கட்டுரை ஆகியனவற்றை உதாரணமாகக் கூறலாம்.) சில கட்டுரைகள் அவை முக்கியமானவை யெனினும் வராததால், வந்த கட்டுரைகளை அதுவும் ஆர்வத்தாலும் ஆழத்துடனும் எழுதப்பட்டனவற்றை பிரசுரிக்காது விடுவது மனித வளத்தை வீணாக்கும் ஒரு முயற்சியாகவே போய்விடும்.

ஆய்வு முன்னுரையையும் வெளிவந்துள்ள கட்டுரைகளையும் வாசிக்கும்பொழுது நாம் எதிர்பார்த்த முழுமையின் கோடுகளாவது தெரிய வரும்.

இந்த நூலை அறிமுகஞ் செய்யும் இந்த வேளையில், இந்தத் தொகுதி அது எழுதப்பட்ட முறையில் ஏன் எழுதப்பட்டது என்பது பற்றி எடுத்துக் கூறுவது அவசியமாகும்.

இந்த விடயம் பற்றி ஆய்வு முன்னுரையிற் சற்று விரிவாகவே குறிப்பிட்டுள்ளேனெனினும் இவ்வேளை அது பற்றிச் சிறிது குறிப்பிடுவது அவசியமாகின்றது.

ஆய்வுப் பொருளாக அமைந்த மலையகத் தமிழ் மக்கள் - குறிப்பாகத் தோட்ட தொழிலாளித் தமிழ் மக்கள் பற்றி இதுவரை வெளிவந்துள்ளன கருத்துக்கள் ஆய்வின் பின்னணியிலேயே இந்தத் தொகுதியினை நோக்க வேண்டும்.

முதலாவது உண்மை இந்த மக்கள் பற்றிய மூல ஆதாரங்களை ஆய்ந்து செய்யப்பட்ட ஆய்வு முயற்சிகள் தமிழில் மிகக் குறைவு. வாழ்க்கை வரலாறுகள், இலக்கிய வளர்ச்சிகள் பற்றிய சில நல்ல நூல்கள் உளவெனினும், மலையகத் தமிழ் மக்களின் வாழ்க்கை முறைமையைப் பதிவு செய்யும் ஆய்வு நூல்கள் தமிழில் இல்லை எனலாம்.

இரண்டாவது உண்மை, மிக முக்கியமானது. அது இவர்களைப் பற்றி வெளிவந்துள்ள ஆங்கிலமொழி ஆய்வுகளின் பண்பாகும். அந்த ஆய்வுகளிற் பெரும்பாலானவை, ஏறத்தாழ எல்லாமே, அவர்களுடைய 'இல்லாமைகள்' பற்றிப் பேசுவனவாகவுள்ளன. ஆனால் இந்த இல்லாமைகளாலேயும் அவர்களின் வாழ்க்கைத் தொடர்ச்சி எவ்வாறு அமைகின்றது. அந்தத் தொடர்ச்சியின் தூண்கள் யாவை, என்பது பற்றிய ஆய்வுகள் இல்லை. இத்தனை இல்லாமைகளுக்கு கட்டுப்படுத்தப்பட்ட இவர்கள், தங்கள் வாழ்க்கையை எவ்வாறு நோக்குகிறார்கள். எவ்வாறு ஒழுங்கமைத்துக் கொள்கிறார்கள் என்பது பற்றிய அறிவில்லாமல், அவர்களின் இல்லாமைகளையும் புரிந்து கொள்ள முடியாது; அவர்களையும் புரிந்து கொள்ள முடியாது.

எனவே இல்லாமைகளினிடையேயுள்ள இருப்பவைகள் பற்றி அறிவதற்கான ஒரு முயற்சியே இது. இவர்களின் நம்பிக்கைகள், இவர்கள் வாழ்க்கையில் முக்கியமாகக் கையாள்வன ஆகியன பற்றி ஒரு தெளிவு இருத்தல் அவசியமாகின்றது.

ஆங்கில எழுத்துக்களில் இந்த 'உள்ளவைகள்' பற்றிய சிரத்தை அதிகமில்லாதிருக்க, தமிழிலோ இவற்றைக் குறிப்பிட வேண்டும் என்ற ஒரு மனோநிலையுண்டு. தமிழ் எழுத்துக்கள், இவற்றை

எடுகோள்களாகக் கொண்டு (Taken for Privated) ஆக அவற்றைத் தனித்து எடுத்துக் கூறாது செல்கின்றன. நமது சமூகத்தை நாம் விடயி (Objective) நோக்காகப் பார்க்க முடியாதவரை நமது சமூகத்தில் நாம் விரும்பும் மாற்றங்களை ஏற்படுத்திவிட முடியாது. எனவே தமிழிலும் இவற்றைப் பதிவு செய்தல் அவசியமாகின்றது. அப்பொழுதுதான் இவர்களது வாழ்க்கையினைத் 'தாங்கிக்' கொள்வன பற்றி அறிந்து கொள்ள முடியும்.

அவ்வாறு பதிவுசெய்யும்பொழுது எந்த அணுகுமுறையைக் கையாள்வது என்பது முக்கியமான ஒரு விடயமாகின்றது.

இந்த நூலில் மேற்கொள்ளப்பட்டுள்ள அணுகுமுறையைப்பற்றிச் சொல்வதற்கு முன்னர், இந்த ஆய்வு முதலில் எவ்வாறு கருப்பெற்றது என்பதனை எடுத்துக் கூறல் வேண்டும்.

முதலில் இது பெருந்தோட்டத் தொழிலாளித் தமிழ் மக்களின் கலைப்பேறு (the ....) என்றே கருக்கொள்ளப்பட்டது. மலையகத் தமிழரிடையே நிலவும் கலை, கைப்பணிகள் யாவை, அவற்றின் சமூக இயைபு, தேவைப்பாடு யாவை, அக்கலைகளின் தற்போதையநிலை யாது என்பன பற்றி ஆராய வேண்டுமென்பதே எனது நோக்காகவிருந்தது.

அந்த நோக்குடனேயே நான் முதன் முதலில் திரு. மாணிக்கம் அவர்களுடன் ஆய்வுச் சாத்தியப்பாடுடன் பற்றிப் பேசினேன். பின்னர் நடந்த உரையாடல்கள் மலையக மக்களின் கலை, பண்பாட்டினை முற்றுமுழுதாக எடுத்துக் கூறவேண்டுவதன் அவசியத்தை வற்புறுத்தின. மலையகப் பெருந்தோட்டத் தொழிலாளர்களின் கலை, பண்பாடு என வட்டத்தைப் பெருப்பித்து, அவற்றுள் எவ்வெவற்றை ஆராயவேண்டு மென்று நுணுகி நோக்கியபொழுது, இலக்கியப் பேறு பற்றிய தகவல் களும், ஆரம்பநிலை ஆய்வுகளும் பல உள்ளன என்பதையுணர்ந்து, நமது ஆய்வுச் சிரத்தையானது, சடங்குகள், மதஞ்சார்ந்த கலைகள், ஆற்றுகைக் கலைகள், ஆகியன பற்றியதாகவே இருக்க வேண்டு மென்றும், அவை பிறக்கும் வாழ்க்கைத் தளம் பற்றியும், பயிலப்படும் களம் பற்றியும் விரிவான தரவுப் பதிவு நடைபெறவேண்டுமென்றும் தீர்மானிக்கப்பட்டது.

சுருக்கமாகக் கூறினால், பெருந்தோட்டத் தொழிலாளித் தமிழரின் கலைகள் பண்பாட்டுக்கும், அவர்களின் சமூக பொருளாதார ஒழுங்கமைப்புக்குமுள்ள உறவு, ஒன்றையொன்று தீர்மானித்த முறைமை பற்றி அறிவது அத்தியாவசியமாயிற்று.

இந்த மக்களின் சமூகத் தனித்துவப் பேணுகைக்கும், அவர்களது பண்பாட்டுக்குமுள்ள காரண காரியத் தொடர்பு இந்த ஆய்வின் வழியாகப் பெறப்படவேண்டும் என்பது தெளிவாகிற்று.

இந்த மக்களின் பண்பாட்டை அறிவது என்பது, இந்தப் பண்பாடானது எவ்வாறு ஒரு குறிப்பிட்ட வாழ்க்கை முறையை இவர்கள் பின்பற்றுவதற்கு வேண்டிய மனப்பாங்கையும், கண்ணோட்டத்தினையும் ஏற்படுத்திற்று என்பது பற்றி அறிதலாகும்.

அவ்வாறு அறியும் பொழுது நான்கு விடயங்கள் தெளிவாகும்.

(1) அவர்களின் வாழ்க்கைமுறை எவ்வாறு ஒழுங்கமைக்கப் பட்டுள்ளது.

(2) அந்த ஒழுங்கமைப்பு எவ்வகையில் அவர்களை மாற்றத்தினை ஏற்க, ஏற்படுத்த உதவுகின்றது.

(3) அவர்கள் தங்களை எவ்வாறு நோக்கிக் கையாள்கிறார்கள்; மற்றவர்களை எவ்வாறு பார்க்கிறார்கள்.

(4) அவர்களினாலே இப்பொழுது நடைபெற்றுக் கொண்டிருக்கும் மாற்றங்கள் யாவை. அந்த மாற்றங்கள் எவ்வாறு தர ரீதியான மாற்றங்களாக அமைகின்றன.

கலைகளையும், மதங்களையும் மையமாக வைத்துக்கொண்டு நாம் சமூக பொருளாதார வாழ்க்கையை அறிந்து கொள்ள விரும்பினோம். ஏனெனில் ஏற்கனவே கூறியபடி, இவர்களது வாழ்க்கையின் இந்தப் பரிமாணம் பதிவுசெய்யப்படாமல் போய்விடுகின்ற ஓர் ஆபத்து இருப்பதை உணர்ந்தோம்.

இந்தப்பதிவினை எவ்வாறு சொல்வதென்பது முக்கியமான அணுகுமுறைப் பிரச்சினையாயிற்று.

இந்தக் கட்டத்திலேதான் மானிடவியலும், சமூகவியலும் கலந்த ஒரு ஆய்வு முறைமையினைக் கைக்கொள்ளவேண்டியதாயிற்று.

நமக்கு இரண்டு தேவைகள் உள்ளன.

(1) நடைமுறைகளைப் பதிவு செய்தல்

(2) நடைமுறைகளின் சமூகப் பொருளாதாரப் பரிமாணங்களை விளங்கிக் கொள்ளல்.

சமூக மானிடவியல் என்னும் துறை இத் தேவைகளைப் பூர்த்தி செய்வதாகும்.

மானிடவியல் ஆராய்ச்சி வளர்ச்சியில் மானிடவியலைச் சமூகவியற்படுத்தல் (....................) என்னும் ஒரு பிரச்சினை பற்றிப் பல அறிஞர்கள் விவாதித்துள்ளனர். நடைமுறையிலுள்ள சமூகங்களை விளங்கிக்கொள்ளச் சமூகவியலையும், தமது சமூக மல்லாத பிற சமூகங்களை விளங்கிக்கொள்ள மானிடவியலையும் பயன்படுத்தும் ஒரு மரபு உள்ளது.

நமது சமூகத்தை நாம் இந்த இரண்டு முறைகளிலும் நோக்க வேண்டிய ஒரு அத்தியாவசியமுள்ளது. வரலாற்றுக் காரணிகளினால் ஏற்பட்ட சமனற்ற வளர்ச்சி (unequal development due Ethinical factors) காரணமாக, நமது சமூகங்களில் பழமையும், புதுமையும், பாரம்பரியமும், புத்தாக்கமும் ஒரே நேரத்தில் தொழிற்படுவதைக் காணலாம்.

அதனாலே நாம் கையாளும் அணுகுமுறைமையும் நமது சமூகத்தின் இந்த இரண்டு அமிசங்களையும் கணக்கெடுப்பதாக இருக்க வேண்டும்.

அப்படிச் செய்ய முனைந்தபொழுது, அமெரிக்க அறிவுலகில், வளர்த்தெடுக்கப்பட்டுள்ள Cultural .... (பண்பாட்டு மானிடவியல்) நெறிமுறைகளைப் பயன்படுத்தி, மதம், சடங்கு, வழிபாடுகள் பற்றிய தகவல்களைச் சேகரித்தோம். இதுவரை விவரிக்கப்படாத தோட்டத் தொழிலாளித் தமிழரின் பண்பாட்டுப் பின்புலத்தை விவரிப்பதற்கு இந்தக் கண்ணோட்டம் உதவும்.

தோட்டத் தொழிலாளியின் வாழ்க்கையை நாம் மூன்று நிலைகளிற் பார்க்க வேண்டியுள்ளது.

- ஒரு குறிப்பிட்ட குடும்ப அமைப்பின் உறுப்பினனாக
- ஒரு குழுமத்தின் (Community) அங்கத்தினனாக
- ஒரு பொருளாதார அமைப்பின் (economic system) உறுப்பாக

நாம் பார்க்க வேண்டும். இவை மூன்றும் ஒன்றையொன்று தீர்மானிப்பதை ஒன்றினுள் மற்றொன்று இணைக்கப்பட்டுள்ளது.

இந்த இணைவின் ஆழத்தையும், இவை ஒவ்வொன்றும் மற்றையதில் தங்கியிருக்கும் / தீர்மானிக்கும் முறைமையையும் அறிவதற்கு முதன் முதலில், இந்தச் சமூகத்தினரின் பிரத்தியட்ச நடைமுறைகளை (seen behaviours)ப் பட்டியற்படுத்துவது அவசியமாகின்றது. அந்த முறையிற் பதிவு செய்ததன் பின்னர், இந்தப் பிரத்தியட்ச நடைமுறையின் தளமாக அமையும் அமிசங்களை அறிய வேண்டும். அந்த அமிசங்கள்

(1) அமைப்புறுப்பு அமிசங்கள்
....

(2) பயன்பாட்டு அமிசங்கள்
....

இவையும் ஒன்றுக்கொன்று தொடர்புடையவை. இவ்வாறு பார்ப்பதை ஆய்வுத் திட்டத்தின் இரண்டாவது கட்டமாகக் கொள்வதென்று தீர்மானித்துள்ளோம்.

அதாவது இந்தத் தொகுதியில் வரும் பண்பாட்டு விவரணத்தின் பின்னர், கருத்து சமூக அமைப்பு, உறவு முறை, தொடர்பு முறைமைகள் ஆகியனவற்றைத் தெளிவுபடுத்தவுள்ளோம்.

இரண்டாவதாகச் செய்ய விருப்பதைத்தானே முதலிற் செய்திருக்க வேண்டும் என்று கேட்பது நியாயமானதே.

அதற்குரிய பதிலையும் தெட்டத் தெளிவாக எடுத்துக் கூறல் வேண்டும்.

இந்த ஆய்வினை நாம் புறத்தேயிருந்து அந்த அவதானிகளாக மேற்கொள்ளவில்லை. அதற்குள்ளேயேயிருந்து, அந்த முறைமையின் நியமங்களால் தீர்மானிக்கப்பட்டோராயிருந்து கொண்டு, ஆனால் அதன் வளர்ச்சிப்போக்கை அறிய விரும்புபவர்களாக, நிர்ணயிக்க விரும்புபவர்களாக நாங்கள் இப் பிரச்சினையைப் பார்க்கிறோம். (...................) இவ்வாறு உள்ளிருந்து நோக்குதல் சில பிரச்சினைகளுக்கு இடம் தரும். இது பற்றி எனது முன்னுரையிற் குறிப்பிட்டுள்ளேன். ஆனால் இங்கு நான் பதிவு செய்ய விரும்புவது ஒன்றைத் தான் அதாவது, பல இனக்குழும வாழ்க்கை முறையின் சாதக, பாதக தாக்கங் களுக்கு ஆட்படுத்தப்பட்டுள்ள நாம் பண்பாட்டுத் தனித்துவங்களி லிருந்து நமது ஆய்வினைத் தொடங்குகின்றோம்.

நமது தனித்துவங்களைக் குறித்துக் கொண்டு அந்தத் தனித்துவங் களுக்கான அடிப்படைகளுக்குச் செல்லவுள்ளோம்.

இந்த நூலின் ஆய்வுத் தளமாக அமையும் கொள்கை இதுதான்.

இந்த நூலின் பலம், இது இந்தப் பண்பாட்டின் பெறுபேறாக அமைந்தவர்களைக் கொண்டே செய்யப்பட்ட ஆய்வு என்பதுதான். இந்தத் தொகுதியின் பலவீனமும் அதுதான். சிலவற்றை நாங்கள் (பேசாப் பொருள்களாக) எடுத்துக் கொண்டுள்ளோம்.

இந்த நூலில் நாம் எழுதியவற்றுக்காகவும், நாம் எழுதாது விட்டனவற்றுக்காகவும் நன்கு விமர்சிக்கப்படவுள்ளோம். தரப் பட்டுள்ளனவற்றிற் பூரணமில்லையென்றும், இன்னும் தரப்படாதன பல உண்டு என்றும் விமர்சிக்கப்படவுள்ளோம். தந்தனவற்றுள் பிழைகள் உண்டு என்றும் சொல்லப்படும்.

இதற்கு நாம் சொல்லும் பதில் இரண்டு,

(I) இது முதல் முயற்சி. எந்த முதல் முயற்சியும் பூரணப் படுவதில்லை. அது பற்றித் தொடர்ந்து ஆய்வுகள் செய்ய வேண்டும்.

(II) இந்த முதல் முயற்சிக்குள்ளும் நாம் தர வேண்டும் என விரும்பியவை எல்லாவற்றையும் தரமுடியாமற் போய் விட்டது.

எனவே நாங்கள் விட்ட இடத்திலிருந்து தொடருங்கள். அல்லது இதிலும் பார்க்கச் சிறந்த ஒரு முறையிற் சொல்லுங்கள்.

எங்கள் பணி இந்த விடயம் பற்றி உங்களின் சிரத்தையை ஈர்ப்பது தான்.

இறுதியாக ஒரு கருத்தினை எடுத்துக் கூறவேண்டும். இலங்கைத் தமிழ்ச் சமூகத்தின் இன்றியமையா அம்சமாக விளங்கும் மலையகத் தமிழரின் பண்பாடு, அடிப்படையில் தமிழ் மக்களது பொதுவான பண்பாட்டுப் பாரம்பரியத்திலிருந்து பிறந்ததுதான் என்ற உண்மையை இது சொல்கிறது.

இந்த உண்மையை நாம் யாவரும் உணர்கிறோம், உணர வேண்டும்.

அந்த அளவில், இந்த ஆய்வுப் பணியில் நான் ஈடுபட்டமை எனது ஆய்வு வாழ்க்கையில் மிக முக்கியமான ஒன்றாகும் என்பதைக் கூற விரும்புகின்றேன். தமிழியல் ஆய்வுலகில் எனக்குக் கிடைத்த வெற்றிகளிலும்பார்க்க இதன் பூரணமின்மை எனக்கு மனநிறைவைத் தருகின்றது.

எந்த ஒரு வாசிப்பின் பலனும் இருமுகப்பட்டது என்பர்.

ஒன்று வாசிக்கப்படுவதால் வரும் தரவு அறிவு
மற்றது, அந்த வாசிப்பு தூண்டிவிடும் சிந்தனைவோட்டங்கள்.

இந்த நூல் பற்றிய வாசிப்பின் பொழுது, உங்கள் மனதில் ஏற்படவுள்ள சிந்தனைகள், மிக முக்கியமானவை. அந்தச் சிந்தனைகள் காரணமாய் மலையக மக்களின் வாழ்க்கை பற்றிய சிரத்தை அதிகரிக்குமெனில் அது நமக்குப் போதும்.

இறுதியாக இந்த ஆய்வு முயற்சியில் என்னோடு சேர்ந்து ஈடுபட்டவர்கள் சகலருக்கும் எனது நன்றிகளைத் தெரிவித்துக் கொள்கிறேன்.

இலங்கை, மலையகத் தமிழரின்
பண்பாடும் கருத்து நிலையும்
முதலாம் தொகுதி வெளியீட்டின்
பொழுது வழங்கப் பெறும்
பதிப்பாசிரியர் உரை
5-2-1994

18
இருபதாம் நூற்றாண்டு தமிழியல் ஆய்வு

சென்னைப் பல்கலைக்கழக தமிழிலக்கியத்துறையும் தொடரண்டோ பல்கலைக்கழகத்து தென்னாசிய ஆய்வு மையமும் இணைந்து நடத்திய இருபதாம் நூற்றாண்டு தமிழியல் ஆய்வு - பேராசிரியர் கா. சிவத்தம்பி அவர்களின் 'வகிபாகமும் திசைவழிகளும்' எனும் பன்னாட்டு கருத்தரங்கு டிசம்பர் 12, 13, 14 திகதிகளில் மரீனா வளாகத்தில் நடைபெற்றது.

தொடக்க நாள் நிகழ்ச்சி 12ஆம் திகதியன்று காலை 10 மணிக்கு சென்னைப் பல்கலைக்கழக துணைவேந்தர் ச.ப. தியாகராஜன் அவர்களின் தலைமையில் நடைபெற்றது.

தொடக்கவிழாவில் வாழ்த்துரை வழங்கிய ஐராவதம் மகாதேவன் அவர்கள் 1995இல் முதல் தடவையாக தஞ்சை தமிழ்ப்பல்கலைக்கழக மாநாட்டில் பேராசிரியர் சிவத்தம்பி சந்தித்ததாகக் கூறினார். தமிழின் தொன்மைக்கான ஆதாரத்தை நிறுவ புறச்சான்றுகள் தேவை என்பதையும் வலியுறுத்தினார். 'பண்டைய தமிழ்ச் சமூகத்தில் நாடகம்' என்ற நூலில் பேரா. சிவத்தம்பி தொல்லியல் சான்றுகளையும் இலக்கியச் சான்று களையும் பயன்படுத்தி பாட்டுத் தொகைக்காலம், தொல்காப்பியம், திருக்குறள், கலித்தொகை காலம், சிலப்பதிகார காலமென கி.பி. 600 வரை உள்ள காலத்தை மூன்று கட்டங்களாக வகுக்க வேண்டுமென கூறியுள்ளது ஒரு முக்கியமான கருத்தாகும் என்று கூறினார். இதனை அறிஞர்கள் பலர் இன்று ஏற்றுக்கொள்ள மாட்டார்களெனினும் அக்காலத்து சாசனச் சான்றுகளோடு பார்க்கும்பொழுது இதில் ஒரு நியாயப்பாடு இருக்கவே செய்கிறது என்று கூறினார்.

தொடக்க அமர்வில் வாழ்த்துரை நிகழ்த்திய முன்னைய நாள் துணைவேந்தர் பேராசிரியர் வா.செ. குழந்தைசாமி தனது உரையில் "ஆய்வாளர்களுக்கென இதுவரை எந்த கருத்தரங்கமும் நடைபெற்றதில்லை எனவும் இதுவே முதன்மை என்பதால் பெருமிதம் கொள்ள வைக்கிறது எனவும் கூறினார். 'நுண்மாண் நுழைபுல ஆய்வு' என்ற கூற்று பேராசிரியர் சிவத்தம்பிக்கே உரியதாகும் என்றும் கூறினார். பக்தி மார்க்கத்தில் கி.பி. 600 தொடக்கமுள்ள காலத்தில் கடவுளை ஆள்நிலைப்பட அப்பர், சம்பந்தர், மணிவாசகர் பாடினர் என்ற பேராசிரியர் சிவத்தம்பியின் கூற்றோடு தமிழில் ஏற்பட்டுள்ள

மாற்றத்தையும் வீரியத்தையும் தனது வாழ்த்துரையில் வா.செ. குழந்தைசாமி அவர்கள் எடுத்துக்கூறினார்.

தொடக்க அமர்வினையடுத்து பேரா. சிவத்தம்பியின் ஆய்வுகள் பற்றிய அமர்வுகள் இடம்பெற்றன. முதலாவது அமர்வில் கா. சிவத்தம்பியின் தொல்காப்பிய பார்வை பற்றி முனைவர் கி.நாச்சிமுத்து அவர்கள் பேசினார். ஆறுமுகநாவலர், கைலாசபதி, சிவத்தம்பி போன்றோர்கள் தமிழில் புதிய சிந்தனைகளை உருவாக்கினார்கள் என்றும் இலக்கண ஆராய்ச்சியில் இலக்கணமும் சமூக உறவுகள் பற்றியும், சொல்லிலக்கணத்தில் இயற்கையைப் பாகுபடுத்தல் மூலமாக திணையின் அடிப்படைகள் பற்றிய ஆராய்ச்சியையும் சிவத்தம்பி அணுகியுள்ளார் என்றும் கூறினார்.

தொல்காப்பியரின் திணைக்கோட்பாடு பற்றி வையாபுரிப்பிள்ளையின் நெறிமுறையைக் கூறி, சிவத்தம்பி திணை, பால், எண் ஆகியனவற்றின் பொருளாதார உற்பத்தியின் மூலமாக விளக்கும் கருத்து நிலை பற்றி பேசினார்.

பேராசிரியரின் 'சங்க இலக்கிய' ஆராய்ச்சி பற்றிப் பேசிய பொ. வேல்சாமி கூறியதாவது, சங்க இலக்கியமும், பாரதிக்குப் பிறகான இலக்கியமும் தான் மதம் சாராதவை. பின்னாளில் சங்க இலக்கியத்தின் ஆய்வுகள் அரசியலாக்கப்பட்டது சிவத்தம்பியின் ஆய்வுகளானது வேந்தனை மூவேந்தர்களாகவும், மன்னர்களை நில அடிப்படை கொண்ட தலைவர்களாகவும், கிழாஅனை - நிலவுரிமையுடையவனாகவும் இளையோனை எடுபிடியாளனாகவும் பார்த்துள்ளார். தமிழகத்தில் மட்டுமல்லாது எல்லா நாடுகளிலும் எழுத்து மரபு அரசு நிறுவனத்தின் உருவாக்கத்துக்கு பெரிதும் உதவுகிறது. மகட் பாற்காஞ்சி, மகள் மறுத்தல் மூலமாக மன்னர்களின் நிலைப்பாட்டினையும், வேந்தர்கள், அந்தணர்கள், இனக்குழு மக்கள், நிலவுடைமைச் சமூகம் இவர்களைப் பற்றி சிவத்தம்பியின் பார்வை குறித்து அவர் விளக்கினார்.

பேரா. சிவத்தம்பியின் 'பக்தி இலக்கிய ஆய்வுகள்' எனும் தலைப்பில் தொ.ப. பரமசிவம் அவர்களின் கட்டுரை பேரா. வீ. அரசு அவர்களால் வாசிக்கப்பட்டது. சுபக்கம் - பரபக்கம் என்ற பெயரில் 'தன் மதம் கூறி பிறமதம் மறுத்தல்' எனும் சமய மரபையும் ஈழத்துக் கத்தோலிக்கக் கிறிஸ்தவர்களின் மத நடைமுறைகளையும் அதில் விளக்கினார். 'ஒன்றையே நோக்கிப் புக்கான்' என்பதற்குப் பதிலாக கைலாசபதி, சிவத்தம்பி போன்றவர்கள் சங்க இலக்கியம் தொட்டு புதுமைப்பித்தன் வரையிலான தமிழிலக்கியப் பரப்பில் இயக்கவியல், வரலாற்றுப் பொருள்வாதப் பின்னணியில் ஆய்வினை மேற் கொண்டார்கள். தமிழகத்தில் அதிகமான சமய இலக்கிய ஆய்வுகள்

இல்லையென்பதையும், இதற்குக் காரணமாக பகுத்தறிவு மார்க்சிய இயக்கத்தின் எழுச்சியின் நிலையினையும் சிவத்தம்பி கூறியதை விளக்கினார். வைணவ மதம் குறித்து ஈழத்து ஆய்வாளர்களுக்கு போதிய புரிதல் இல்லாமல் போனதற்கான சூழலையும் அதன் காரணமான பேராசிரியரின் தயக்கநிலைப் பற்றியதான கருத்துக் களையும் அக்கட்டுரையில் குறிப்பிட்டிருந்தார்.

அதனைத் தொடர்ந்து ராஜ்கௌதமன் அவர்கள் பேரா. சிவத்தம்பியின் இலக்கிய வரலாறெழுதும் முறை பற்றி தனது கருத்துக்களை எடுத்துக்கூறினார். இலக்கிய உருவாக்கம் என்பது அது சார்ந்த சமூகத்தின் இயல்பு பற்றிய உருவாக்கமாகும். சங்க இலக்கியத்தில் சாதி அமைப்புப் பற்றியும், பின்னாளில் அது எவ்வாறு இழிவான நிலைக்குத் தள்ளப்படுகின்றது என்பது பற்றியும் கூறி வரலாறு என்பது பல்வேறு ஆய்வுகளுக்கு உட்படுத்தப்படுவது என்ற பேராசிரியரின் பார்வையோடு இலக்கிய வரலாறு எழுதும் முறை குறித்தும் ராஜ்கௌதமன் அவர்கள் பேசினார்.

தொடர்ந்து ஆய்வுரை நடத்திய வ.கீதா அவர்கள் இலக்கியத் தரவுகள் வரலாற்று மரபின் ஒரு கூறாகும்போது ஆய்வுக்குரிய மதிப்பினைப் பெறுகிறது என்று கூறினார். பேரா. சிவத்தம்பி சமூக உருவாக்கக் கோட்பாட்டைப் பயன்படுத்தி ஒவ்வொரு சமூக பண்பாட்டு நிலைகளிற் காணப்படுகின்ற மேலாண்மையுடைய சக்திகள் பற்றி விளக்கி அவற்றை இவர் இனங்காண்கிறார் என்று கூறினார்.

அடுத்து ஆ. தனஞ்செழியன் அவர்கள் சிவத்தம்பியின் ஆய்வில் வாய்மொழி வழக்காறுகள் என்பது பற்றிப் பேசினார். நாட்டார் அழகியல் குறித்தான பல்வேறு பகிர்வுகளை அல்லது அனுமானங்களைப் பற்றியும் தமிழ்ச் சமூகம் பண்பாடு குறித்தும் தமிழ்ப் பண்பாட்டின் மீள் கண்டுபிடிப்புப் பற்றியும் அவர் எடுத்துக் கூறினார்.

நவீன நாடகமானது மரபிலிருந்து எத்தகைய பரிமாணங்களின் மூலமாக இன்றைய தளத்தை அடைந்தது என்பது பற்றியும், பண்பாடு பற்றி சிவத்தம்பி அவர்கள், மனிதாபிமானம், சமூகவியல், மானுடவியல் பார்வை போன்றவற்றை பண்பாட்டின் கூறுகளாகக் கொண்டாரென்பது பற்றியும் உரையாற்றினார்.

தஞ்சை பல்கலைக்கழக பேரா. மு. இராமசாமி அவர்கள் பேரா. சிவத்தம்பியின் பண்டைத் தமிழ் நாடக ஆராய்ச்சி பற்றி கூறப்பட்ட முக்கிய குறிப்பு பற்றி எடுத்துக் கூறினார். பண்டைய தமிழ் சமூகத்தில் நாடகம் எனும் ஆய்வு மூலம் பேராசிரியர் கலாநிதிப் பட்டம் பெற்றவர். பண்டைய கிரேக்க நாடகங்களைப் போல பண்டைய தமிழ்

நாட்டில் நாடகங்கள் பற்றி பதிவுகள் கிடையாது. கிரேக்கத்தில் மதத்தின் அடிப்படையிலான நாடகங்கள் ஏதென்ஸில் நடைபெற்றன. கிரேக்கத்தின் தன்னுணர்ச்சிப் பாடல்கள் வல்லாட்சியுகம் எழுந்த இக்காலகட்டத்தில் துன்பவியல் என்பதும், தமிழில் சங்க நூல்களிலான நாடகம் பற்றிய பதிவுகளும், அது குறித்து புரிதல்கள் பற்றிய பாணர், விறலியர், பொருநர்களின் மூலமாக வெளிப்படுகின்றது. அகநானூற்றில் 98வது பாடலில் பொம்மலாட்டம் பற்றிய செய்தி ஆகியவற்றை மு. இராமசாமி எடுத்துக்காட்டினார்.

ஈழத்து தமிழ் அரங்கம் பற்றிப் பேசிய பேராசிரியர் அ. மங்கை அவர்கள் 1980-90களில் போர்ச் சூழலின் மூலமாக ஈழத்தில் நாடகங்கள் மேற்கொள்ளப்பட்டதையும், இளைய பத்மநாபன் மூலமாக நடந்த நாடக விவாதங்கள் பற்றியும், நாடக அரங்கக் கல்லூரி உருவாக்கப் பட்டது பற்றியும், பல்கலைக்கழகங்களில் நாடகம் பாடமாக்கப் பட்டது பற்றியும் விவரமாக எடுத்துக் கூறினார். குழந்தை சண்முக லிங்கத்தின் நாடகங்களை மையமாகக் கொண்டு புலம்பெயர்வு நாடகங்கள் மண்வாசனையோடு திகழ்கின்றன என்று அவரது கட்டுரையில் கூறினார்.

தில்லிப் பல்கலைக்கழகப் பேராசிரியர் இரவீந்திரன் அவர்கள் சிவத்தம்பியின் சினிமா பற்றிய எழுத்துக்களை ஆராய்ந்தார். சிவத்தம்பியினது தமிழ்ப்பண்பாட்டுச் சினிமா எனும் நூலில் 'திரை வளர்த்த கவிதை' என்னும் பிரிவில் பட்டுக்கோட்டை கல்யாண சுந்தரம், கண்ணதாசன் கவிதைகளும் இடம்பெற்றுள்ளது பற்றிக் கூறி திரைப்படப்பாடல்களானவை நாட்டார் பாடல்களிலிருந்து வந்தது பற்றியும், காப்பிய பாத்திரங்களுக்கும் சமய அரசியல் பாத்திரங் களுக்கும் சிவாஜி பொருத்தமாகின்றார் என்றும் மாணவர்கள் முனைவர் பட்டத்திற்காக சிவாஜி கணேசனின் ஆளுமைகளை அணுக வேண்டும் என்பது பற்றியும் சிவத்தம்பி கூறுவதை செ. இரவீந்திரன் அவர்கள் ஆராய்ந்தார்.

பேராசிரியர் வீ. அரசு அவர்கள் தனது உரையில் சிவத்தம்பி அவர்கள் நவீன தமிழிலக்கியத்தை அச்சுப் பண்பாட்டினூடாக பார்ப்பது பற்றி விளக்கினார். 1966இல் எழுதிய 'தமிழ் சிறுகதை வரலாறானது இற்றைநாள் எழுத்துக்கள் மரபு வழியில்லாமல் புதுமையுடன் தொடர்புடையனவாக இருக்கின்றன என்பது பற்றி குறிப்பிட்டார். மணிக்கொடி, எழுத்துப் பத்திரிகைகளின் இடம் குறித்தும் புனைகதை ஆராய்ச்சியானது சமூகவியல் பார்வையுடன் தொடர்புடையதாக இருக்க வேண்டும் என்பது பற்றியும் அழகியல் அணுகுமுறையுடன் மட்டும் தொடர்புடையதாக இருக்கக் கூடாது

என்பது பற்றியும் சிவத்தம்பி கூறியவற்றை எடுத்துக் கூறினார். புனைக்கதை மற்றும் படைப்பு விடயங்கள் அவை சார்ந்த விமர்சனம், நவீனத்தின் வருகை, அதன் வழி வருகின்ற போக்குகள் இவற்றின் மூலமான எழுத்தின் முக்கியம் பற்றிய சிவத்தம்பியின் கருத்துக்களை பேரா. வீ.அரசு அவர்கள் ஆராய்ந்தார்.

அடுத்து தமிழவன் அவர்கள் சிவத்தம்பியின் ஆராய்ச்சிக் கருத்து நிலைத்தளம் பற்றி தனது ஆய்வை எடுத்துக்கூறினார். பேராசிரியர் அவர்கள் எல்லாவித ஆய்வுகளிலும் வரலாற்றுப் பார்வையை முதன்மையாகக் கொள்கிறார். இயங்கியல் வரலாற்றுப் பொருள் முதல்வாதத்தின் அடிப்படையில் 'இலக்கியமும் கருத்து நிலையும்' எனும் புத்தகத்தில் அணுகியுள்ளதையும் முல்லைத் திணையில் பேராசிரியர் பொருளாதாரம், அரசியல் ஆகியன ஒன்று மற்றொன்றுடன் ஊடாடுவதைக் காணுவதையும் அரசியல் - பொருளாதாரம், அரசியல் - சமூகம் பற்றியான தெளிவை அமைப்பியல் அடிப்படையில் அல்துசாரின் கருத்துக்களையும் பேரா. சிவத்தம்பி பயன்படுத்துவதை 'ஆராய்ச்சி திசைவழி' எனும் தலைப்பின் கீழ் அவர் கூறினார். சிவத்தம்பியின் 'நவீனத்துவம் தமிழ் நவீனத்துவம்' என்ற நூலினை மையமிட்டு பேசிய ந. முத்து மோகன் அவர்கள் நவீனம் - நவீனத்துவம் குறித்த புரிதல்களில் உள்ள இடர்பாடுகளை சிவத்தம்பி கூறியனவற்றைப் பற்றிப் பேசினார். பின் - நவீனத்துவ காலகட்டத்தில் தமிழ் மார்க்சியர்களின் அறிவுப் போதாமையையும் எடுத்துக் கூறினார். மார்க்சியர்களால் முன்னெடுத்த யதார்த்தவாதத்தை பின் நவீனத்துவம் அழித்து விட்டதாகவும், கணையாழிக் கட்டுரையில் கட்டவிழ்ப்பு என்ற சொல்லுருவாக்கத்திற்கு தரும் அழுத்தத்தின் வழி பேராசிரியரின் மார்க்சிய வரையறையை ஒருமித்த நிலையில் அணுகுமுறைகளை மார்க்சியர் உள்வாங்காமல் போனதையும் பேராசிரியர் எதிர்நிலைக் கருத்தியலை உணர்த்தியதோடு நில்லாமல் மார்க்சீயம் - நவீனத்துவம் - பின் நவீனத்துவம் குறித்த வரலாற்று ஒருங்கமைவோடு அமைந்துள்ளது என்று அவர் கூறினார்.

சங்க இலக்கிய காலத்தையும், சங்கத்திணை மரபு வளர்ச்சியையும், திணைக் கோட்பாட்டையும். சங்கச் சமுதாய வாழ்க்கை முறை களையும் பல்துறை நோக்கில் பன்முகப்பார்வையில் அணுகிப் பார்க்க வேண்டிய கட்டாயச் சூழல் உள்ளமையை சிவத்தம்பியின் வழியிலேயே நின்று எடுத்துக்காட்டினார் பேரா. மாதையன் அவர்கள்.

திரு. அ. மார்க்ஸ் அவர்கள் பேரா. சிவத்தம்பியின் நவீனத்துவம் பற்றிய கருத்துக்கள் பற்றி விமர்சித்தார். ஐன்ஸ்டினுடைய முதற்கட்ட ஆய்வுகள் பெற்ற வெற்றியினை அவரது பிற்கால ஆய்வுகள் சில

பெறவில்லை என்று குறிப்பிட்ட மார்க்ஸ் அவர்கள், பின் நவீனத்துவம் பற்றிய சிவத்தம்பியின் கருத்தானது, உலகம் பற்றிய புதிய சிந்தனைகளை முற்றாக உள்வாங்கவில்லை எனக் கூறினார். இப்படி அவர் நோக்குவதற்கான காரணம் அவரது ஆளுமைப் பின்புலமே என்றும் கூறினார்.

கா. சிவத்தம்பியின் நூல்களுக்கு பதிப்பாசிரியராக இருந்த உறவுநிலையோடு அனைத்து விதமான ஆய்வு நூல்களை வெளியிட்டு உள்ளேன் என்று பேசத் தொடங்கிய மே.து.இராசுகுமார் அவர்கள் இவருடைய பல்வேறு பதவிநிலைகளைப் பற்றியும், மார்க்சீயப் பார்வை, சமூக அசைவு இயக்கங்கள், வரலாற்று சார் திணைக் கோட்பாடு அவற்றின் வளர்ச்சி நிலைகள், மன்னர்கள் பற்றியான தெளிவு பற்றியும் பேரா. பல்வேறு நூல்களின் தன்மைகள் பற்றியும் 'வரலாற்றுப் புரிதல்' எனும் தலைப்பில் இவர் பேசினார்.

அடுத்து சிவத்தம்பியின் பாரதி பற்றிய ஆய்வுகளை பேரா. இராமசுந்தரம் ஆராய்ந்து பேசினார். பாரதியின் உரைநடையைவிட அவரின் கவிதை சிறப்பானது. பாரதியிலிருந்துதான் முழுமையான நவீனத்துவம் கிடைக்கின்றது என்பதும் ப ஜீவானந்தம் போன்றோர்களும் பாரதியோடு ஒத்துப்போனது பற்றியதான சிவத்தம்பியின் கருத்து பற்றி ஆராய்ந்தார். பாரதியை 'சோசலிச'வாதியாக காண்பதிலுள்ள இடர்பாடுகள் பற்றி இவர் பேசினார்.

மொழியியல் பார்வையில் சிவத்தம்பியின் இடர் குறித்து கி. அரங்கன் அவர்கள் பேசும்பொழுது பேராசிரியரின் 'இலக்கணமும், சமூக உறவுகளும்' என்ற நூல் வரலாற்று அடிப்படை, மானுடவியல், பொருளாதார அடிப்படை ஆகியவற்றை பயன்படுத்தியுள்ளது என்று கூறினார். பேச்சுத்தமிழ் மூலமான மொழியமைப்பு முறையையும் சுட்டிக்காட்டினார்.

திராவிட இயக்க வரலாற்றைத் தனது சிறப்பு ஆய்வுத் துறையாகக் கொண்ட முனைவர் எம்.எஸ்.எஸ்.பாண்டியன் காலனித்துவ இந்தியாவின் பிராமண எதிர்ப்புப் போராட்டத்தை முன்னிலைப் படுத்திய ஜஸ்டிஸ் கட்சியினர் ஆங்கில அரசியல் போராட்ட மரபில் பென்தம் (Bentham) அறிமுகம் செய்த எண்ணிக்கை பெரும்பான்மை பற்றிய எண்ணக்கருவை எவ்வாறு பயன்படுத்தினார் என்பது பற்றி ஆராய்ந்தார்.

அடுத்து மொழிபெயர்ப்புக்களின் இலக்கிய முக்கியத்துவம் பற்றி பேரா. செல்வா. கனகநாயகம் பேசினார். பின் - நவீனத்துவம் பின் - காலனித்துவம் இரண்டிற்குமுள்ள ஒற்றுமை வேற்றுமைகள் பற்றியும்,

சல்மான் லூஷ்டி எலிசபெத் வெஸ்ட், ஆர்.கே. நாராயணன், ஏ.கே. இராமானுஜன் போன்றோரது எழுத்துக்கள் பற்றிய தகவல்களையும், இலக்கியத் திறனாய்வில் மொழிபெயர்ப்பு ஆங்கில இலக்கியம் பண்டைய இலக்கியங்களின் உறவுகளோடு வேறுபாடுகளின் அணுகுமுறைகளைப் பற்றியும் தமது உரையில் எடுத்துக்கூறினார்.

புலம்பெயர் தமிழிலக்கியம் பற்றி கி.பி. அரவிந்தன் அவர்கள் பேசிய பொழுது, புலம்பெயர்கின்ற சமூகத்தின் பிரச்சினைகள், இச்சூழலில் வளர்கின்ற குழந்தைகளின் பிரச்சினைகள், துயரங்கள் பற்றியும் எடுத்துக் கூறிவிட்டு அண்மைக் காலத்தில் புலம்பெயர் தமிழ் இலக்கியம் வளர்ந்துள்ளது பற்றியும் எடுத்து விளக்கினார்.

'சிவத்தம்பி என்ற அறிவுஜீவி' எனும் தலைப்பிலான கே.எஸ். சுப்பிரமணியனின் உரையும், தோழமையில் ஒரு சிந்தனையாளன் என்ற தலைப்பில் இன்குலாபின் உரையும், தமிழக ஈழப்புலமைப் பாரம்பரியம் பற்றிய மகேந்திரனின் உரையும் தத்தம் இயல்பு நிலைகளில் நின்று சிவத்தம்பியின் பரந்துபட்ட ஆளுமைப் பண்புகளை விரிவாக ஆராய்ந்தனர். முனைவர் திரு. கே.எஸ். சுப்பிரமணியம் அவர்கள் தனது உரையில் மார்க்சிய சிந்தனையை இந்திய நிலைப் படுத்திப் பார்க்கும் பொழுது கவனிக்கப்பட வேண்டியவை பற்றி சிவத்தம்பியின் எழுத்துக்களில் காணப்படுவனவற்றை ஆராய்ந்தார். மார்க்சியம் பற்றிய அணுகுமுறைகளில் மார்க்சியத்தின் தர்க்கம் கவனிக்கப்பட வேண்டுமென கூறப்படுவது முக்கியமானது என்று அவர் கூறினார்.

இன்குலாப் அவர்கள் தனது உரையின் போது ஔவையார் என்ற தனது பிரசித்தி பெற்ற நாடகத்தை எழுதும்பொழுது சிவத்தம்பியின் 'பண்டைய தமிழ்ச் சமூகத்தில் நாடகம்' எனும் நூலிலிருந்து கிடைத்த உதவி பற்றிக் கூறிவிட்டு நாடகம், சடங்கிலிருந்து கலைவடிவமாக மாறுவதைப் பற்றிய விரிவான விளக்கத்தின் அவசியம் பற்றியும் எடுத்துக் கூறினார்.

மகேந்திரன் அவர்கள் தமிழ் சூழலில் மார்க்சியத்தின் தொழிற்பாடு பற்றி வானமாமலை, ரகுநாதன், கைலாசபதி, சிவத்தம்பி ஆகியோரின் பங்களிப்புக்களைக் குறிப்பிட்டு மார்க்சியத்தின் வெற்றிகரமான தொழிற்பாட்டுக்கு அடிநிலைப் பண்பாடு பற்றிய தெளிவு இருத்தல் வேண்டுமென சிவத்தம்பி வற்புறுத்துவது பற்றி எடுத்துக் கூறினார்.

கருத்தரங்கத்தின் 9வதும் இறுதி அமர்வாகவும் அமைந்த நிறைவு அமர்வினுக்கு நியூ செஞ்சுரி புக் ஹவுஸின் மேலாண்மை பணிப்பாளர் இராதாகிருஷ்ணமூர்த்தி அவர்கள் தலைமை தாங்கினார். இவ்வமர்வில்

பங்குபற்றவிருந்த முன்னாள் புதுவை இந்திய பிரஞ்சு ஆய்வு நிறுவனத்தின் பணிப்பாளர் திரு. குரோ அவர்கள் அனுப்பியிருந்த வாழ்த்துரையை பேரா. வீ.அரசு படித்தார். அந்த வாழ்த்துரையில் தமிழியலின் பல துறைகளில் சிவத்தம்பியின் எழுத்துக்கள் பெறும் இடம் பற்றியும் பொதுவாக ஈழத்தமிழ்ப் பாரம்பரியம் பற்றியும் குறிப்பிட்டிருந்தார்.

அடுத்துப் பேசிய ஜவஹர்லால் நேரு பல்கலைக்கழகத்தின் முன்னாள் வரலாற்றுப் பேராசிரியை திருவாட்டி சண்பகலஷ்மி அவர்கள் பண்டைய தமிழக வரலாறு தொடர்பாக சிவத்தம்பியின் ஆய்வுக் கட்டுரைகள் பற்றி குறிப்பிட்டு திணைமரபு பற்றிய கட்டுரையும், அரச உருவாக்கம் பற்றிய கட்டுரையும் வரலாற்று ஆய்வாளர்களிடையே பெற்றுள்ள முக்கியத்துவத்தினையும் பற்றி குறிப்பிட்டார். திணை மரபு பற்றி சிவத்தம்பியின் விளக்கம் வரலாற்று ஆய்வாளர்களால் வரவேற்கப்பட்ட முறையினை மிக விரிவாக எடுத்துரைத்தார்.

பேரா. வீ. அரசு அவர்களின் நன்றியுரையைத் தொடர்ந்து சிவத்தம்பியின் ஏற்புரை இடம்பெற்றது.

கருத்தரங்கத்தின் முந்திய அமர்வுகளின் பொழுது சுருக்கமாக குறிப்புரைகளைக் கூறியிருந்த சிவத்தம்பி அவர்கள் இந்த ஏற்புரையில் முதலில் தனது ஆய்வுப் பணிக்கு உரமும் ஊக்கமும் அளித்தவர்கள் பற்றி எடுத்துக் கூறினார். தனது பிறந்த குடும்பம், தனது குடும்பம், தனது மனைவி பிள்ளைகள் ஆகியோரினதும், நண்பர்களினதும் பங்கினை உருக்கத்துடன் கூறினார். அடுத்து தான் இலக்கிய ஆய்வுலகில் புகுந்த காலத்தில் நிலவிய புலமை நிலைமைகளையும், சவால்களையும் எடுத்துக்கூறி தனது முயற்சிகள் கூட்டாகவும் தனியாகவும் அமைந்த முறை பற்றி எடுத்துக் கூறினார்.

இறுதியாக இன்றைய சூழலில் தமிழ் ஆய்வியலில் முக்கிய சிக்கல்களான முந்நிலைக்கு வந்துள்ளவை பற்றி தமது விளக்கத்தினை உரைத்தார். பாட்டும் தொகையும் பற்றிய சிக்கல்களையும் தொல்காப்பியத்தினூடே காணப்படும் அதன் நோக்குப் பற்றியும் தமிழர் சிந்தனை மரபில் திருக்குறளின் இடம் பற்றியும் எடுத்துக்கூறிய அவர் தொடக்கம் முதல் கி.பி. 600, கி.பி. 600 - 1400, கி.பி. 1400-1800, அதன் பின்னர் நவீன காலமென வகுத்துப் பார்ப்பதிலுள்ள வாய்ப்புக்கள் பிரச்சினைகளை விளக்கினார். 20ஆம் நூற்றாண்டு தமிழ் இலக்கியத்தை மேலும் விளங்கிக் கொள்வதற்கு காலனித்துவம் - பின் காலனித்துவம் பற்றிய கருதுகோள்களின் அத்தியாவசியத்தை

எடுத்து விளக்கினார். எந்த ஆராய்ச்சியாளரும் தனது காலம் சூழலுக்கு ஏற்ப ஒரு குறிப்பிட்ட தூரமே செல்ல முடியும் என்பதையும், அதற்கு மேல் தொடர்ந்து வரும் ஆராய்ச்சியாளர்கள் மேலே - மேலே செல்வார்கள் என்றும் கூறினார். தான் தனது ஆசிரியர்களின் தோள்களின் மேலே நின்று பார்ப்பதாகவும், தனது மாணவர்கள் தனது தோள்களின் மீது நின்று பார்க்கின்ற பொழுது அவர்கள் மேலும் சில புதிய பரப்புக்களை காண்பார்கள் என்றும் கூறினார்.

இம்மூன்றுநாட் கருத்தரங்கில் நிறைவு நிகழ்ச்சியாக மரப்பாச்சி குழுவினரின் 'குறிஞ்சிப்பாட்டு' நாடகம் இடம்பெற்றது. இந்நாடகத்தை இன்குலாப் அவர்கள் எழுதியிருந்தார். அ.மங்கை அவர்கள் நெறிப்படுத்தியிருந்தார். கபிலரின் குறிஞ்சிப்பாட்டை ஆதாரமாகக் கொண்டு தொடங்கும் இந்நாடகம் பாரிமகளிர் அங்கவை சங்கவைக்கு ஏற்படும் இன்னல்களினூடே அவை ஏற்படுத்தும் சோகம் பற்றி உருக்கமாக சித்தரிப்பதாக அமைந்தது.

கா. சிவத்தம்பி அவர்களின்
'வகிபாகமும் திசைவழிகளும்' எனும்
கருத்தரங்கின் நிகழ்ச்சிகள் பற்றிய அறிக்கை

★★★